இசைக்கச் செய்யும் இசை

இசைக்கச் செய்யும் இசை

கருந்தேள் ராஜேஷ்

எழுத்து
பிரசுரம்

Title: Isaikka Seiyum Isai
Author's Name: Karuthel Rajesh

Published by Ezutthu Prachuram

Ezutthu Prachuram
(An imprint of Zero Degree Publishing)
No. 55(7), R Block, 6th Avenue,
Anna Nagar,
Chennai - 600 040

Website: www.zerodegreepublishing.com
E Mail id: zerodegreepublishing@gmail.com
Phone: 89250 61999

Ezutthu Prachuram First Edition:January 2024
ISBN: 978-93-95511-98-8
TITLE NO EP: 481

Cover Design : Vijayan, Creative Studio
Layout: Vidhya Velayudham

இசையை ரசித்து, வாழ்க்கையை அர்த்தமுள்ளதாக
மாற்றிக்கொண்ட, மாற்றிக்கொள்ளப்போகும்
அத்தனை பேருக்கும் சமர்ப்பணம்.

பொருளடக்கம்

1.காதலிக்கும் பெண்ணின் கைகள் தொட்டு நீட்டினால்

தமிழர்களாகிய நமக்கும் பாடல்களுக்கும் உள்ள உறவு, ஏறத்தாழ ஆதிதமிழர்கள் உருவான நாட்களில் இருந்தே துவங்குகிறது. அப்போதிலிருந்து இப்போதுவரை நமது எல்லாச் செய்கைகளிலும் பாடல்களும் இசையும் அவசியம் இடம்பெறுகின்றன. மரண கானா என்பது ஒரு அட்டகாசமான இசைவடிவமாகவே உள்ள பிரதேசம் நம்முடையது. இதுமட்டுமல்லாமல் பிறப்பில் இருந்து, பருவம் அடைதல், திருமணம் செய்துகொள்ளல், குழந்தை பிறத்தல், திருமணம் முறிதல், உயிர்போதல் ஆகிய அனைத்துக்கும் பாடல்களும் இசையும் ஏராளமாக இருக்கும் நாடு இது. இவையெல்லாமே மிக இயல்பான இசை வடிவங்கள். அங்கிருந்து அப்படியே முறையாக உருவாக்கப்படும் பாடல்களின் பக்கம் வந்தால், திரையிசை என்பதும் நமது வாழ்க்கையோடு பின்னிப் பிணைந்திருப்பது எளிதாகப் புரிந்துவிடும்.

நம் வாழ்க்கையில் என்ன சம்பவம் நடந்தாலும் அதைத் திரையிசையோடு சம்பந்தப்படுத்திக்கொண்டு, அதற்கான பிரத்யேகப் பாடல்களைக் கேட்டுக்கொண்டு அந்த உணர்வை நம்மால் தாண்ட இயல்கிறது. உண்மையில் உலகின் பிற பகுதிகளில்

திரையிசை என்பது இல்லாமல், தனிப்பட்ட ஆல்பங்களாகவே இசை பரவியிருக்கிறது. ப்ளூஸ், ராக், Rap, ரெக்கே போன்ற பல்வேறு பிரிவுகளாக இந்த இசை பிரிந்து, இவை ஒவ்வொன்றிலும் அட்டகாசமான இசைக்கலைஞர்கள் தோன்றி ரசிகர்களை மகிழ்வித்திருக்கின்றனர்.

எனவே, வாழ்க்கையின் ஒவ்வொரு உணர்வுக்கும் அங்கெல்லாம் ஆயிரக்கணக்கில் பாடல்கள் உண்டு. ஆனால் இந்தியாவில்—குறிப்பாகத் தமிழகத்தில் இசை என்றாலே அது திரையிசையாகவே பெரும்பாலும் உருவெடுத்திருக்கிறது. இங்கு தனிப்பட்ட இசைத்தொகுப்புகள், ஆல்பங்கள் எல்லாம் மிகக் குறைவு. இதனாலேயே திரையிசை என்பது பெரும்பாலும் காதல் (மகிழ்ச்சி, சோகம்) என்ற ஒரே உணர்வோடே துவங்கி முடிந்தும் விடுகிறது. வாழ்க்கையில் தன்னம்பிக்கை நிறைந்து நிற்கும் ஒரு இளைஞன் கேட்கத் தகுந்த பாடல்கள் எவை என்று யோசித்துப் பார்த்தால், திரையிசையிலும் மிக மிகக் குறைவான பாடல்களே கிடைக்கும். இதுபோல் பல உணர்வுகளுக்குப் போதுமான பாடல்களே நம்மிடம் திரையிசையாக இல்லை. இதுதான் மேற்குக்கும் நமக்குமான வேறுபாடு. அவர்களின் இசை திரையை மட்டும் நம்பி இல்லை என்பதால், தன்னம்பிக்கையூட்டும் ஆயிரக்கணக்கான பாடல்கள் அவர்களிடம் உண்டு, இதுபோலவே அத்தனை உணர்வுகளுக்கும்.

இந்தப் புத்தகத்தில் நாம் பார்க்கப்போவது அற்புதமான திரைப்பாடல்கள் மட்டுமல்லாமல், திரையில் இல்லாமல் ஆல்பங்களில் இருக்கும் நல்ல பாடல்களும்தான். ஒட்டுமொத்தமாக, பாடல்களும் அவை உருவான விதங்களும், அப்பாடல்களின் மூலமாகக் கடத்தப்படும் உணர்வுகளும் முக்கியமாக இதில் இடம்பெறும். பல்வேறு இசையமைப்பாளர்கள், பலப்பல பாடகர்கள், பாடலாசிரியர்கள், இயக்குநர்கள்—இன்னும் இவர்களைப் பற்றிய கதைகள் போன்ற பல சுவையான செய்திகளை நாம் கவனிக்கப்போகிறோம். பழைய பாடல்கள், புதிய பாடல்கள், வேற்றுமொழிப்பாடல்கள் என்று எல்லையே இல்லாமல் பாடல்கள் இங்கே இடம்பெறப்போகின்றன. அப்பாடல்களின் வழியே, அமரத்துவம் வாய்ந்த கலைஞர்களைப் பற்றி நினைத்துப் பார்ப்பதே இந்தப் புத்தகத்தின் நோக்கம். தூர்தர்ஷன் மட்டுமே

இருந்த காலகட்டத்தில் ரங்கோலி, சித்ரஹார், ஒளியும் ஒலியும் என்ற பல்வேறு நிகழ்ச்சிகளின் மூலம் ஒளிபரப்பப்பட்ட பாடல்களை நினைவு வைத்திருக்கிறீர்களா? அப்போது உங்களுக்குள் உருவான உணர்வுகள் என்னென்ன? அதேபோன்ற உணர்வுகளையே இப்புத்தகத்திலும் அனுபவிக்கப்போகிறோம். மேலே சொன்னவையெல்லாம் என்னவென்றே தெரியாத இளைஞரா நீங்கள்? கவலையே வேண்டாம். நேற்று வெளியான பாடல்களைக்கூட நாம் இங்கே பார்க்கலாம். மகிழ்ச்சி அடையலாம்.

வாருங்கள். புத்தகத்தின் முதல் பாடலைக் கவனிக்கலாம்.

தமிழ் சினிமாவில் ஜி. ராமநாதன், கே.வி. மகாதேவன், எம்.எஸ்.வி, இளையராஜா ஆகிய அட்டகாசமான இசையமைப்பாளர்களைக் கொஞ்சம் கூட மறந்துவிட இயலாது. இவர்கள் அனைவரும் ஜீனியஸ்களே. இவர்களில் ஒவ்வொருவரின் இசை வாழ்க்கையும் உச்சபட்ச சிகரத்தில் இருந்து, மெல்ல மெல்ல இவர்களின் இசை வாழ்க்கை பழக்கப்பட்ட இசையை நோக்கி நகர்ந்துகொண்டிருந்தபோது, கச்சிதமாக இதில் அடுத்தவர் வந்து மீண்டும் தமிழ்த்திரையிசையை அதன் சிகரம் நோக்கிக் கொண்டு சென்றனர். இப்படி, எம்.எஸ்.வியிடம் இருந்த இசைச்சிம்மாசனம் இளையராஜாவிடம் வந்து சேர்ந்து, இளையராஜா அவரது இசையின் உச்சத்தில் இருந்தபோது உள்ளே நுழைந்தவர் — ஏ.ஆர். ரஹ்மான் என்ற அல்லா ராக்கா ரஹ்மான். இளையராஜாவிடம் பணிபுரிந்தவர். இளைஞர். காலஞ்சென்ற இசையமைப்பாளர் ஆர்.கே. சேகரின் புதல்வர். இதெல்லாம் உலகுக்கே தெரியும்.

ஆனால், 1983ல் இருந்து 1992 வரை இளையராஜாவுடன் பத்து படங்கள் வேலை செய்த மணிரத்னம், பதினொராவது படமான ரோஜாவில் திடீரென்று இளையராஜாவை விட்டு விட்டு ஒரு புத்தம் புதிய இசையமைப்பாளரிடம் வேலை செய்வதற்குக் காரணம் என்ன?

இதுபற்றி மணி ரத்னம் தெளிவாக இன்றுவரை சொல்லவில்லை. அதுகூடப் பரவாயில்லை. ஆனால் அவரை பரத்வாஜ் ரங்கன் பேட்டியெடுத்து வெளியான ‘கான்வர்சேஷன்ஸ் வித் மணிரத்னம்’

(தமிழில் 'மணிரத்னம் படைப்புகள்: ஒரு உரையாடல்') புத்தகத்தில் ரோஜா பற்றிய அத்தியாயத்தில், ரஹ்மான் பற்றிய ஒரே ஒரு கேள்வி கூட இல்லை! ரோஜாவின் இசை, தமிழ்த் திரையிசையையே மாற்றியமைத்த ஒரு சகாப்தம் என்பது அனைவருக்கும் தெரியும். ஆனால் அப்படிப்பட்ட ஒரு இசையமைப்பாளரைப் பற்றி, அப்படத்தின் இசையைப்பற்றி எதுவுமே பேசாமல் கடந்து போகிறது ரோஜா பற்றிய அத்தியாயம்!

சரி நமக்கு இதெல்லாம் தேவையில்லை. மணிரத்னம், ரஹ்மான் என்ற இளைஞரைத் தனது படத்துக்கு ஒப்பந்தம் செய்கிறார். ரஹ்மானும் இசையமைத்துக் கொடுக்கிறார். படத்தின் இசை பட்டிதொட்டியெங்கும் பிரம்மாண்டமாகப் பரவுகிறது. ரஹ்மானுக்கு அப்படத்துக்காக தேசிய விருதும் கிடைக்கிறது. டைம் பத்திரிகை, ரோஜாவின் இசையை, உலகின் மிகச்சிறந்த திரையிசைகளில் ஒன்றாக அறிவிக்கிறது.

ரோஜா வரும்வரை, ரோஜாவின் இசையில் இருந்த துல்லியத்தை நாம் தமிழில் அனுபவித்ததே இல்லை என்பதே உண்மை. அதுவரை ஆங்கில இசை ஆல்பங்களில்தான் அந்த செய்நேர்த்தியையும் துல்லியத்தையும் நான் கண்டிருக்கிறேன். அந்த வகையில், தமிழ்த் திரையிசையையும், அதைக் கேட்டுக்கொண்டிருந்த மக்களின் ரசனையையும் மண்டைக்குள் கையை விட்டு ஒரு உலுக்கு உலுக்கியது ரோஜாவே.

ரோஜாவுக்குப் பின்னர் ரஹ்மான் மெதுவாக, ஒவ்வொரு படமாக இசையமைக்கத் துவங்கினார். அப்படி ரோஜா வெளியாகி இரண்டு வருடங்கள் கழித்து வெளிவந்த ஆல்பம், 'காதலன்'. இந்தப் படத்தின் அனைத்துப் பாடல்களும் அக்காலகட்டத்தில் அத்தனை இளைஞர்களுக்கும் சென்று சேர்ந்தன. இளைஞர்கள் மட்டுமல்லாமல், இசை ரசிகர்கள் அனைவரும் கொண்டாடத்தக்க தொகுப்பாகவே காதலன் இருந்தது. காரணம் அதில் இடம்பெற்றிருந்த பல்வேறு இசை வடிவங்கள்.

அந்தப் படத்தில் ஒரு பாடல். காதலியின் நினைவாக ஹீரோவிடம் இருந்த ஒரு சிறிய பொருளை, ஹீரோவின் தந்தை தொலைத்துவிடுகிறார். காதலன் கோபமடைந்து தந்தையைத்

திட்டுகிறான். உடனடியாக அவனை சமாதானம் செய்யும் தந்தை, அவனுடன் சேர்ந்து அந்தப் பொருளைத் தேடுகிறார். வீட்டுக்குள் இருந்து ஜன்னல் வழியாக எங்கே அப்பொருள் விழுந்திருக்கும் என்று யோசித்து, வெளியே சென்று, குப்பைத்தொட்டியில் விழுந்து கிடக்கும் அந்தப் பொருளை எடுக்கும் தருவாயில், அந்தப் பொருள் குப்பை லாரிக்குள் ஏற்றப்பட்டு விடுகிறது. இதன் பின்னர் காந்தத்தின் உதவியோடு அப்பொருளைப்போலவே இருக்கும் பல பொருட்களையும் தந்தை எடுத்துவந்து மகனிடம் தருகிறார். அதிலிருந்து மிகச்சரியாக அந்தப் பொருளை மகன் கண்டுபிடித்துவிட, பாடல் துவங்குகிறது. அந்தப் பொருள் ஒரு ஹூக்!

'காதலிக்கும் பெண்ணின் கைகள் தொட்டு நீட்டினால்' என்ற பாடல்தான் முதல் வாரத்தில் நாம் பார்க்கப்போகும் பாடல்.

இந்தப் பாடல் ஏன் எனக்குப் பிடிக்கும்? ஹிந்தியில் பிரபல பாடகராக இருந்த உதித் நாராயண் முதல்முறையாகத் தமிழில் பாடிய பாடல் இது. பாடலில் அவரது வரிகளை முதலில் கேட்டால் ஒன்றுமே புரியாது. கவனித்துக் கேட்டால் மட்டுமே அவரது தமிழ் வரிகள் புரியும். ஆனால் இதையெல்லாம் தாண்டி, அட்டகாசமான ட்யூன்; அந்த ட்யூனை மறக்கமுடியாமல் நம் மனதில் கொண்டுவந்து சேர்க்கும் இசைக்கருவிகள்; ட்யூன் முழுதுமே பொங்கி வழியும் குறும்பு; ட்யூனுக்குப் பொருத்தமான பாடல் வரிகள் ஆகியவையெல்லாம் ஒன்று சேர்ந்து, இப்போதும் மறக்கவே முடியாத ஒரு பாடலாக மாறியுள்ளதே காரணம்.

இப்பாடலை உதித் நாராயணுடன் பாடியவர் எஸ்.பி.பி என்பது அனைவருக்கும் தெரியும். ஆனால் பாடலில் உள்ள பெண் குரல், எஸ்.பி.பியின் மகள் என்பது உங்களுக்குத் தெரியுமா? இதைப்போன்ற இன்னும் சில பாடல்களை மட்டுமே தமிழில் அவர் பாடியுள்ளார். அவர் பெயர் பல்லவி. 'ஜீன்ஸ்' படத்தில் வரும் 'ஹைர ஹைரா ஹைரப்பா' பாடலும் அவர் பாடியதே. பவித்ராவிலும் 'செவ்வானம்' பாடலைப் பாடியுள்ளார்.

பாடல் முழுதுமே அவ்வப்போது ஒலிக்கும் மேளம், வீணை, கிடார் ஆகிய இசைக்கருவிகள் அட்டகாசமாக ஒன்று சேர்ந்து

அளிக்கும் சந்தோஷத்தின் உச்சபட்ச மனநிறைவே இப்பாடலின் பலம். கூடவே, இப்படி ஒரு பாடலை அதுவரை யாருமே தமிழில் கேட்டதில்லை என்பதும்தான் இப்பாடலை நம் அனைவரின் மனதிலும் இன்னும் தக்க வைத்துள்ளது.

பிரபுதேவாவின் நடனம் மற்றும் ஒட்டுமொத்தப் பாடலின் விஷுவல்களும், இப்பாடலை அருமையாகக் கோரியோக்ராஃப் செய்துள்ள விதமும் மறக்கமுடியாதது. பாடலில் எஸ்.பி.பி ஆடும் பரதநாட்டியத்தை மறக்க இயலுமா?

காதலிக்கும் பெண்ணைப் பார்த்துக்கொண்டு இருந்தாலே போதும் என்ற உணர்வு கட்டாயம் காதலிப்பவர்களுக்கு அவ்வப்போது தோன்றும். அந்தப் பெண்ணின் அசைவுகள், அவள் உபயோகித்த பொருட்கள் போன்றவையெல்லாம் பொக்கிஷம் போல நம் மனதில் திரும்பத் திரும்பத் தோன்றிக்கொண்டே இருக்கும். இந்த உணர்வுகளை மெதுவான பாடலாகப் போடாமல், துள்ளலான இசையுடன் அட்டகாசமாக வழங்கிய பாடல் இது. இன்றுவரை ரஹ்மானின் மிகச்சிறந்த பாடல்களில் ஒன்றாகவும் விளங்குகிறது.

ரஹ்மானுக்கு முந்தைய இந்தியத் திரையிசை எப்படி இருந்தது என்று யோசித்தால், தபலா, டோலக்குகள் வைத்தேதான் பெரும்பாலான பாடல்கள் உருவாக்கப்பட்டுக்கொண்டிருந்தன. அவ்வப்போது பேங்கோஸ், ட்ரம்ஸ், கிடார் ஆகியன இடம்பெறும். ஆனால், தொண்ணூறுகளின் துவக்கத்தில் உலகம் முழுக்கப் பரவியிருந்த இசை வடிவங்கள் என்னென்ன என்று கவனித்தால், ஹிப்ஹாப், ராக், ப்ளூஸ், டெக்னோ, ஸோல் ம்யூஸிக், ஸூஃபி இசை போன்ற பல வடிவங்கள் இந்தியாவில், தமிழ்நாட்டில் சரியாக நுழைந்திருக்கவே இல்லை என்று புரியும். குறிப்பாகத் தமிழில் இவை நுழைந்திருக்கவே இல்லை (ஒரு சில எம்.எஸ்.வி & இளையராஜா பாடல்கள் விதிவிலக்கு). இப்படிப்பட்ட இசை வடிவங்களை இங்கே கொண்டுவந்து, சமகால உலக இசையை சர்வசாதாரணமாகத் தமிழ்ப்பாடல்களில் உலவ விட்ட பெருமை ரஹ்மானையே சாரும். இதுதான் ரஹ்மானின் திறமை. அறிமுகமான புதிதில் ரஹ்மான் இசையமைத்திருந்த எந்தப் பாடலையும், அதே பாடலுடன் வெளியான பிற

பாடல்களையும் (தமிழ், ஹிந்தி முதலிய எம்மொழியானாலும் சரி) எடுத்து ஒப்பிட்டால் இது எளிதாக விளங்கும். ரஹ்மானின் வருகைக்குப் பின்னர்தான் இப்படிப்பட்ட உலக இசை நமது இளைஞர்களை முழுவீச்சில் சென்றடைந்தது என்பது மிகவும் முக்கியம். இது போலவே ரஹ்மான் வந்த பின்னர்தான் ஹேரிஸ் ஜெயராஜ், யுவன் போன்றவர்கள் அதே விதமான பாணியில் இசையமைக்கவும் துவங்கினர். இவர்களில் யுவன் பின் நாட்களில் அட்டகாசமான இசையமைப்பாளராக உயர்ந்தார்.

இசை என்பது மட்டும்தான் குறிக்கோள்—அதில் இசையமைப்பாளர்களின் மீது வெறித்தனமான பற்று என்பதை விட்டுவிட்டு, நல்ல இசை எங்கிருந்தாலும் ரசிப்போம் என்பதே இசை ரசிகர்களின் நோக்கமாக இருக்கவேண்டும். அப்படிப்பட்ட இன்னொரு நல்ல பாடலுடன் அடுத்த அத்தியாயம்.

2. நம்ம ஊரு சிங்காரி

எம்.எஸ்.வி என்று அழைக்கப்பட்ட எம்.எஸ். விஸ்வநாதன் பற்றி நமக்கு என்ன தெரியும்? மிக வெளிப்படையாக சொல்லப் போனால், தமிழில் திரை இசை என்றாலே பலருக்கும் இளையராஜாவோடு முடிந்துவிடுகிறது. அவருக்கு முன்னால் தமிழ்த் திரையிசை எப்படி இருந்தது? அந்தக் காலகட்டங்களில் திரையிசையில் சாதனை படைத்த ஜீனியஸ்கள் யார் எவர்? என்பதெல்லாம் தெரிந்துகொள்ள நாம் ஆர்வம் காட்டுவதே இல்லை. ஆனால், இப்போது வரை தமிழில் இசையமைக்கப்பட்டு வரும் பெரும்பாலான பாடல்களுக்கு முன்னோடியாக விளங்கியவர் எம்.எஸ்.வியே. அவர் போட்டுக்கொடுத்த மெட்டுகளின் கட்டமைப்பில்தான் (டெம்ப்ளேட்) இப்போதுவரை பல தமிழ்ப்பாடல்கள் (அறிந்தோ அறியாமலோ) இசையமைக்கப்பட்டு வருகின்றன. அந்த வகையில் தமிழ்த் திரையிசையின் முதல் பிதாமகர் எம்.எஸ்.விதான்.

எப்படி என்று தெரிந்துகொள்ள, ஆரம்ப காலத்தில் இருந்து தற்போது வரை வந்திருக்கும் சில பாடல்களைக் கேட்டுப்பாருங்கள். பாடல்கள் எப்படிப் பரிணாமம் அடைந்துள்ளன என்று புரிந்துவிட்டால் எம்.எஸ்.வியின் மகத்தான பங்களிப்பும் புரிந்துவிடும்.

தமிழ்த் திரையிசை எப்படிப்பட்டது என்று முதலில் சுருக்கமாகக் கவனிப்போம்.

இயக்குநர் முதலில் திரைக்கதையில் எங்கெல்லாம் பாடல்கள் வரவேண்டும் என்று தீர்மானிக்கிறார். பின்னர் அந்த சிச்சுவேஷன்களை இசையமைப்பாளரிடம் விவரிக்கிறார். அப்போது பாடல் எப்படி வரவேண்டும் என்று தனக்கு இருக்கும் குறைந்தபட்ச/அதிகபட்ச இசையறிவை வைத்து ஒரு சில கருத்துகளும் கொடுத்து விடுகிறார். இதை வைத்துக்கொண்டு யோசித்து, இசையமைப்பாளர் ட்யூன் ஒன்றை உருவாக்கி, அதன்பின் பாடலாசிரியர் வரிகளை நிரப்பி, பின்னர் ஒலிப்பதிவு முடிந்து படத்தில் பாடல் வைக்கப்படுகிறது. இதுதான் நடைமுறை. இப்போதுவரை.

இதில் என்ன பிரச்னை என்றால், பெரும்பாலான இயக்குநர்களுக்கு இசை அறிவு என்பது இருக்காது. காரணம் ஒவ்வொருவரும் ஒவ்வொரு பின்னணியில் இருந்து வந்திருப்பார்கள். அவர்கள் அதுவரை கேட்டு ரசித்த இசையிலிருந்தே முன் மாதிரிகள் அவர்களால் உருவாக்கப்படுகின்றன. உதாரணமாக, ஒரு இயக்குநர் இளையராஜாவை மட்டுமே கேட்டு வளர்ந்திருப்பாரானால், 'மதுர மரிக்கொழுந்து வாசம்' டைப்ல ஒரு ட்யூன் வேணும் என்பார். அல்லது அவருக்குப் பிடித்த வேறொரு இளையராஜா பாடலாகவும் இருக்கலாம். அதுவே லெட் ஸெப்ளின், நிர்வாணா போன்ற குழுக்களைக் கேட்டிருந்தால் அவர்களின் பாணியில் வேண்டும் என்று சொல்லலாம். (அல்லது அதே பாடலை உருவவும் சொல்லலாம். அது இந்தியத் திரையிசையில் அடிக்கடி நிகழ்வதுதான்.)

எனவே பெரும்பாலான நேரங்களில், எந்த வகையில் இசையமைப்பது என்பது பற்றிய இயக்குநர் கருத்து (அல்லது அப்படி ஒரு கருத்து இருக்கிறதா இல்லையா என்பதே) இசையமைப்பாளருக்குத் தெரியாது. ராக் பாடலா, ரெக்கேவா, ப்ளூஸ் பாடலாக வேண்டுமா, வெஸ்டர்னா, பாப் பாடலா இத்யாதி... அதிலும் இப்போதைய இயக்குநர்களுக்காவது ஓரளவு

எக்ஸ்போஷர் உண்டு. ஐம்பதுகள், அறுபதுகள், எழுபதுகள் ஆகிய காலகட்டங்களில்?

இருந்தும், அப்போதே ஸ்ரீதர் போன்ற வித்தியாசமான இயக்குநர்கள் இருந்தனர். ஸ்ரீதர்-விஸ்வநாதன் கூட்டணியில் உருவான பாடல்களில் பெரும்பாலானவை எம்.எஸ்.வியின் முழுத்திறனும் வெளிப்படும்படியான பாடல்கள். எனவே இப்போதும் அவை பசுமையாக, புதிதாகவே இருக்கும். முடிந்தால் இந்தக் கூட்டணியின் பாடல்களைக் கேட்டுப்பாருங்கள்.

சொல்ல வந்தது என்னவென்றால், ஒரு திரைப்படத்தில் பாடல் ஒன்று வேண்டும் என்று இயக்குநர் விரும்புகையில், இசை பற்றிய நல்ல புரிதலும் அவருக்கு இருந்தால் பாடல்கள் அவசியம் காலம் தாண்டி நிற்கும். அப்படி இல்லை என்றால், முழுப்பொறுப்பும் இசையமைப்பாளரைச் சார்ந்தே நிற்கும். ஒரு இசையமைப்பாளராக, தன்னிஷ்டத்துக்குப் பாடலின் வகையை முடிவு செய்யும்போது, சில ஹிட்டாகும்; சில சரியாக அமையாது. காரணம் இயக்குநரின் மனதில் உள்ள கதைக்கேற்றபடிதான் பாடல்கள் அமைதல் வேண்டும். இதுதான் திரைப்படங்களை மட்டும் சார்ந்து நிற்கும் இசைத்துறையின் பிரச்னை. ஏனெனில் இது இசையமைப்பாளரை மட்டும் நம்பி வெளியாகும் ஆல்பம் இல்லை.

அறுபதுகளின் முடிவிலும் எழுபதுகளிலும் எம்.எஸ்.வி இப்படிப் பல பரீட்சார்த்தமான பாடல்களை இசையமைத்தார். அவற்றில் பல்வேறு இசை வடிவங்களைக் கலந்து, *fusion* என்று அழைக்கப்படும் விதத்தில் வழங்கியிருப்பார். அப்படிப்பட்ட பாடல்களை இப்போது கேட்டுப் பார்த்தால் இசை ரசிகர்களுக்கு அவசியம் அவை அட்டகாசமான அனுபவத்தை வழங்கும் என்பதில் எனக்கு சந்தேகமில்லை.

அத்தகைய பாடல்களில் ஒன்றுதான் 'நம்ம ஊரு சிங்காரி'

'நினைத்தாலே இனிக்கும்', அதன் இசையை மட்டும் எடுத்துக்கொண்டால் அவசியம் தமிழில் புதிய முயற்சிதான். வெஸ்டர்ன் பாடகர்களை ஆதர்சமாக எடுத்துக்கொண்ட ஒரு

இசைக்குழு, வெளிநாடு சென்று சந்திக்கும் அனுபவங்கள் என்ற களத்தில், பல பிரமாதமான பாடல்கள் அடங்கிய படம். *Musical* என்று இதை தாராளமாகச் சொல்லமுடியும்.

இப்படி ஒரு படத்துக்கு இசையமைக்கக்கூடிய இசையமைப் பாளர் அக்காலத்தில் யார்? எம்.எஸ்.வி, கே.வி.மகாதேவன், சங்கர்-கணேஷ், வி.குமார் போன்றவர்கள்தான் அப்போது டாப். இதில் வெஸ்டர்ன் இசையைத் தங்கு தடையின்றி வழங்குபவராக விளங்கியவர் எம்.எஸ்.வியே. ஒரு இசையமைப்பாளருக்கு இதுபோன்ற வித்தியாசமான முயற்சிகளில் முற்றிலுமாக ஈடுபடும் வாய்ப்பு எப்போதாவதுதான் கிடைக்கும். ஆங்காங்கே ஏதாவது பாடல்களில் இதைச் செய்திருக்கலாம். ஆனால் ஒரு படமே இப்படி அமைந்தால்?

எம்.எஸ்.வி இப்படத்தின் பாடல்களில் புகுந்து விளை யாடியிருப்பார். பல்வேறு விதமான இசைவகைகளை அனாயாசமாக வழங்கியிருப்பார். ‘எங்கேயும் எப்போதும்’, ‘சம்போ சிவ சம்போ’ (விஸ்வநாதனே பாடியது) ஆகிய இரண்டு பாடல்களும் இன்னும் நூறு வருடங்கள் கழிந்தாலும் நினைவில் நிற்கக்கூடியவை. இசை ரசிகர்களுக்கு மிகவும் பரிச்சயமானவை. ஆனால், ‘பாரதி கண்ணம்மா’, ‘சயனோரா’, ‘தட்டிக் கேட்க ஆளில்லேன்னா’, ‘யாதும் ஊரே யாவரும் கேளிர்’, ‘நினைத்தாலே இனிக்கும்’, ‘காத்திருந்தேன் காத்திருந்தேன்’ (இப்பாடல் ஆங்கிலத்தில் ஆரம்பிக்கும்), ‘நிழல் கண்டவன் நாளும் இங்கே’, ‘ஆனந்தத் தாண்டவமோ’ போன்ற பல பாடல்கள் இப்படத்தில் உண்டு. இவற்றில் பெரும்பாலானவை மிகச்சிறிய பாடல்களும் கூட.

ஒரு இளைஞன், அவனுக்குப் பிடித்த பெண்ணை ஊரெங்கும் தேடுகிறான். அப்படி ஒரு தருணத்தில் அவளைப் பற்றி நினைத்துப் பார்க்கிறான். அந்தக் கதாபாத்திரத்தின் பெயர் திலீப். அவன் கேட்கும் இசையெல்லாம் வெஸ்டர்ன் (எம்.எஸ்.வியின் தமிழ்ப்பாடல்களையே போட்டால் கூட ஓடிவிடுவான். அப்படி ஒரு கதாபாத்திரம்). அவன் குணம்; எப்போதும் துறுதுறுப்பாக உலவும் வகையிலானது. குறும்பானவன் (சுஜாதாவின் வசந்த் போன்றவன்.

நினைத்தாலே இனிக்கும் திரைக்கதையில் சுஜாதாவும் வேலை செய்திருக்கிறார் என்பது திரை ரசிகர்களுக்குத் தெரிந்திருக்கும்).

இப்படி ஒருவன், ஒரு பெண்ணுடன் பாடுவது போன்ற சூழலில், பாடல் எவ்வளவு குறும்பாக இருக்கவேண்டும்? கச்சிதமாக அந்த சிச்சுவேஷனுக்கு எம்.எஸ்.வி இசையமைத்த பாடல் இது. பாடலில் உபயோகிக்கப்படும் இசைக்கருவிகளைக் கொஞ்சம் நினைத்துப் பாருங்கள். எழுபதுகளில் உலக இசையில் ஆதிக்கம் செலுத்திய இசைக்குழுக்களையும் கொஞ்சம் தேடிப்பாருங்கள். இந்த இரண்டு விஷயங்களுக்கும் இருக்கும் தொடர்பு அப்போதுதான் முழுமையாகப் புரியும். இந்தப் பாடலையும் முழுக்க முழுக்க அப்போதுதான் நன்றாக அனுபவிக்கவும் முடியும்.

எம்.எஸ்.வியின் இப்படிப்பட்ட வெஸ்டர்ன் பாதிப்பில் அமைந்த ஃப்யூஷன் முயற்சிகளுக்கு இன்னொரு பிரமாதமான உதாரணம், ‘காசேதான் கடவுளடா’ படத்தில் வரும் ‘ஜம்புலிங்கமே ஜடாதரா’ பாடல். சர்வசாதாரணமாக ஒரு மிகத்தரமான ஃப்யூஷன் பாடலை வழங்கியிருப்பார். அந்தப் பாடலையும் கேட்டுப் பாருங்கள். மிக உற்சாகமான மனநிலையில் இப்பாடலை எப்போது கேட்டாலும் சந்தோஷம் பீறிடுவதை உணர்வீர்கள். வெஸ்டர்னை எடுத்துக்கொண்டு, அதைத் தமிழுக்கு ஏற்றபடி மாற்றி, அற்புதமாக இசையமைப்பதில் எம்.எஸ்.வி வல்லவர் என்று நன்றாகவே அப்போதுதான் தெரியும்.

கர்நாடக சங்கீதத்தை அடிப்படையாக வைத்தே பலகாலம் இயங்கிய தமிழ்த்திரையிசையில் இப்படியாக எம்.எஸ்.வி துவங்கிவைத்த ஃப்யூஷன் இசையைத்தான் இப்போது வரை நாம் பின்பற்றிக் கொண்டிருக்கிறோம். இதே பாணியில்தான் இளையராஜாவும் இசையமைத்தார். மெல்லிய மெலடிகளாக இருந்தாலும் சரி அட்டகாசமான வெஸ்டர்ன் பாடல்களாக இருந்தாலும் சரி, தமிழ் சினிமாவின் பாடல்களுக்கு ஒரு அற்புதமான சாலையைப் போட்டுக்கொடுத்தவர் இப்படியாக எம்.எஸ்வியே. அந்தச் சாலையில்தான் பின்னர் இளையராஜா, ரஹ்மான் என்று இப்போதுள்ள அநிருத் வரை அனைவரும் பயணம் செய்துகொண்டிருக்கிறார்கள் என்பது குறிப்பிடத்தக்கது.

3. காதல் உன் லீலையா... காமன்... உன் வேலையா...

இளையராஜா பற்றிப் புதிதாக என்ன சொல்வது? அவரைப் பற்றிதான் தமிழ் இணையமெங்கும் ஆயிரக்கணக்கில் கட்டுரைகள் எழுதப்பட்டுள்ளன. அவற்றில் உள்ள தகவல்களுக்கு மேலாகப் புதிதாக எதையுமே எழுதி விட முடியாது. தமிழில் உள்ள பிற அருமையான இசையமைப்பாளர்களைப் பற்றிய கட்டுரைகள் உண்மையில் மிகவும் குறைவு. ஜி.ராமநாதன், எம்.எஸ்.வி, கே.வி.எம், ஏ.எம்.ராஜா முதலியவர்களைப் பற்றித் தேடினாலும் எங்கேயோ ஓரிரு கட்டுரைகளே கிடைக்கும். அந்த அளவு இளையராஜா பொதுவான தமிழ் இணையவாசிகளின்/எழுத்தாளர்களின் மனதைக் கவர்ந்திருக்கிறார் (சாரு நிவேதிதா போன்ற ஓரிரு விதிவிலக்குகள் தவிர).

இளையராஜாவின் பாடல்களில் ஏராளமான ஹிட்கள் உண்டு. உண்மையில் நூற்றுக்கணக்கில் இசையமைத்தாலும், அவரது திறமை மங்காத பெருமளவு பாடல்களுக்கு இளையராஜாவே சொந்தக்காரர். அது கட்டாயம் ஜீனியஸ்களுக்கே உண்டான ஒரு பாங்கு. தமிழ்த்திரையிசையின் ஆரம்ப காலத்திலிருந்தே வழிவழியாக வரும் அந்த இடம், எம்.எஸ்.வியிடமிருந்து

இளையராஜாவுக்கு வந்து சேர்ந்த எழுபதுகளின் பிற்பகுதியில் இருந்து தொண்ணூறுகளின் முடிவு வரையிலுமே இளைய ராஜாதான் தமிழ்த் திரையிசைக்குச் சக்கரவர்த்தியாகத் திகழ்ந்தார். அவருக்குப் பின்னர் அது ரஹ்மானிடம் வந்து சேர்ந்தது.

இந்த அத்தியாயத்தில் நாம் பார்க்கப்போகும் பாடலைப் பற்றிக் கவனிப்பதற்கு முன்னர், இந்தப் பாடலின் சிறப்பம்சம் பற்றிக் கொஞ்சம் பார்க்கலாம்.

இளையராஜா பல கதாநாயகர்களுக்கு இசையமைத்திருக்கிறார். அவர்களில் கமல்ஹாஸனுக்கு இளையராஜா இசையமைத்த பாடல்கள் பிற கதாநாயகர்களில் இருந்து வித்தியாசமானவை. பொதுவாக இளையராஜாவின் இசையமைப்பில் இடம்பெறும் தப்லா, டோலக் ஆகியவை கமல்ஹாஸனின் பெரும்பாலான பாடல்களில் இடம்பெறாது. மாறாக, *western* இசைக்கருவிகளான ட்ரம்ஸ், பேங்கோஸ் முதலியவையே இடம்பெறும். இது எப்போதிலிருந்து மாறியது என்று கவனித்தால், கமல்ஹாஸன் ஆரம்பகாலத்தில் கதாநாயகனாக நடிக்க ஆரம்பித்த படங்களை விட்டுவிடுவோம். அவர் ஒரு பிரபல நாயகனாக மாறிய எண்பதுகளின் துவக்கத்திலிருந்து கவனித்தால், அவற்றில் இளையராஜா இசையமைத்த படங்களான மீண்டும் கோகிலா, கடல் மீன்கள், வாழ்வே மாயம், சங்கர்லால், எல்லாம் இன்ப மயம் முதலிய படங்களின் பாடல்கள் அப்படித்தான் இருக்கும். இந்தக் காலகட்டத்தில்தான் மெல்ல மெல்ல வெஸ்டர்ன் இசைக்கருவிகளால் அமைந்த பாடல்கள் கமல்ஹாஸனின் படங்களில் இடம்பெற ஆரம்பித்தன. இது முற்றிலும் ஒரு தற்செயல் நிகழ்வாகவும் இருக்கலாம். இருந்தாலும், இளையராஜா அதே காலகட்டங்களில் பிற நாயகர்களுக்கு இசையமைத்த பாடல்களையும், கமல்ஹாஸனுக்கு இசையமைத்த பாடல்களையும் ஒப்பிட்டால் மிகத் தெளிவாக இந்த வித்தியாசம் புரியும். கமல்ஹாஸன் பாடல்கள் தனித்துத் தெரியும்.

அப்படிப்பட்ட பாடல்களாக, பூங்காற்று புதிதானது (இது ஒரு ஃப்யூஷன் பாடல்; பாடலின் பல்லவியில் வெஸ்டர்ன் கருவிகளும், சரணத்தில் தப்லாவும் இருக்கும்), இளமை இதோ இதோ,

வானம் கீழே வந்தால் என்ன, மேகம் கொட்டட்டும், ஏ.பி.சி நீ வாசி, பொன்மானே கோபம் ஏனோ, வானிலே தேனிலா, பட்டுக்கன்னம் தொட்டுக்கொள்ள ஒட்டிக்கொள்ளும் (பல்லவியில் வெஸ்டர்ன்; சரணத்தில் தப்லா), சிறிய பறவை (பல்லவியில் வெஸ்டர்ன்; சரணத்தில் ஆங்காங்கே தப்லா) என்ன வேணும் தின்னுங்கடா டோய் போன்ற பல பாடல்களில் வெஸ்டர்ன் இசைக்கருவிகள்தான் இருக்கும். இது பின்நாட்களில் இன்னும் அதிகரித்தது. பல வித்தியாசமான பாடல்கள் கமல்ஹாஸன்-இளையராஜா கூட்டணியில் இடம்பெற்றன.

இந்தக் காலகட்டத்தில்தான், எஸ்.பி. முத்துராமன்-பஞ்சு அருணாசலம் கூட்டணி உருவாக்கிய ஒரு திரைப்படத்தில் கமல்ஹாஸன் நடித்தார். இந்தக் கூட்டணி தமிழில் மறக்கமுடியாதது. எஸ்.பி.முத்துராமனும் பஞ்சு அருணாசலமும் கமல்ஹாஸனுடனும் ரஜினிகாந்த்துடனும் உருவாக்கிய படங்கள் சூப்பர் டூப்பர் ஹிட்கள். அப்படிப்பட்ட கூட்டணியில் 1985ம் ஆண்டின் தீபாவளிக்கு வெளியான படம்தான் ‘ஜப்பானில் கல்யாணராமன்’. இந்தப் படத்தின் சிறப்பம்சம், பெரும்பாலும் ஜப்பானிலேயே எடுக்கப்பட்ட படம் என்பதே. ‘உலகம் சுற்றும் வாலிபன்’ இதற்கு முன்னர் அப்படி வெளிநாடுகளில் எடுக்கப்பட்டிருந்தது. (அதற்கும் முன்னர், தமிழிலேயே முதன்முதலில் வெளிநாடுகள் சென்று எடுக்கப்பட்ட படம், ஸ்ரீதரின் ‘சிவந்த மண்’ என்பது திரை ஆர்வலர்களுக்குத் தெரிந்திருக்கும்).

ஜப்பானில் கல்யாணராமனுடன், 1985 தீபாவளிக்கு ரஜினியின் ‘வேலைக்காரன்’ போட்டிபோட்டது. பெரும் வெற்றியும் அடைந்தது. ஜப்பானில் கல்யாணராமன் சரியாகப் போகவில்லை. இருந்தாலும் அதன் பாடல்கள் இப்போதும் புகழ்பெற்றவை. ‘ராதே என் ராதே’ பாடலை இன்றும் மறக்கமுடியாதவர்கள் அதிகம் (இதைப் பாடியவர் பெயர் ரமேஷ். இவர் மிகச்சில பாடல்களே பாடியுள்ளார். மனோவின் குரல் போலவே இவரது குரல் இருக்கும்), ‘சின்னப்பூ சின்னப்பூ’, ‘அப்பப்பா தித்திக்கும் உந்தன் முத்தம்’, ‘அப்பப்போய் அம்மம்மோய்’, ‘வாய்யா வாய்யா’ (இப்போதெல்லாம் பேய்ப்படங்கள் தமிழில் சக்கைப்போடு

போடுகின்றன. அப்படிப்பட்ட பேய்களை ஒன்று திரட்டிக்கொண்டு கமல்ஹாஸனின் கல்யாணராமன் ஆவி ஆடிப்பாடும் பாடல் இது. 30 வருடங்கள் முன்னரே வந்தாயிற்று) முதலிய பாடல்கள் மிகவும் பிரபலம்.

ஜப்பானில் கல்யாணராமன் படத்தில், இசைத்தட்டில் இடம்பெற்றுப் படத்தில் வராத பாடல் ஒன்று உண்டு. என்னைப் பொறுத்தவரையில் அந்தப் படத்தின் மிகச்சிறந்த பாடல் அதுதான். வைரமுத்து எழுதி, இளையராஜாவே பாடிய பாடல் அது. 'காதல் உன் லீலையா... காமன்... உன் வேலையா' என்று துவங்கும் பாடல்.

இளையராஜாவின் குரலுக்கு ஒரு விசேடம் உண்டு. ஒரு *raw* ஆன குரல் அவருடையது. விருமாண்டி படத்தில் 'அந்தக் காண்டாமணி ஓச கேட்டுருச்சு' பாடலும், அதே ட்யூனில் க்ளைமேக்ஸ் சீக்வென்ஸில் வரும் 'கர்ப்பக்கிரகம் விட்டு சாமி வெளியேறுது' பாடலும் அவர் பாடிய பாடல்களிலேயே எனக்கு மிகவும் பிடித்தவை. இந்தப் பாடலுக்கு மிகச்சரியான தேர்வு இளையராஜாவின் குரல்தான் என்பதைக் காதல் உன் லீலையா பாடலைக் கேட்டதும் உணர்வீர்கள். காரணம், இந்தப் பாடல், ஜப்பானில் உலவும் இரு காதலர்களுக்கு இடையே மாண்டேஜாக வரும் பாடல் என்று இதைக் கேட்டாலே புரிந்துவிடும் (வளையோசை பாடலைப் போல). பாடலில் வரும் காதல் வரிகள், அந்த வரிகளைக் கச்சிதமாக இணைக்கும் இசை, குரல், பாடல் கொடுக்கும் *mood* ஆகியவை எல்லாம் சேர்ந்து, இளையராஜாவின் சிறந்த பாடல்களில் ஒன்றாக இந்தப் பாடலை மாற்றியிருக்கும்.

இந்தப் பாடல் தரும் மூடுக்கும் படத்தில் இடம்பெற்ற பிற பாடல்களுக்கும் சம்மந்தமே இருக்காது. அதனால்தான் பாடல் படத்தில் இடம்பெறவில்லை என்று யூகிக்கிறேன். இருந்தாலும், இன்றுவரை பலருக்கும் பிடித்த பாடலாக இருந்து வருகிறது இப்பாடல். ஜப்பானில் கல்யாணராமன் வெளிவந்தபோது எனது தாய்மாமாவின் இசைத்தட்டு நூலகம் கோவையில் பிரபலம். அங்குதான் பல ஆண்டு காலங்கள் இசைத்தட்டுகளுடனேயே வாழ்ந்தேன். எனவேதான் பல பாடல்களையும் அறிந்தேன்.

அச்சமயம் கேஸட்களில் பாடல் பதிவு செய்யக் கோரிக்கைகள் வரும்போதெல்லாம் அதில் இப்பாடல் கட்டாயம் இடம்பெறும். பாடலைக் கேட்டுக்கேட்டு என் நினைவிலேயே தங்கி விட்ட பாடல் இது. எனக்கு அப்போது ஆறு வயது.

பாடலைக் கேட்டுப்பாருங்கள். உங்களுக்கும் கட்டாயம் பிடிக்கும்.

4.நினைத்து நினைத்துப் பார்த்தேன்..!

இயக்குநர்கள் - இசையமைப்பாளர்கள் என்று யோசித்துப் பார்த்தால், ஆரம்பகாலத்தில் இருந்தே தமிழில் இத்தகைய கூட்டணிகள் இருந்தே வந்திருக்கின்றன. தமிழின் முதல் சூப்பர் ஸ்டாராகிய எம்.கே.தியாகராஜ பாகவதரின் முக்கியமான படங்கள் அனைத்துக்கும் இசை பாபநாசம் சிவன். இவரது 'சிந்தாமணி', 'அம்பிகாபதி', 'திருநீலகண்டர்', 'அஷோக் குமார்', 'சிவகவி', 'ஹரிதாஸ்' ஆகிய பிரமாதமான வெற்றிப்படங்கள் பாபநாசம் சிவனின் பாடல்களாலேயே மிகப்பிரபலமாகின.

இப்படங்களை சீக்ஷி ராவ், எல்லிஸ் ஆர் டங்கன், ராஜா சாண்டோ, எஸ்.எம். ஸ்ரீராமுலு நாயுடு, சுந்தர்ராவ் நட்கர்னி முதலிய பலர் இயக்கியிருந்தாலும், இசையாலும் பாடல்களாலுமே இப்படங்கள் பிய்த்துக்கொண்டு ஓடின என்ற கருத்தில் மறுப்பு இருக்காது. பாகவதரின் அருமையான குரல்வளத்துக்குப் பாபநாசம் சிவனின் பாடல்கள் அட்டகாசமான கூட்டணியாக அமைந்தன. பாகவதர் கிட்டத்தட்ட கடவுளைப் போல பிரபலமானார். 'கிருஷ்ணா முகுந்தா முராரே', 'மன்மத லீலையை வென்றார் உண்டோ', 'சொப்பன வாழ்வில் மகிழ்ந்தே', 'பூமியில் மானிட ஜென்மம்', 'ராஜன் மகராஜன்', 'வதனமே சந்த்ர பிம்பமோ', 'அம்பா மனம் கனிந்துனது கடைக்கண் பார்', 'சத்வகுண போதன்', 'வசந்த

ருது மன மோகனமே' முதலிய பாடல்கள் இன்றுமே கேட்க இனியவை (பாகவதரைப் பற்றி இந்தப் புத்தகத்தில் விபரமாகப் பிறகு பார்க்கப்போகிறோம்).

பாகவதரின் காலத்துக்குப் பிறகு, இயக்குநர்களின் காலம் துவங்கியது. ஸ்ரீதர், பீம்சிங், கிருஷ்ணன் பஞ்சு, பிரகாஷ்ராவ், பந்துலு, யோகானந்த், பா.நீலகண்டன், கே.சங்கர், மாடர்ன் தியேட்டர்ஸ் சுந்தரம் மற்றும் ராமசுந்தரம், ஏ.பி.நாகராஜன், கே.எஸ்.கோபாலகிருஷ்ணன், எம்.ஏ திருமுகம் முதலிய ஏராளமான இயக்குநர்கள் தங்கள் முத்திரையைப் பதித்தனர். அவர்களுக்கெல்லாம் உறுதுணையாக இருந்ததில் விஸ்வநாதன் -ராமமூர்த்தி, கே.வி. மகாதேவன், ஏ.எம்.ராஜா, வேதா, சங்கர்-கணேஷ், வி.குமார் போன்ற இசையமைப்பாளர்களுக்குப் பெரும் பங்கு உண்டு. குறிப்பாக, பாடல்களை மறக்க முடியாமல் ஆக்கியதில் ஸ்ரீதர் முக்கியமானவர். இவருடன் ஆரம்பத்தில் ஏ.எம். ராஜா கூட்டணி அமைத்துப் பிரமாதப்படுத்தினார். பின்னர் விஸ்வநாதன் - ராமமூர்த்தி இவருடன் இணைந்தனர். பின்னர் விஸ்வநாதன் மட்டும் பல இறவாப் பாடல்களை ஸ்ரீதருக்கு அளித்தார். இவர்களுடன் கண்ணதாசன், பட்டுக்கோட்டை கல்யாணசுந்தரம், வாலி, ஆலங்குடி சோமு, கொத்தமங்கலம் சுப்பு, மருதகாசி, கா.மு.ஷெரீஃப் போன்ற பாடலாசிரியர்கள் அணி சேர்ந்து, மறக்கமுடியாத பல பாடல்களை அளித்தனர்.

இதன்பின் பாலசந்தர், பாரதிராஜா, பாலு மகேந்திரா, மணி ரத்னம், பாக்யராஜ், மணிவண்ணன், ராஜசேகர், எஸ்.ஏ.சந்திரசேகர், தேவராஜ்-மோகன், ராபர்ட்-ராஜசேகரன், ஆபாவாணன் முதலியவர்களின் படையெடுப்பு. அப்போது இளையராஜாவே பிரதான இசையமைப்பாளர். இத்தனை பேருக்கும் அள்ள அள்ளக் குறையாத அருமையான பாடல்களை வழங்கினார். பின்னர் ரஹ்மான் அறிமுகமானார். அவரும் பல இயக்குநர்களுடன் கூட்டணி அமைத்தார். மணி ரத்னம், ஷங்கர், ராஜீவ் மேனன், அசுதோஷ் கொவாரிகர், கதிர் போன்ற இயக்குநர்களுக்கு மறக்க முடியாத பாடல்கள் அளித்தார்.

இதன்பின் இன்று வரை இப்படிப் பல இயக்குநர்கள்-

இசையமைப்பாளர்கள் கூட்டணிகளைச் சொல்லலாம்.

இப்படிப்பட்ட இயக்குநர்-இசையமைப்பாளர் கூட்டணிகளில் செல்வராகவன் மற்றும் யுவன் ஷங்கர் ராஜா என்ற கூட்டணி மிகவும் முக்கியமானது.

செல்வராகவன் படங்கள், ஏனைய இயக்குநர்களின் படங்களில் இருந்து வித்தியாசமானவை. காதல் என்ற ஒன்று நம்மைத் தாக்கும்போது அதில் மகிழ்ச்சி மட்டுமே இல்லையல்லவா? அந்த மகிழ்ச்சியோடு நெருங்கிய தொடர்புடைய சோகமும் துயரமும் காதலின் இரண்டு முக்கியமான விளைவுகள். இவை ஒரு மனிதனை எப்படி ஆட்டிப்படைக்கின்றன என்பது பற்றிய மிக இயல்பான சித்தரிப்புகளை உள்ளது உள்ளபடி செல்வராகவன் காட்டினார். பல உணர்வுகளால் தாக்குறும் மனம், இந்த உணர்வுகள் ஒவ்வொன்றையும் எப்படிக் கையாள்கிறது? எப்படி ஒரு மனிதனைச் செலுத்துகிறது? இந்தக் கேள்விகளுக்கெல்லாம் செல்வராகவனிடம் அவரது பாணியிலும் பார்வையிலும் பதில்கள் இருக்கும்.

காதலை அழுத்தமாகக் கையாண்ட இவரது படங்களில், கதாநாயகனே இருண்ட தன்மை உடையவனாகவும் இருப்பான். தனியாக வில்லன் என்று ஒரு கதாபாத்திரம் இருக்காது. இந்தக் கதாநாயகன் உளவியல் ரீதியாக, மனதில் ஒரு பெண்ணை விரும்பத் தொடங்கியதும் ஏற்படும் மாற்றங்களால் எப்படியெல்லாம் அலைக்கழிக்கப்படுகிறான் என்பதே செல்வராகவனின் பெரும்பாலான படங்களின் கருத்தாக இருக்கிறது. செல்வராகவனின் நாயகர்களுக்கு இருக்கும் உளவியல் பிரச்சினைகள், அவர்களின் மனதில் எழும் காதலைப் புரிந்துகொள்வதில் அவர்களுக்குச் சிக்கலை ஏற்படுத்துகின்றன.

இப்படிப்பட்ட நாயகர்களை எழுதுவதோ, அவர்களுக்கு ரத்தமும் சதையுமான குணாதிசயங்களை அளிப்பதோ எளிது அல்ல. இவர்களை போகிற போக்கில் உருவாக்கிவிட முடியாது. மனதில் இப்படிப்பட்ட கதாபாத்திரங்கள் உருவாகி, அவர்கள் தங்களுக்குள் பேசிக்கொள்ளும் போதுதான் இவை இயல்பான கதாபாத்திரங்களாக மாறுகின்றன. இவைகளுக்குள் நிகழும்

காதலோ, அதன் பின் அதனால் இவர்களின் மனதில் ஏற்படும் மாற்றமோ எதுவாக இருந்தாலும் அவைகளையும் இயல்பாகக் காட்டுவது கடினமான செயலே. அதையும் தாண்டி அவைகளை நிஜ வாழ்க்கையில் நாம் காணும் மனிதர்களைப் போல் உருவாக்கி உலவவிடுவது பலராலும் முடியாது. அதை செல்வராகவனின் படங்கள் பெரும்பாலானவற்றில் காண முடியும்.

அப்படிப்பட்ட ஒரு செல்வராகவன் படத்தில் வரும் பாடல் இது.

கதிர் என்ற இளைஞனுக்கு, அவரது காலனியில் இருக்கும் அனிதா என்ற வடநாட்டுப் பெண்ணின் மேல் காதல். அவளுடன் பழக ஆரம்பிக்கிறான். அவளுக்கு அவனைப் பற்றித் தெரியும். அவனது காதலை மறுத்துக்கொண்டே இருக்கிறாள். கதிர் ஒரு வெட்டிப்பயல். அவனுக்குப் பிடித்த பெண்ணைப் பேருந்தில் பார்க்கையில் கூட, அவளைப் பற்றி யோசித்துப் பார்க்காமல், தன் மொக்கையான காதலையே பெரிதாக எண்ணி அதனை அவள் மீது சுமத்தி, அவளை அழவைக்கும் இளைஞன்.

ஆனால் அவனது மனதில் இருக்கும் அந்த மொக்கையான காதலே கூட, அந்தப் பெண்ணின் மீது ஒரு மரியாதையான உணர்வாகவே இருக்கிறது. அந்தப் பெண் சரியாகப் புரிந்து கொள்ளாமல், உடலையே பெரிதாக நினைக்கும் இளைஞர்களிடம் பழகுகையில், அதைப் பற்றிக் கதிர் பேசும் நீளமான வசனம் மிகவும் முக்கியமானது. சிறுகச்சிறுக கதிரைப் புரிந்துகொள்ள ஆரம்பிக்கிறாள் அனிதா. இருவரும் இருவரது வீடுகளுக்கும் அவ்வப்போது செல்கின்றனர். இருவருக்கும் இருவரைப் பற்றிய புரிதலும் மேம்படுகிறது. அனிதா அவனைக் கவனிக்க ஆரம்பிக்கிறாள். இருந்தாலும் தன் பின்னால் கதிர் சுற்றுவதை அவ்வப்போது கண்டிக்கவும் செய்கிறாள். அவளைக் கொண்டுபோய் கல்லூரியில் விடுகிறான் கதிர். அவனைப் பொறுப்பாக இருக்கச் சொல்கிறாள் அனிதா. அவனை மனிதனாக மாற்றுகிறாள். அவனிடம் இருக்கும் திறமையை வெளிக்கொணர்கிறாள். கதிர் பொறுப்பானவனாக மாறுகிறான்.

அந்த நேரத்தில், எதிர்பார்க்காமல், அனிதா ஒரு விபத்தில் இறந்து போகிறாள். அவளுக்கு இவன் மீது காதல் இல்லை என்று,

அவள் பெற்றோர்களுக்காகக் கதிர் பொய் சொல்லி விடுகிறான்.

அந்தப் பெண்ணின் சவ ஊர்வலத்தின்போது வரும் பாடல் இது.

அவளுடன் பழகிய தருணங்கள், அவளது முகம், அவளது நினைவுகள் என்று கதிருக்குப் பல தருணங்கள் நினைவு வருகின்றன. நா. முத்துக்குமாரின் இறவா வரிகள் இந்தப் பாடலை நமது ஒவ்வொருவரின் நினைவுகளோடும் பின்னிப் பிணைய வைக்கின்றன. நம் எல்லாருக்குமே காதல்கள் உண்டு. ஆணாக இருந்தாலும் சரி, பெண்ணாக இருந்தாலும் சரி.

அப்படிப் பழகியவர்களின் நினைவுகள் இந்தப் பாடல் எங்காவது ஒலிக்கும்போது ஒரு கணம் வந்துபோகாமல் இருக்காது. தனது மனதில் இருக்கும் உணர்வுகளை அப்படியே ஆடியன்ஸின் மனதில் கடத்துவது கட்டாயம் ஒரு கலை. அந்தக் கலை செல்வராகவனுக்கு இருந்தது. இசை, பாடல் வரிகள் ஆகியவை மூலம் தான் நினைத்ததை அப்படியே வெளிப்படுத்தி, பார்ப்பவர்கள் / கேட்பவர்களின் மனதை ஒரு ஆட்டு ஆட்டும் விதமாகவே 'துள்ளுவதோ இளமை', 'காதல் கொண்டேன்', '7ஜி ரெய்ன்போ காலனி', 'மயக்கம் என்ன' ஆகிய படங்களை எடுத்தார். கிட்டத்தட்ட அவரது எல்லாப் படங்களிலுமே அவ்வப்போது, சில காட்சிகளில் அவரது அந்த *brilliance* வெளிப்படும்.

இந்தப் பாடலின் வரிகளை மட்டுமே, எந்த இசையும் இல்லாமல் படித்தாலே உள்ளுக்குள் எதுவோ ஒன்று உருகுவதை உணர முடியும். நா. முத்துக்குமார் எழுதிய அமரத்துவம் வாய்ந்த பல பாடல்களில் என்னைப் பொறுத்தவரை இதுவே முதன்மையானது. யுவன் ஷங்கர் ராஜா பலவிதமான *genre*-களில் இசையமைப்பதில் வல்லவர். தமிழில் இளையராஜாவின் மெலடிகளை ரஹ்மானின் புதிய வடிவில் அனாயாசமாகக் கோர்ப்பதில் கில்லாடி. உண்மையில் தமிழுக்கு ஏற்ற பாடல்களை வழங்குவதில் என்னைப் பொறுத்தவரை யுவனே பிரதானமானவர். அவரது பருத்திவீரன் இசை, பாடல்கள் பற்றியே பல கட்டுரைகள் எழுத முடியும்.

இந்தப் பாடலை ஷ்ரேயா கோஷல் பாடும் வடிவமும் உண்டு. அதுவும் இதற்கு இணையாக - ஏன்? இதற்கு மேலும் மனதைக்

கரைக்க வல்லது. அதையும் கேட்டுப்பாருங்கள்.

‘அமர்ந்து பேசும் மரங்களின் நிழலும்
உன்னை கேட்கும் எப்படி சொல்வேன் உதிர்ந்துபோன மலரின் மௌனமா
தூது பேசும் கொலுசின் ஒலியை
அறைகள் கேட்கும் எப்படி சொல்வேன் உடைந்துபோன வளையல் பேசுமா
உள்ளங்கையில் வெப்பம் சேர்க்கும்
விரல்கள் இன்று எங்கே...?’

5. நிலவும் மலரும் பாடுது

என் நினைவில் தென்றல் வீசுது...

தமிழ்த் திரையுலகில் வெற்றிகரமாக இருந்த பாடகர் ஒருவர், இசையமைப்பதிலும் பெருவெற்றி அடைந்திருக்கிறாரா? நன்றாக யோசித்துப் பார்த்தால், டி.எம்.எஸ், எஸ்.பி.பி ஆகியோர் திரைப்படங்களுக்கு இசையமைத்துள்ளனர். ஆனால் பாடகர்களாகவே அவர்களை நாம் இன்றும் நினைவு கூர்கிறோம். அதேபோல் இசையமைப்பாளர்களாக இருக்கும் அனைவருமே பாடல்களையும் பாடியுள்ளனர். ஆனால் அவர்கள் நமக்கு இசையமைப்பாளர்களே. இங்குதான் ஏ.எம். ராஜாவின் தனிச்சிறப்பை நாம் கவனிக்கவேண்டும். மிக வெற்றிகரமான பாடகராக வலம் வந்து கொண்டிருந்த சமயத்திலேயே, அட்டகாசமான இசையமைப்பாளராகவும் இருந்தவர் தமிழில் அவர் மட்டுமே. பாடகராகப் புகழின் உச்சத்தில் இருந்தபோதே சோபா (தெலுங்கு), கல்யாணப்பரிசு, விடிவெள்ளி, தேன்நிலவு, ஆடிப்பெருக்கு ஆகிய படங்களுக்கு அருமையாக இசையமைத்திருப்பார் ராஜா. கல்யாணப்பரிசின் தெலுங்கு ரீமேக்கான பெல்லி காணுக படத்துக்கும் ராஜாவேதான் இசை. அப்படத்தின் பாடல்கள் சூப்பர்ஹிட்டானதால் தெலுங்கிலும் ராஜா மிகவும் பிரபலம் அடைந்தார். அறுபதுகளின் துவக்கத்தில்

மெல்ல மெல்லப் பாடகராகவும் இசையமைப்பாளராகவும் சினிமாவில் இருந்து வெளியேறினார். தனது இறப்பு வரையிலுமே தனது இசைக்குழுவோடு சேர்ந்து இந்தியாவிலும் வெளிநாடுகளிலும் மிகவும் பரபரப்பாக இயங்கிக்கொண்டே இருந்திருக்கிறார்.

இயக்குநர் ஸ்ரீதர் எழுதிய 'திரும்பிப் பார்க்கிறேன்' (கல்கி தொடர்) புத்தகத்தில், ஏ.எம் ராஜாவை எப்படி அவரது கல்யாணப்பரிசு படத்துக்கு இசையமைக்க அழைத்தார் என்பதைப் பற்றி சுவையாக எழுதியிருப்பார். மாடர்ன் தியேட்டர்ஸில் கதை இலாகாவில் ஸ்ரீதர் சில காலம் பணி புரிந்தார். அப்போது சென்னையில் இருந்து ஒன்றாக ராஜாவும் ஸ்ரீதரும் சேலம் சென்று வருவது வழக்கம். அப்போது ஸ்ரீதர் வெறும் கதை வசனகர்த்தா. ராஜா வெறும் பின்னணிப் பாடகர் (இந்த 'வெறும்' என்ற வார்த்தையை ஸ்ரீதரே உபயோகித்திருப்பதால் இங்கும் அதைப் போட வேண்டியதாகிறது). அப்படிப்பட்ட ரயில் பயணங்களில், ராஜா ஒருமுறை ஸ்ரீதரிடம், 'உனக்கு நல்ல திறமை உண்டு. கண்டிப்பா ஒரு நாள் நீ டைரக்டர் ஆயிடுவ' என்று சொல்லியிருக்கிறார். பதிலுக்கு ஸ்ரீதரும், 'நீ மட்டும் என்ன? பிரம்மாதமா பாடுறே. நல்ல சங்கீத ஞானம்... கண்டிப்பா ஒரு நாள் இசையமைப்பாளர் ஆயிடுவே' என்று சொல்கிறார். உடனே ராஜா, 'அப்போ நீ டைரக்டர் ஆகும் முதல் படத்துக்கு என்னை ம்யூஸிக் டைரக்டரா போடுறதா சொல்லு' என்று சொல்ல, உடனே ஸ்ரீதரும் அவசியம் அப்படியே செய்யப்போவதாக வாக்குறுதி கொடுக்கிறார்.

இந்தச் சம்பவம்தான் கல்யாணப் பரிசுக்கு ஏ.எம். ராஜா இசையமைப்பாளர் ஆனதற்குப் பின்னணிக் கதை. சொன்ன வாக்கை மறவாத ஸ்ரீதர், அப்போது கே.வி.மகாதேவன், விஸ்வநாதன்- ராமமூர்த்தி ஆகிய புகழின் உச்சத்தில் இருந்த இசையமைப்பாளர்களைத் தவிர்த்துவிட்டு, ராஜாவையே இசையமைப்பாளர் ஆக்கினார். ராஜாவும் காலத்தால் அழியாத பல அற்புதமான பாடல்களைக் கல்யாணப் பரிசுக்காக உருவாக்கிக் கொடுத்தார். 'வாடிக்கை மறந்ததும் ஏனோ', 'துள்ளாத மனமும் துள்ளும்', 'உன்னைக்கண்டு நானாட என்னைக் கண்டு நீயாட', 'காதலிலே தோல்வியுற்றாள் மங்கை ஒருத்தி', 'அக்காளுக்கு

வளைகாப்பு' முதலிய தேன் சொட்டும் பாடல்களை இன்றும் கேட்டுக்கொண்டே இருக்கலாம்.

கல்யாணப்பரிசின் தெலுங்கு ரீமேக்கான பெல்லி காணுக படத்தையும் ஸ்ரீதரே இயக்கினார். அதிலும் ராஜாவின் பாடல்கள் பிரம்மாத ஹிட்கள் ஆயின. இதே படம் ஹிந்திக்கும் சென்றது. 'நஸ்ரானா' என்ற பெயரில் ராஜ் கபூரை வைத்து ஸ்ரீதரே ஹிந்தியிலும் இயக்கினார் என்பது பெட்டிச்செய்தி. கல்யாணப்பரிசு, கன்னடத்திலும் எடுக்கப்பட்டது. மொத்தத்தில், இப்போதைய பாபநாசம் படம் இந்தியாவின் பலமொழிகளிலும் எடுக்கப்பட்டு ஹிட் ஆனதைப்போல், 1959லேயே நம் தமிழ் இயக்குநரான ஸ்ரீதர் அவரது கல்யாணப்பரிசை தமிழ், தெலுங்கு, ஹிந்தி ஆகிய மொழிகளில் எடுத்து சூப்பர் ஹிட் ஆக்கினார்.

அப்படிப்பட்ட ஸ்ரீதர், சொந்தமாக ஒரு தயாரிப்பு நிறுவனம் சித்ராலயா என்ற பெயரில் உருவாக்க, அந்த நிறுவனத்துக்கு முதல் படமாக 'தேன்நிலவு' அமைந்தது. இப்போதும் இந்தப் படத்தைப் புன்னகையுடன் முழுதும் பார்க்கமுடியும். முழுக்க முழுக்க அவுட்டோரிலேயே எடுக்கப்பட்ட படம் இது. அப்போதைய காலகட்டத்தில் அது ஒரு சாதனை (ஸ்ரீதர் இப்படிப்பட்ட பல சாதனைகளுக்கு சொந்தக்காரர். அடுத்ததாக இயக்கிய நெஞ்சில் ஓர் ஆலயம், முழுக்க முழுக்க செட் போடப்பட்டு இண்டோரிலேயே எடுக்கப்பட்ட படம். 'நெஞ்சம் மறப்பதில்லை', ஒரு முன்ஜென்ம த்ரில்லர். 'நெஞ்சிருக்கும் வரை', தமிழில் முதன்முறையாக யாருக்கும் மேக்கப்பே இல்லாமல் எடுக்கப்பட்ட படம். 'கலைக்கோயில்', இசையமைப்பாளர் ஒருவரின் கதை. 'காதலிக்க நேரமில்லை', தமிழின் முதல் வண்ண சமூகப்படம். 'சிவந்த மண்', வெளிநாடுகளில் எடுக்கப்பட்ட முதல் தமிழ்ப்படம்).

இப்படிப்பட்ட, தனது நிறுவனத்தின் முதல் படத்துக்கு ஸ்ரீதர் நாடிய இசையமைப்பாளர் ஏ.எம்.ராஜாவே. உண்மையில் கல்யாணப்பரிசை விடவும் இந்தப் படத்துக்கு அற்புதமாக இசையமைத்திருப்பார் ராஜா. 'சின்னச்சின்னக் கண்ணிலே', 'காலையும் நீயே மாலையும் நீயே', 'ஓஹோ எந்தன் பேபி", 'பாட்டு பாடவா... பார்த்துப் பேசவா', 'ஊரெங்கும் தேடினேன் ஒருவரைக்

கண்டேன் (இந்தப் பாடலை ஏ.எம்.ராஜாவின் மனைவி ஜிக்கி பாடினார். பாடல், ராஜாவைப் பற்றியே ஜிக்கி மனமுருகப் பாடியதுபோலவே இருக்கும்), 'மலரே மலரே தெரியாதா' ஆகிய அட்டகாசமான பாடல்கள் அடங்கிய படம் தேன்நிலவு.

இந்தப் படத்தில், 'நிலவும் மலரும் பாடுது என் நினைவில் தென்றல் வீசுது' என்ற பாடல் இடம்பெறும். கதாநாயகன் ஜெமினி கணேசனும் நாயகி வைஜெயந்தி மாலாவும் தால் ஏரியில் படகில் செல்கையில் வரும் பாடல் இது. வெளிப்படையாக சொல்லப்போனால், இதுபோன்ற ஒரு அற்புதமான இன்னிசையை நான் கேட்டதே இல்லை என்றே சொல்வேன். பாடலின் ஒவ்வொரு துளியிலும் ஏ.எம்.ராஜா கற்றறிந்த இசை, பிரவாகமே எடுத்திருக்கும். என்றென்றும் நிலைத்து நிற்கும் தமிழ்ப்பாடல்களில் இந்தப்பாடலுக்குக் கட்டாயம் ஒரு இடம் உண்டு. ராஜாவின் இசையில், கஸல் பாடல்களின் தாக்கம் ஆங்காங்கே தெரியும். சிறுவயதில் இருந்தே ஹிந்திப் பாடல்களைப் பாடுவதில் ராஜா கைதேர்ந்தவரும் கூட. இந்தப் பாடலிலும் அவரது கஸல் தாக்கம் ஒருசில இடங்களில் மிளிரும். ராஜாவே தனது தேனினும் இனிய குரலால் இப்பாடலை அனுபவித்துப் பாடியிருப்பார். பாடலை எழுதியவர் கண்ணதாசன். ஒவ்வொரு வரியும் பிரம்மாதம்.

இந்தப் பாடலைக் காணும்போது, பாடலின் கேமராக் கோணங்களை கவனித்துப் பாருங்கள். ஸ்ரீதரின் கோணங்கள் மிகவும் புகழ்பெற்றவை. படத்தின் ஒளிப்பதிவு, வின்செண்ட் ஸ்ரீதரின் பல படங்களை இவர்தான் ஒளிப்பதிவு செய்திருப்பார். ஜெயனன் வின்செண்ட்டின் தந்தை. அண்மையில் காலமான ஒளிப்பதிவு மேதை.

ஏ.எம்.ராஜா, நிஜத்தில் மிகவும் கறாரானவர். கண்டிப்பானவர். நல்லவர். வெளிப்படையானவர். திரைப்படங்களுக்கும் அவருக்கும் இருந்தது ஒருவித *love-hate relationship* எனலாம். இதனாலேயே அறுபதுகளின் துவக்கத்தில் மெல்ல மெல்லத் தன்னைத் திரைப்படங்களில் இருந்தே உள்ளிழுத்துக் கொண்டு விட்டார். இதன்பின்னரும் எழுபதுகளில் ஒருசில படங்களுக்கு இசையமைத்தார். பாடினார். ஆனாலும் அதன்பின்னும் தொடர்ந்து

பணியாற்றாமல், தனது இசைக்குழு உண்டு தானுண்டு என்றே வாழ்ந்து மறைந்துவிட்டார்.

தமிழ்த் திரையுலகம் மட்டுமல்ல, தென்னிந்தியத் திரையுலகத்திலேயே எப்போதாவது தோன்றும் ஜீனியஸ்களில் ஒருவர் ஏ.எம். ராஜா. பாடகராக மட்டும் இல்லாமல், மிகச்சிறந்த இசையமைப்பாளராகவும் ஜொலித்த ஒரே நபர். ராஜாவின் பாடல்கள் இன்னும் பலநூறு ஆண்டுகள் கழிந்தும் ஒலித்துக்கொண்டுதான் இருக்கும். அப்படிப்பட்ட ஒரு குரல் இன்றுமே அபூர்வமே.

சிரித்து சிரித்து உறவு வந்தால் நிலைத்து வாழுமா
மனம் துடித்து துடித்து சேர்ந்த பின்னே தோல்வி காணுமா
சிரித்து சிரித்து உறவு வந்தால் நிலைத்து வாழுமா
தந்தை பிரித்து பிரித்து வைப்பதினால் காதல் மாறுமா
மனதினிலே பிரிவு இல்லை மாற்றுவாரில்லை
நிலை மயங்கி மயங்கி காலமெல்லாம் கானம் பாடுவோம்

6.கோரா காகஸ் தா ஏ மன் மேரா

கடந்த ஐந்து அத்தியாயங்களாகத் தமிழ்ப்பட இசையைக் கவனித்தோம். இந்த அத்தியாயத்தில் ஹிந்தி பக்கம் செல்லலாம்.

ஆபாஸ் குமார், கங்குலி கண்ட்வா என்ற ஒரு சிறு கிராமத்தில் பிறந்து, ஹிந்தித் திரைப்பட உலகில் நுழைந்து, பிரம்மாண்டமான புகழைச் சம்பாதித்து, புகழின் உச்சியில் இருக்கும்போதே இறந்து போன கிஷோர் குமாரே அவர். எனக்கு மிகமிகப் பிடித்த வெகுசில மனிதர்களில் ஒருவர்.

ஐம்பதுகளில், ஹீரோ, பாடகர். அறுபதுகளில், தயாரிப்பாளர், இயக்குநர், வசனகர்த்தா, பாடலாசிரியர், நடிகர், இசையமைப்பாளர். இத்தனை விஷயங்களையும் ஜாலியாகச் செய்த மனிதர். இவ்வளவுக்கும் மேல், மனிதருக்கு ஒன்றின் பின் ஒன்றாக நான்கு திருமணங்கள் வேறு. எக்ஸெண்ட்ரிக் என்றும் பெயரெடுத்தவர். ‘கிஷோர் குமார் ஜாக்கிரதை’ என்று தனது வீட்டின் வாயிலில் எழுதி ஒட்டிவைத்தவர். அதே போல், பணமில்லையெனில், என் வீட்டுக்கே வந்து விடாதீர்கள் என்று ஒரு கறாரான கொள்கை வைத்திருந்தவர். ஸ்டுடியோ வரை சென்று, பணம் கொடுக்காததால் பாட மறுத்து வீடு திரும்பிய நிகழ்ச்சிகள் ஏராளம். தன் மீது வழக்கு தொடர்ந்த ஒரு தயாரிப்பாளரை, தனது வீட்டு அலமாரியில்

இரண்டு மணி நேரம் பூட்டி வைத்தவர்.

இத்தனை விசித்திர குணாதிசயங்கள் இருந்தும், ஹிந்தி திரையுலகம், கிஷோர் குமாரைத் தலையில் தூக்கி வைத்து மரியாதை செய்தது. அவர் என்ன செய்தாலும் ஏற்றுக்கொண்டது. காரணம் அவரது கணீரென்ற கம்பீரமான குரல். அந்தக் குரலுக்கு இணை என்று யோசித்தால், ஓரளவுக்கு மலேசியா வாசுதேவனை மட்டுமே உதாரணமாகச் சொல்லலாம். ஓரளவு மட்டும்தான்.

அக்காலத்தில் ஹிந்தித் திரையுலகில், அமைதியான, மென்மையான குரல்களே பின்னணிப் பாடல்களில் பிரபலமாக இருந்தது. மொஹம்மத் ரஃபி, முகேஷ், மஹேந்திர கபூர், ஹேமந்த் குமார் ஆகிய பாடகர்களே இவ்வகையில் மிகப் பிரபலமாக விளங்கிய காலகட்டம் அது. இவர்களின் திறமையில் எவருக்கும் சந்தேகம் இருக்க முடியாது. இவர்கள் அனைவருமே பின்னணிப் பாடல்களில் உச்சம் காட்டி வந்தனர்.

கிஷோர் குமாரிடம் இருந்தது, இவர்கள் யாவரிடமும் இல்லாத ஒரு கணீர்க்குரல். நாற்பதுகளில், கே. எல். ஸாய்கல் என்ற பாடகரைப் பற்றி ஹிந்திப் பாடல் விரும்பிகளுக்குத் தெரிந்திருக்கலாம். ஹிந்தித் திரையுலகின் சூப்பர் ஸ்டாராக விளங்கியவர் (நமது தியாகராஜ பாகவதரைப் போல்). தேவதாஸாக நடித்த சிலரில் ஒருவர். பிரம்மாண்டமான புகழைப் பெற்று, அகாலமாக இறந்து போனவர். இறந்ததற்குக் காரணம், மதுவில் திளைத்தது என்று கேள்வி.

இந்த கே. எல் ஸாய்கலே, கிஷோர் குமாரின் ஆதர்சம். இவரது பாடல்களைத் திரும்பத் திரும்பப் பாடியே தனது குரலைக் கிஷோர் குமார் செம்மைப்படுத்தினார். இயற்கையாகவே இருந்த ஒரு கணீர்க்குரலை மேலும் மெருகூட்டி, இவர் பாடிய ஆரம்பப் பாடல்கள் பல, இன்றளவும் சூப்பர் ஹிட்டுகள் எஸ்பிபியைப் போலவே, எந்த வித இசைப்பயிற்சியும் இல்லாமல் திரையுலகுக்கு வந்தவர் இவர்.

பின்னணிப் பாடல்கள் பாடிப் புகழடைய வேண்டும் என்ற ஆசையில் பம்பாய் வந்த கிஷோர் குமாருக்குக் கிடைத்தது,

நடிக்கும் வாய்ப்புகள் (இது மலேசியா வாசுதேவனுக்கும் இவருக்கும் உள்ள ஒற்றுமை). இவரது மூத்த சகோதரரான அஷோக் குமார் பெற்றிருந்த புகழின் காரணமாக, கிஷோர் குமாருக்கு நடிக்கும் வாய்ப்புகள் பல வந்தன. இதன் காரணமாக, 'ஷிகாரி (1946)' என்ற படத்தில் நடித்தார். 'ஸித்தி (ziddi) என்ற படத்தில், பின்னணிப் பாடல் ஒன்றும் பாடி, தனது ஆசையைத் தீர்த்துக் கொண்டார். இதன்பின் வேகமாகப் புகழடையவும் ஆரம்பித்தார்.

அந்தக் காலகட்டத்தில்தான் ஹிந்திப் படங்களின் மிக பிஸியான நடிகராக மாறினார் கிஷோர் குமார். அவரது படங்களில், பாடல்களையும் அவரே பாடி வந்தார். அவரது நேரமின்மை காரணமாக, ஒரு படத்தில், கிஷோர் குமாருக்கு மொஹம்மது ரஃபி பின்னணி பாடிய விஷயமும் நடந்தது. ஷராரத் (1959) என்ற படத்தில் 'அஜப் ஹை சாத் சாத் தெரி யே ஸிந்தகி' என்ற பாடல்தான் அது.

அதே காலகட்டத்தில் கிஷோர் குமார் பாடிய பல பாடல்கள், மிகவும் அருமையாக இருக்கும். ஆஷா (1957) படத்தின் 'ஈனா மீனா டீகா', சல்தி கா நாம் காடி (1958) படத்தின் 'எக் லட்கி பீகி பாகி ஸி', (நடிப்பும் அவரே), ஃபன்தூஷ் (1956) படத்தின் 'துக்(ஹி) மன் மேரே', பேயிங் கெஸ்ட் (1957) படத்தின் 'மானா ஜனாப்னே புகாரா நஹி(ன்)', நௌ தோ க்யாரா (1957) படத்தின் 'ஹம் ஹெய்ன் ராஹி ப்யார் கே', முஸாஃபிர் (1957) படத்தின் 'முன்னா படா ப்யாரா' ஆகியவை சில உதாரணங்கள். ஹிந்தி சையமைப்பாளர் எஸ்.டி. பர்மன், கிஷோர் குமாரைத் தொடர்ந்து பாட வைத்து, வாய்ப்புக்கள் கொடுத்து வந்தார். பர்மனைப் பொறுத்த வரை, கிஷோர் குமாரின் குரல், ஒரு அருட்கொடை என்றே நம்பி வந்தார். ஆகையால், தனது படங்களான ஃபன்தூஷ், பேயிங் கெஸ்ட், நௌ தோ க்யாரா ஆகிய படங்களில் சில அட்டகாசமான பாடல்களைக் கிஷோருக்கு வழங்கினார்.

இவ்வளவு பிஸியாக இருந்த கிஷோர் குமார், அறுபதுகளின் துவக்கத்தில், மெல்ல மெல்ல ஹிந்திப் பட உலகால் புறக்கணிக்கப்பட்டார். ஆரம்ப அறுபதுகளில் இருந்து, 1969 வரை, மிகச் சில பாடல்களே அவரால் பாட முடிந்தது.

அக்காலகட்டத்தில், சில படங்களிலும் நடித்தார். அவரே தயாரித்து, இயக்கி நடித்த படங்களான ஜும்ரூ *(1961)*, தூர் ககன் கி சாவோன் மேய்ன் *(1964)* ஆகிய படங்கள், அந்தக் காலகட்டத்தில் வெளிவந்தன. எஸ். டி பர்மனின் மகனான ஆர். டி. பர்மனும், தனது தந்தையைப் போலவே, கிஷோர் குமாருக்கு வாய்ப்புகளை வழங்கினார். இதனாலேயே, படோசன் *(1968)* படத்தில் சில அருமையான பாடல்கள், கிஷோர் குமாருக்குக் கிடைத்தன. மட்டுமல்லாமல், படோசனில், ஒரு முக்கியமான கதாபாத்திரத்தையும் ஏற்று நடித்தார். கதாநாயகன் சுனில் தத்தின் நண்பனாக, ஒரு இசையமைப்பாளராக அவர் கலக்கியிருப்பார். இந்தப்படம், தமிழில், 'அடுத்த வீட்டுப் பெண்' என்ற பெயரில் முதலிலேயே வெளிவந்துவிட்டது. அதன் நகல் தான் படோசன். தங்கவேலு தமிழில் நடித்த கதாபாத்திரமே கிஷோர் குமார் ஹிந்தியில் செய்தது.

இப்படி இருக்கையில், கிஷோர் குமாரின் வாழ்வின் மிகப்பெரிய திருப்புமுனை, 1969ல் வந்தது. ஆராதனா என்ற படத்தை, ஷக்தி சமந்தா என்றவர் இயக்கத் தொடங்கிய காலம் அது. அப்படத்தின் இசையமைப்பாளர், எஸ்.டி.பர்மன். வழக்கப்படி, இப்படத்தில் சில பாடல்களைக் கிஷோர் குமாருக்கு அவர் கொடுக்க, அன்றிலிருந்து இன்றுவரை இந்தியாவின் ஒவ்வொரு வீட்டிலும் ஒலித்த பாடல்களாக அவை மாறின. 'மேரி சப்னோங்கி ரானி கப் ஆயேகி தூ', 'கோரா காகஸ் தா யே மன் மேரா', 'ரூப் தெரா மஸ்தானா' (பாதிக்கு மேல் ஒரே டேக்கில் எடுக்கப்பட்ட ஒரு பாடல்) என்ற அப்பாடல்கள், கேட்டவர்களைப் பைத்தியம் பிடிக்க வைத்தன. இதன்மூலம், கிஷோர் குமார், ஐம்பதுகளில் தான் இருந்த இடத்தை மீண்டும் பிடித்தார்.

அதன் பின் வரிசையாகப் பல சூப்பர் ஹிட் பாடல்கள் கிஷோருக்கு வெளிவந்தன. கிஷோர் குமாரின் பாடல்கள் இருந்தாலேயே, படம் ஓடும் என்ற நிலை உருவானது. ராஜேஷ் கன்னா, அமிதாப் பச்சன் ஆகியவர்களின் ஆஸ்தானப் பாடகராக மாறினார் கிஷோர் குமார். அதன்பின் அவர் இறந்த 1987 வரையிலும் புகழின் உச்சத்தில் விளங்கினார்.

கிஷோர் குமாரின் முக்கியமான படமாக மாறிய ஆராதனா படத்தில் இருந்து ஒரு பாடலைத்தான் இந்த வாரம் கவனிக்கப்போகிறோம். 'கோரா காகஸ் தா ஏ மன் மேரா' என்ற அந்தப் பாடலைத் தெரியாத நபர்களே அப்படம் வந்தபோது இல்லை. இந்தியாவெங்கும் சூப்பர்ஹிட்டாக மாறிய ஆராதனாவின் பாடல்களில் இது முக்கியமான பாடல். எஸ்.டி. பர்மனின் இசைத்திறனை இந்தியாவெங்கும் கொண்டுசேர்த்த பாடல்.

அழகான லொகேஷன், அருமையான நடிகர்கள், நல்ல இசை, அட்டகாசமான குரல்கள் ஆகியவை ஒன்றாகக் கலந்தால் இப்படித்தான் இருக்கும். இப்பாடலில் கிஷோரின் குரலை கவனித்துப் பாருங்கள். எப்படியெல்லாம் அனாயாசமாக அவரது குரல் மேலும் கீழும் ஏறி இறங்குகிறது என்பதையும், அவரது குரலில் லேசாகத் தொண்டை கட்டியது போலவோ, தொண்டைக்குள் எதையோ வைத்துக்கொண்டு பாடுவது போலவோ தோன்றும் அந்தப் பாவனையையும் கவனித்தால்தான் அவரது பிரபல்யத்தின் காரணம் புரியும். லதா மங்கேஷ்கரின் குரலுக்கு அருமையான இணையாக இவரது குரல் விளங்கும்.

ஆராதனா படம் சென்னையில் பிரமாதமாக ஓடியது என்பது அக்கால ரசிகர்களுக்குத் தெரிந்திருக்கும். எம்.எஸ்.வி, கே.வி. மகாதேவன் ஆகியவர்களை ஒரு ஆட்டு ஆட்டிய படம். தமிழ் ரசிகர்களை ஹிந்திப்படங்கள் பக்கம் திருப்பக் காரணமாக இருந்த சில படங்களில் முக்கியமான ஒரு படம் இது.

இப்படத்தின் வெற்றிக்குப் பின் சிவாஜி, வாணிஶ்ரீ & லதா நடித்து 'சிவகாமியின் செல்வன்' என்ற பெயரில் ஆராதனா தமிழில் ரீமேக்கும் செய்யப்பட்டது.

பி.கு: கிஷோர் குமார், நமது ஶ்ரீதர் இயக்கிய 'காதலிக்க நேரமில்லை' படத்தின் ஹிந்தி வடிவமான 'பியார் கியே ஜா' படத்தில், முத்துராமனின் வேடத்தில் நடித்திருக்கிறார். அந்தப் படமும் அட்டகாசமாக இருக்கும்.

7. கத்தாழ கண்ணால குத்தாத நீ என்ன

தமிழ்த் திரைப்படங்களில் இருந்து குத்துப்பாடல் என்ற வஸ்துவைப் பிரிக்கவே முடியாது. ஒரு காலகட்டத்தில் அதற்கென்றே தனியாக நடிக நடிகையர் இருந்தனர். இப்போது கதாநாயக/நாயகிகளே குத்துப்பாடலுக்கும் ஆடிவிடுகின்றனர். ஆனால் அது அல்ல இந்த அத்தியாயத்தின் நோக்கம். குத்துப் பாடல்களை மிகச்சிறப்பாக உபயோகித்துக் கொண்டிருக்கும் கலைஞன் ஒருவனைப் பற்றித்தான் நாம் இந்த அத்தியாயத்தில் பார்க்கப்போகிறோம்.

உத்தமபுத்திரன் படத்தில் வரும் 'யாரடி நீ மோகினி?', குமுதம் படத்தின் 'மாமா மாமா மாமா' (எம்.ஆர் ராதா ஆடிய பாடல்), குடியிருந்த கோயில் படத்தில் இடம்பெற்ற 'ஆடலுடன் பாடலைக் கேட்டு ரசிப்பதிலேதான் சுகம் சுகம் சுகம்' பாடல், பட்டிக்காடா பட்டணமா படத்தின் 'என்னடி ராக்கம்மா?', வாங்க மாப்பிள்ளை வாங்க படத்தில் வரும் 'நீ முன்னாலே போனா நான் பின்னாலே வாரேன்' பாடல் (இந்தப் பாட்டு பாடியதற்காக மட்டுமே நடராஜன் பல வருடங்கள் பிரபலமாக இருந்தார்), அதே கண்கள் படத்தின் 'பூம் பூம் பூம் மாட்டுக்காரன்' ஆகியவை பழங்காலத்தில் இருந்து தமிழ்ப்படங்களில் இடம்பெற்ற ஒருசில பிரபலமான குத்துப்பாடல்கள்.

இப்படிப் பட்டியல் இட ஆரம்பித்தால் இவற்றைப் பற்றிப் பல

பக்கங்கள் எழுத முடியும். இளையராஜா இசையமைத்துள்ள குத்துப்பாடல்கள், பின்னர் தேவாவில் இருந்து இன்றைய சந்தோஷ் நாராயணன் வரை நூற்றுக்கணக்கில் இப்படிப்பட்ட பாடல்கள் உண்டு. ஜாலிலோ ஜிம்கானா, தகதகதக தகதகவென ஆடவா (பக்திப்பாடல்தான். கே.பி. சுந்தராம்பாள் பாடியது. இதை பாலா தனது 'பிதாமகன்' படத்தில் பிரம்மாதமாக ஒரு குத்துப்பாடலாக மாற்றியிருப்பார்), சித்தாட கட்டிக்கிட்டு என்று எழுதிக்கொண்டே போகலாம்.

இப்படி வாழையடி வாழையாக (??!!) வந்துகொண்டிருக்கும் குத்துப் பாடல்களில் இருந்து, மிஷ்கினின் படங்களில் இடம்பெற்றுள்ள குத்துப்பாடல்கள் மட்டும் வித்தியாசப்படும். ஏன்?

மிஷ்கின் எடுத்த முதல் படமான 'சித்திரம் பேசுதடி' படத்தில் 'வாள மீனுக்கும் விலாங்கு மீனுக்கும் கல்யாணம்' என்ற குத்துப்பாடல் இடம்பெற்றது. பட்டிதொட்டியெங்கும் அதிரடியாக இப்பாடல் பிரபலம் ஆனது. மிஷ்கினே ஒன்றிரண்டு பேட்டிகளில், கானா உலகநாதன் தான் படத்தின் ஹீரோவை விடப் பிரபலமானார் என்று சொன்னதாக நினைவு. இந்தப் பாடலின் வசீகரமான மெட்டு மட்டும் அல்லாமல், பாடல் படமாக்கப்பட்ட விதமும் அனைவரையும் கவர்ந்தது. மாளவிகாவின் மஞ்சள் புடவை, தமிழகமெங்கும் பிரபலம். கானா உலகநாதனின் கதாபாத்திரம் அந்தப் பாடல் முழுதும் எப்படி வருகிறது என்று கவனித்துப் பாருங்கள். அந்தப் பாத்திரத்தின் உடல்மொழி, கெத்து, அவருடனேயே வரும் மைக் பிடிக்கும் நபர் என்று அச்சு அசலாக வடசென்னையில் நம் கண்முன்னர் நடக்கும் ஒரு கானா பாடல் அனுபவத்தை மிஷ்கின் அப்பாடலில் கொடுத்தார். பாடலுக்கு இசையமைத்த சுந்தர் சி பாபுவும் பிரம்மாதப்படுத்தியிருந்தார். மிஷ்கினின் பாடல்களில் மிஷ்கின் போடும் உழைப்பு மிக அதிகம். எனவே சுந்தர் சி பாபுவையும் தாண்டி மிஷ்கினின் திறமை மிளிரும் பாடல் இது.

அடுத்ததாக அஞ்சாதே படத்தை இயக்கினார் மிஷ்கின். அதில் இரண்டு குத்துப் பாடல்கள் இடம்பெற்றன. 'கண்ணதாசன் காரக்குடி' பாடலை மிஷ்கினே பாடினார். அடுத்ததாக, 'கத்தாழ

கண்ணால குத்தாத நீ என்ன' பாடலில், சித்திரம் பேசுதடியில் இடம்பெற்ற அதே மஞ்சள் புடவையுடன் ஸ்னிக்தா ஆடினார். உடன் பாண்டியராஜன் அப்பாடலில் ஆடி நடித்தார். தமிழில் குத்துப்பாடல் என்றதுமே இப்பாடல் சட்டென்று பலருக்கும் நினைவு வராமல் போகாது. இப்பாடலின் சிறப்பு என்ன? ஏன் இது காலம் தாண்டி நிற்கும்/நிற்கப்போகும் குத்துப்பாடலாக இருக்கிறது என்று யோசித்தால், இப்பாடலின் மெட்டு ஒரு தவிர்க்கமுடியாத காரணம் என்று புரியும். இப்படத்துக்கும் இசை சுந்தர் சி பாபுதான். அதேசமயம் மிஷ்கினின் தேர்ந்த இசை அறிவும் இன்னொரு காரணம். பாடல் உருவாக்கத்தில் மிஷ்கின் எவ்வளவு சிரத்தை எடுத்துக்கொள்வார் என்பது அனைவருக்கும் தெரியும். பாடல் வரிகளை கபிலன் எழுத, துள்ளலாக மிஷ்கின் பாடலைப் படமாக்கியிருப்பார்.

இப்பாடலில் இடம்பெறும் நடன அசைவுகள் அட்டகாசமாக இருக்கும். பாடல் முழுதும் மிகுந்த மகிழ்ச்சியான முகத்துடன் ஸ்னிக்தா, பாடல் முடியும் வரை கூடவே அவ்வப்போது ஆடும் நபர்கள், பாண்டியராஜனின் முகபாவங்கள், அசைவுகள், பாடலில் இடம்பெறும் இசைக்கருவிகள் என்று எல்லா விதங்களிலும் மிகுந்த செய்நேர்த்தியுடன், குத்துப்பாடல் என்றால் ஏனோதானோ என்று இல்லாமல், பாடல் முழுக்கவும் ஜீவன் பொங்கி வழியும்படியான உருவாக்கம் இதில் இருக்கும்.

பாடலைப் பார்க்காமல் கேட்க மட்டுமே செய்தாலும்கூட நம்மையும் எழுந்து ஆடவைக்கும் திறன் இப்பாடலுக்கு உண்டு. குறிப்பாக, அவ்வப்போது ஸ்னிக்தாவுடன் ஆடும் நபர்களைக் கவனியுங்கள். குழுவில் நின்று ஆடும் நபர்களுக்கும் பிரத்யேகமான நடன அசைவுகள் இருக்கும். பாடலின் பாதியில், முதல் சரணம் முடிந்ததும் மறுபடியும் கத்தாழ கண்ணால குத்தாத நீ என்ன என்று வரும் வரியில், பாண்டியராஜன் ஸ்னிக்தாவுடன் ஆடுவார். அப்போது பாண்டியராஜனின் பின்னால் தாட்டியாக இன்னொரு நபரும் அதே அசைவுகளோடு ஆடுவார். அவரது முகத்தில் தெரியும் மகிழ்ச்சியைக் கவனித்துப் பாருங்கள். இந்த மகிழ்ச்சி, பாடல் முழுதும் அனைவரின் உடல்களிலும் துடிக்கத் துடிக்கப் பிரதிபலிக்கும்.

இதே போல் யுத்தம் செய் படத்திலும் 'கன்னித்தீவு பெண்ணா கட்டழகுக் கண்ணா' பாடல் மிகவும் பிரபலம். இப்பாடலுக்கு இசை, கே. இதிலும் மிஷ்கினின் பிரத்யேக செய்நேர்த்தி பளிச்சென்று தெரியும். பாடலுக்கு ஆடிய அமீர், நீத்து சந்திரா ஆகியவர்களிடமும் கத்தாழ கண்ணால பாடலின் மகிழ்ச்சி பொங்கும். வித்தியாசமான நடன அசைவுகள், அட்டகாசமான குரல்கள் (விலிஸி கார்த்திகேயன், ரகீப் ஆலம்) என்று இப்பாடலும் மிகவும் பிரசித்தம். பாடலில் சாரு நிவேதிதா அவ்வப்போது வருவார். பாடலில் தொடர்ந்து இடம்பெறும் ஹார்மோனிய ஒலியைக் கேட்டுப்பாருங்கள். பாடலுக்கே அது முக்கியமான அடிநாதமாக இருப்பது தெரியும்.

இப்படிப்பட்ட பாடல்களை மிஷ்கின் தொடர்ந்து உபயோகப்படுத்தியதன் பின்னணி என்ன? இதோ அவரே பேசுகிறார் (பேசாமொழி இதழ் பேட்டி இதழ் 25. நவம்பர் 2014)

"ஒரு படத்தில் குத்துப்பாட்டு ஐந்து நிமிட அசிங்கமாக வருகின்றது. நம் உடலினுள் பலவிதமான அழுக்குகள், கழிவுகள் தங்கியிருக்கின்றன. நம் உடலுக்குள்தான் இது இருக்கின்றது. ஆனால் வெளியே வந்தால் நாறுகிறது. உள்ளே இருப்பதால் அது தெரியவில்லை. அதுபோல என் படத்தில் வருகின்ற குத்துப்பாட்டை ஐந்து நிமிட அழுக்காக எடுத்துக் கொள்ளலாம். தயாரிப்பாளர்களின் நலனுக்காக அந்த அழுக்கு தேவைப்பட்டது."

ஒரு குத்துப்பாட்டை உயிரைக் கொடுத்து சிறந்த செய்நேர்த்தியுடன் எடுத்தாலும், அந்தப் பாடல் பற்றித் தெளிவான கருத்து வைத்திருக்கிறார் மிஷ்கின் என்பதற்கு இது உதாரணம். கூடவே, ஓநாயும் ஆட்டுக்குட்டியும் படத்தில் குத்துப்பாடல்கள் ஏன் இல்லை என்பதற்கும் அதே பேட்டியில் பதில் சொல்கிறார்.

"நான் எடுத்த 'ஓநாயும் ஆட்டுக்குட்டியும்', படத்தில் வேலை செய்த உதவி இயக்குனர்கள் சொன்னார்கள்,"எப்படியாவது ஒரு குத்துப்பாட்டு வைத்துவிடுங்கள்", என்று, அப்பொழுதுதான் படம் ஓடும் என்றும் சொன்னார்கள். ஆனால், நான் சொன்னேன், "படம் ஓடுகிறதோ இல்லையோ, அதனை நான் செய்ய மாட்டேன். ஏனென்றால் எல்லா தயாரிப்பாளருக்காகவும் அதைச்

செய்துவிட்டேன். நானே இந்தப் படத்திற்கு தயாரிப்பாளராக இருக்கின்ற காரணத்தினால் அது தேவையில்லை. குத்துப்பாட்டு இல்லாமல் படம் ஓடாவிட்டாலும் பரவாயில்லை. நான் என் சொந்தக்காசை படத்தில் போடுகிறேன்.

நீங்கள் சொன்ன குற்றச்சாட்டிற்கு பிராயச்சித்தம் பண்ணியிருக்கிறேன். மற்ற படத்தின் தயாரிப்பாளர்களுக்கு அவரவர்களின் பயத்திற்காக ஒரு குத்துப்பாட்டு கொடுத்தேன். என் படத்திற்கு அப்படிச் செய்யவில்லை. நான் என்னையே அழித்துக்கொண்டேன். இது ஒருவகையில் அவர்களுக்கு நான் செய்த தர்மம். இது சமரசம் கிடையாது."

மிஷ்கின் படங்களைப் பற்றி ஏராளமாக எழுதலாம். ஆனால் பாடல்கள், குறிப்பாகக் குத்துப்பாடல்கள் என்ற வகைக்கு, அவருக்குப் பிடிக்காவிட்டாலும் மிஷ்கின் அளித்திருக்கும் கொடை பற்றி அவசியம் நாம் விவாதிக்கவேண்டும். ஒரு குத்துப்பாடலை மக்களின் மனங்களில் அழியாமல் இடம்பெறச்செய்வது சாதாரணம் கிடையாது. துளிக்கூட ஆபாசமே இல்லாமல், கொண்டாட்டம் ஒன்றை மட்டுமே மனதில் கொண்டு மிஷ்கின் உருவாக்கியிருக்கும் குத்துப்பாடல்கள் தமிழ்த்திரையுலகுக்கு ஒரு முன்னுதாரணம். இப்பாடல்களுக்குப் பின்னால் மிஷ்கின் என்ற கலைஞனின் அசுர உழைப்பு இருக்கிறது. மேலோட்டமாகப் பார்ப்பதற்கு இப்பாடல்கள் எளிதானவையாக இருக்கலாம். ஆனால் மிஷ்கின் தவிர வேறு யாராலும் இப்படிப்பட்ட பாடல்களை உருவாக்கவே முடியாது. அதுதான் மிஷ்கினின் திறமை.

8. பூமியில் மானிட ஜென்மம் அடைந்துமோர்

மாயவரம் கிருஷ்ணமூர்த்தி தியாகராஜன் என்ற எம்.கே. தியாகராஜ பாகவதர் பற்றி எழுத ஏராளமான விஷயங்கள் உண்டு. தென்னிந்தியாவின் முதல் சூப்பர் ஸ்டாரான தியாகராஜ பாகவதரைக் கவனித்தால், அவரது படங்கள் ஆரம்பத்தில் இருந்தே கிட்டத்தட்ட ஒரே வார்ப்புருவைக் கொண்டிருப்பதைப் பார்க்கலாம். மொத்தமே பதிநான்கே படங்களில்தான் பாகவதர் நடித்திருக்கிறார் என்பது ஆச்சரியமாக இருக்கலாம். அவற்றில் ஏழு படங்கள்தான் வசூல் சாதனைகளைப் புரிந்தன என்பது இன்னும் ஆச்சரியமாக இருக்கக்கூடும். ஆனால், அந்த ஏழு படங்களைக் கவனித்தால் அவரது வெற்றியின் ரகசியம் புரியும். பாகவதரின் முதல் படமான 'பவளக்கொடி', ஒன்பது மாதங்கள் தமிழகத்தில் ஓடியதாக அறிகிறோம்.

அவரது வெற்றிகரமான நாடகங்களில் ஒன்றை எடுத்துத் திரைப்படமாக இப்படி அளித்தவர் புகழ்பெற்ற இயக்குநர் கே. சுப்ரமணியம். இதுதான் அவரது முதல் படமும்கூட. வெளியான ஆண்டு 1934. இப்படம் வெளியானபோது, ஸ்பாட்டிலேயேதான் நடிகர்கள் பாடி நடித்தனர். பவளக்கொடி என்ற இளவரசியைக்

காதலிக்கும் அர்ஜுனனின் கதை இது. (மேக மூட்டமாக வானம் கானப்படும் போதெல்லாம் நடிகர்கள் வேகமாக ஓடிச்சென்று உணவு உண்டனர். மேகம் கலைந்ததும் உணவுப் பொட்டலங்களை அப்படியே விட்டுவிட்டு நடிக்கத் திரும்பினர். அப்போதெல்லாம் அந்த உணவை உண்ணக் காகங்கள் குழுமும். இது படப்பிடிப்பைப் பாதித்தது. எனவே ஒரு ஆங்கிலோ இந்தியர் ஜோ என்பவர் காகங்களை விரட்டுவதற்காக துப்பாக்கி சகிதம் எப்போதும் அமர்ந்திருந்தார். இப்படத்தின் டைட்டில்களில் *'Crowshooter -Joe'* என்ற வித்தியாசமான டைட்டிலைக் காணலாம். இந்தத் தகவலை அசோகமித்திரன் எழுதிப் படித்திருக்கிறேன்).

இப்படத்தின் பின்னர் பாகவதர் மிகவும் புகழ் பெற்றார். சிந்தாமணி, அம்பிகாபதி, திருநீலகண்டர், அசோக்குமார், சிவகவி, ஹரிதாஸ் ஆகிய அவரது படங்கள் பிய்த்துக் கொண்டு ஓடின. பெரும்பாலும் அவரது படங்களில், நல்ல இளைஞன் ஒருவன், விதிவசத்தால் காதலிலோ அல்லது சில சோதனைகளிலோ விழுந்து, தண்டிக்கப்பட்டு, பின்னர் மனம் திருந்துவான். இது அக்காலத்திய ரசிகர்களுக்கு மிகவும் பிடித்தமான கதையமைப்பு. கூடவே கணீரென்ற குரலில் பாகவதர் பாடிய பல பாடல்கள் அவரது பிராபல்யத்துக்குக் காரணமாக அமைந்தன.

பாகவதருக்கு இருந்த ரசிகர் கூட்டம் பிரம்மாண்டமானது. பிற்காலத்தில் எம்.ஜி.ஆருக்கு இருந்த ரசிகர் பட்டாளத்துக்கு சற்றும் குறையாததல்ல அது. நாற்பதுகளில், ஈரோட்டு ரயில் நிலையத்தில், பத்தாயிரம் பேருக்கும் அதிகமான கூட்டம். கொச்சி எக்ஸ்ப்ரஸில் சென்னைக்கு ஈரோடு மார்க்கமாகப் போய்க் கொண்டிருக்கும் பாகவதரை 'தரிசிக்கத்தான்' அந்தக் கூட்டம். தண்டவாளத்திலெல்லாம் அமர்ந்து கொண்டிருக்கின்றனர் ரசிகர்கள். அவரைப் பார்த்த பின்னர்தான் கூட்டம் கலைந்தது.

அதுவே, லட்சுமிகாந்தன் கொலை வழக்கில் குற்றம்சாட்டப்பட்டு முப்பது மாதங்கள் சிறையில் அடைக்கப்பட்ட பின்னர், பாகவதருக்குப் பழைய புகழ் இருக்கவில்லை. அவர் எடுத்த படங்கள் தோல்வியடைந்தன. 1959ல் தனது நாற்பத்தொன்பதாவது வயதில் பாகவதர் காலமானார்.

தமிழ்த்திரையுலகில் தியாகராஜ பாகவதரைப்போல் வாழ்ந்தவரும் யாருமில்லை; அவரைப்போல் நொடித்து இறந்தவரும் யாருமில்லை என்ற அளவு, மனித வாழ்க்கையின் அபத்தங்களை இவரது வாழ்வில் காணலாம். தங்கத்தட்டில் சோறு உண்டவர் பாகவதர். அவர் எங்கு சென்றாலும் அவரைப் பார்ப்பதற்கென்றே ஆயிரக்கணக்கில் ரசிகர்கள் மொய்ப்பது வழக்கம். பெண்களெல்லாம் பாகவதர் மீது பித்துப்பிடித்து அலைந்த காலம் உண்டு.

தியாகராஜ பாகவதரின் கணீர்க்குரலைப் போன்ற இன்னொரு குரல் தமிழில் இல்லை. பாகவதருக்குப் பிற்காலத்தில் அறிமுகமாகிப் புகழ்பெற்ற டி.எம்.எஸ்ஸின் குரலையும் விஞ்சிய குரல் அது. இப்போதும் கேட்கக் கொஞ்சம்கூட சலிக்காத குரல் பாகவதருடையது. அவரது 'சொப்பன வாழ்வில் மகிழ்ந்தே', 'தீன கருணாகரனே நடராஜா', 'ராஜன் மகராஜன்', 'வதனமே சந்த்ர பிம்பமோ', 'சத்வகுண போதன்', 'ராதே உனக்குக் கோபம் ஆகாதடி', 'வசந்த ருது மனமோகனமே' 'மன்மதன் லீலையை வென்றார் உண்டோ' (மன்மத லீலையை அல்ல -மன்மதன் லீலை), 'வள்ளலைப் பாடும் வாயால்', 'ஒரு நாள் ஒரு பொழுதாகிலும் ஈசன் நாமம்', 'கிருஷ்ணா முகுந்தா முராரே' முதலிய ஏராளமான பாடல்களைப் பற்றி எழுத ஒரு கட்டுரை போதாது. இவை அத்தனையும் கேட்கக் கொஞ்சம் கூட சலிக்கவே சலிக்காத பாடல்கள். அவரது குரல் எத்தனை அனாயாசமாக மேலும் கீழும் சஞ்சாரம் செய்கிறது என்பதைக் கவனிக்க ஆரம்பித்தோமேயானால், இப்பாடல்களை மீண்டும் மீண்டும் நேரக் கணக்கே இல்லாமல் கேட்டுக்கொண்டிருக்க நம்மால் முடியும்.

பாகவதரின் பாடல்களின் இறவாத்தன்மைக்கு மற்றொரு காரணம், அவரது பெரும்பாலான பாடல்களுக்கு இசையமைத்த பாபநாசம் சிவன். ராமையா என்ற இயற்பெயரில் தஞ்சை போலகத்தில் 1890ல் பிறந்தவர். பொதுவாக அப்போதைய காலகட்டத்தில் திரைப்பாடல்களுக்காகவே அறியப்பட்டாலும், தனிப்பாடல்களை ஏராளமாக இயற்றியிருப்பவர் இவர். இளம்பருவத்திலேயே மிகச்சிறந்த இசைப்பயிற்சி பெற்றவர். கோயில் கோயிலாகச் சென்று பக்திப்பாடல்கள் பாடிக்கொண்டிருந்தவர். தமிழ்த் தியாகையர்'

என்ற பெயருடையவர். கலாக்ஷேத்ராவில் இசைத்துறையின் தலைவராகவும் 1934 முதல் 1939 வரை பணியாற்றியுள்ளார். எண்ணற்ற திரைப்பாடல்களையும் இந்தக் காலகட்டத்தில் துவங்கி ஐம்பதுகளின் இறுதி வரை எழுதி இசையமைத்துள்ளார்.

பாகவதர் & பாபநாசம் சிவன் கூட்டணியின் இறவாப்புகழ் பெற்ற பாடல்கள் காலம் உள்ள வரையும் அழியாது. அவர்களால் உருவான சூப்பர்ஹிட் பாடல் பற்றிதான் இன்று பார்க்கப்போகிறோம்.

மாமன்னர் அசோகரைப் பற்றி உலவிக்கொண்டிருக்கும் ஒரு கதை. அசோகரின் மகன் குணாளனை, அசோகரின் இளம் மனைவியான திஷ்யரக்ஷிதை விரும்புகிறாள். அவளது விருப்பத்தை அறிந்த குணாளன் அவளை வெறுத்து ஒதுக்குகிறான். உடனேயே, மன்னரிடம், குணாளன் தன்னை பலாத்காரம் செய்யப் பார்த்ததாக திஷ்யரக்ஷிதை குமுறுகிறாள். மன்னன் எதையும் ஆராயாமல், குணாளனின் பார்வையைப் பறித்து, நாட்டை விட்டே துரத்துகிறான். குழந்தையை இழந்து பல இன்னல்களுக்கு ஆளாகும் குணாளன், இறுதியில் புத்தரின் அருளால் இழந்த பார்வையைப் பெறுகிறான். இதுதான் ‘அசோக்குமார்’ படத்தின் கதை.

இப்படத்தில், ‘உனைக்கண்டு மயங்காத பேர்களுண்டோ’ பாடல் இன்றும் உலகப்பிரசித்தம். ஒரே இரவில் நியூடோன் ஸ்டுடியோவில் படமாக்கப்பட்ட பாடல் இது (எடுத்தவர், கே.ராம்நாத் என்ற உறுதிப்படுத்தப்படாத தகவலும் உண்டு). இது கண்ணாம்பாவுக்கு இரண்டாவது படம். தமிழே அவருக்குத் தெரியாத காலகட்டம். தெலுங்கில் எழுதப்பட்ட வசனங்களைத் தமிழில் இலகுவாகப் பேசி நடித்தார் கண்ணாம்பா. பாகவதரும் கண்ணாம்பாவும் தோன்றும் இப்பாடலை அவசியம் அனைவரும் பார்க்கவேண்டும்.

படத்தின் இரண்டாம் பாதியில், கண்ணிழந்த குணாளன், புத்தர் மஹோத்சவத்துக்குக் கிளம்பும் இடத்தில், பிச்சையெடுத்துக்கொண்டே குடும்பத்துடன் பாடிச்செல்லும் பாடல் ‘பூமியில் மானிட ஜென்மம் அடைந்துமோர்’ என்ற பாடல். படத்தில் இடம்பெறும் இப்பாடலுக்கும், இசைத்தட்டில் வெளிவந்த பாடலுக்கும் பல வித்தியாசங்கள் உண்டு. படத்தில்

வந்த பாடல், எளிமையானது. பல்லவி முடிந்து சரணங்கள் வரும் இடங்களிலெல்லாம் இசை இல்லாமல் தொடர்ச்சியாகப் பாடல் வந்து முடிந்துவிடும். ஆனால் இசைத்தட்டில் வெளியான பாடலோ, அருமையான இசையுடன் ஒரு முழுமையான பாடலாக விளங்கும். இரண்டிலுமே பாகவதரின் குரல் அப்பழுக்கின்றி மிகத் துல்லியமாக இருக்கும்.

இந்தப் பாடலின் சிறப்பு என்னவெனில், இப்போதும் இப்பாடலின் இசையை *contemporaneity*யுடன் ரசிக்க முடியும். அறிந்தும் அறியாமலும் படத்தில் 'தீப்பிடிக்கத் தீப்பிடிக்க' பாடலில் இப்பாடலைத்தான் யுவன் ஷங்கர் ராஜா ரீமிக்ஸ் செய்திருப்பார். அந்தப் பாடலுடன் இப்பாடல் எப்படிப் பொருந்துகிறது என்று கவனித்துப் பாருங்கள். இதன் இசையில் தொனிக்கும் சமகாலத்தன்மை மிகவும் ஆச்சரியமாக இருக்கும். அதை யுவன் கச்சிதமாகத் தேர்ந்தெடுத்தது இன்னும் ஆச்சரியம்.

இப்போது பலராலும் மறக்கப்பட்டுவிட்ட எம்.கே.தியாகராஜ பாகவதர், தென்னிந்தியத் திரைப்படங்களுக்குக் கிடைத்த வரம். ஒரு மன்னனைப் போல் வாழ்ந்தவர். எம்.ஜி.ஆர், ரஜினிகாந்த்துக்கு எல்லாம் முன்னர் அவர்களை விடப் புகழுடனும் ரசிகர் படையுடனும் விளங்கியவர். ஆனால் இன்று அவர் யார் என்று கேட்பவர்களே அதிகம். வாழ்க்கையின் நிலையாமை இது. எம். கே.டி பாடிய பாடல் பாடல்களுடன் அவரது வாழ்க்கையைப் பொருத்திப் பார்க்க இயலும். 'ஞானக்கண் ஒன்று இருந்திடும் போதினிலே.. ஊனக்கண் இழந்ததால் உலகில் குறையும் உண்டோ' என்று ராஜமுக்தி படத்தில் ஒரு அட்டகாசமான பாடல் உண்டு. பாகவதரின் கடைசிக்காலத்தை இப்பாடலுடன் எளிதில் பொருத்திப்பார்க்க முடியும்.

பலராலும் மறக்கப்பட்டுவிட்ட எம்.கே.டி, அவரது பாடல்களின் மூலம் இன்னும் பல்லாயிரக்கணக்கான ஆண்டுகள் வாழ்வார் என்பதில் எனக்குச் சந்தேகமே இல்லை. தமிழ்த்திரையின் நூறாவது ஆண்டில், நாம் அவசியம் நினைத்துப் பார்க்கவேண்டிய மிக முக்கியமான ஆளுமைகளில் பாகவதருக்குத் தனியிடம் உண்டு.

பூமியில் மானிட ஜென்மம் அடைந்துமோர்

புண்ணியம் இன்றி விலங்குகள் போல்
காமமும் கோபமும் உள்ளம் நிரம்பவீண்
காலமும் செல்ல மடிந்திடுமொ
உத்தம மானிடராய் பெரும் புண்ணிய
நல்வினையால் உலகில் பிறந்தோம்
சத்திய ஞான தயாநிதியாகிய
புத்தரை போற்றுதல் நம் கடனே
உண்மையும் ஆருயிர் அன்பும் அகிம்சையும்
இல்லை எனில் நர ஜென்மமிதே
மண்மீதிலோர் சுமையே பொதிதாங்கிய
பாழ்மரமே வெறும் பாமரமே'.

௯. பூ வாசம் புறப்படும் பெண்ணே...!

தமிழில் 2002-ல் இருந்து ஐந்தாறு வருடங்கள் பட்டி தொட்டியெங்கும் ஒலித்துக் கொண்டிருந்த பல பாடல்களுக்கு வித்யாசாகர் சொந்தக்காரர். அதற்கு முன்னரே ஜெய்ஹிந்த், கர்ணா ஆகிய படங்களின் சூப்பர்ஹிட் பாடல்கள் மூலம் மிகுந்த பிரபலமடைந்திருந்தவர்தான் என்றாலும், மேற்சொன்ன காலகட்டங்களில் தொடர்ந்து பல தமிழ்ப்படங்களுக்கு இசையமைத்து, இன்றும் பிரபலமாக இருக்கும் பல பாடல்கள் இவரது முத்திரையை அழுத்தமாக நிலைநாட்டும்.

நல்ல மெலடிகள், துடிப்பான, வேகமான பாடல்கள் ஆகிய இரண்டு வகைகளிலுமே வித்யாசாகர் இலகுவாகப் பல பாடல்களை வெளியிட்டிருக்கிறார்.

ராபர்ட் ராஜசேகரன் இரட்டையர்களில் ராஜசேகரன் இயக்கிய 'பூமணம்' படத்தின் மூலம் 1989ல் இசையமைப்பாளராக அறிமுகம் ஆகிறார் வித்யாசாகர் (இப்படத்தில் இரண்டு பாடல்களை எழுதியவர் எஸ்.ஏ. ராஜ்குமார்). அதற்கு முன்னரே இந்த இயக்குநர்களின் 'பறவைகள் பலவிதம்' படத்தின் பின்னணி இசையை மட்டும் அமைத்திருந்தாலும், பூமணம் படத்தில்தான் பாடல்களுக்கு முதன்முறையாக இசையமைத்திருந்தார். சென்னையின் அக்கால அறிமுக இசையமைப்பாளர்களின்

வழக்கப்படியே, இவருக்கு இசை சொல்லிக்கொடுத்தவர் தன்ராஜ் மாஸ்டர். இவருடன் ரஹ்மானும் தன்ராஜ் மாஸ்டரிடம் இசை பயின்றதாக இவரைப் பற்றிய தகவல்கள் மூலம் தெரிகின்றது.

இளையராஜா இசையமைத்த '16 வயதினிலே' படத்தில் இருந்து அவரிடம் பணியாற்றத் துவங்குகிறார் வித்யாசாகர். அது அவரது பனிரண்டாவது வயது என்றால் ஆச்சரியமாக இருக்கும் (இவரைப்போலவே ரஹ்மானும் மிகச்சிறு வயதில் இளையராஜாவிடம் பணிபுரிந்திருக்கிறார். கீபோர்டில் அக்காலகட்டத்தில் ரஹ்மான் முத்திரை பதித்தவராக இருந்ததால் அவரை அப்போது கிட்டத்தட்ட அனைத்து இசையமைப்பாளர்களும் பயன்படுத்தியிருக்கிறார்கள். டி.ராஜேந்தர் உட்பட). இப்படிப் பல வருடங்கள் பணிபுரிந்துவிட்டுத்தான் முழுமையான இசையமைப்பாளராகப் பூமணம் படத்தில் அறிமுகமாகியிருக்கிறார்.

இப்படத்துக்குப் பின் எஸ்.ஏ. சந்திரசேகர் இயக்கிய 'சீதா' படத்துக்கு இசையமைக்கிறார் வித்யாசாகர் (இப்படத்தின் அசோசியேட் இயக்குநர் ஷங்கர் என்ற இளைஞர்!

அப்படத்திலேயே இப்படித்தான் இவரது பெயர் வருகிறது. சங்கர் என்று அல்ல - 'ஷங்கர்' என்று). இதன்பின் 1990ல் 'நிலா பெண்ணே', 'ஆத்தா நான் பாசாயிட்டேன்' ஆகிய படங்களுக்கு இசையமைக்கிறார். இக்காலகட்டத்தில் வித்யாசாகரின் பின்னணி இசையும் பாடல்களும் அப்படியே இளையராஜாவை நினைவுபடுத்துகின்றன. இருவருக்கும் துளிக்கூட வித்தியாசம் கண்டுபிடிக்க முடிவதில்லை. கண்ணை மூடிக்கொண்டு கேட்டால் யாருமே இப்படங்களுக்கு இசை இளையராஜா என்றே சொல்வார்கள். ஆத்தா நான் பாசாயிட்டேன் படத்துக்குப் பின் நான்கு வருடங்களுக்குச் சரமாரியாகத் தெலுங்குப் படங்கள். கிட்டத்தட்ட முப்பது படங்கள். இந்த நான்கு வருடங்கள்தான் வித்யாசாகர் தனது தனித்தன்மையை வளர்த்துக் கொண்ட வருடங்கள் என்று உறுதியாகச் சொல்லமுடியும். இளையராஜாவின் சாயலிலிருந்து தனக்கே உரிய மெலடிகள், துள்ளலான பாடல்கள் என்று வித்யாசாகர் வளர்ந்த காலகட்டம் இது.

அப்போதுதான் 1994ல் அர்ஜுன், தனது 'ஜெய்ஹிந்த்' படத்துக்காக வித்யாசாகரைத் தமிழுக்கு மீண்டும் அழைத்து வருகிறார். 'முத்தம் தர ஏத்த எடம்', 'கண்ணா என் சேலைக்குள்ள', 'போதையேறிப் போச்சு', 'ஊத்தட்டுமா ஊத்தட்டுமா', 'தாயின் மணிக்கொடி தாயின் மணிக்கொடி சொல்லுது ஜெய்ஹிந்த்' ஆகிய ஐந்து பாடல்களுமே சூப்பர்ஹிட் ஆயின. என் பள்ளி நாட்களில் வெளியான பாடல்கள். இசைத்தட்டு நூலகத்தில் வேலை செய்து வந்ததால் இப்பாடல்கள் துல்லியமாக இப்போதும் நினைவில் உள்ளது. இப்பாடல்களில் உபயோகப்படுத்தப்பட்டிருக்கும் இசைக்கருவிகளிலும், இசையிலும் ஒருவித ஹிந்தி சாயல் ருக்கும். கேட்பதற்கு அட்டகாசமாகவும் இருக்கும்.

ஜெய்ஹிந்துக்கு அடுத்த படம் 'கர்ணா'. இப்போது வரை பலரது விருப்பத்திற்குரிய பாடலான 'மலரே மௌனமா' பாடல் இப்படத்தில்தான் இடம்பெற்றது. இதிலும் 'ஏ ஷப்பா' பாடல் ஹிந்திச் சாயல். 'கண்ணிலே கண்ணிலே சன் டிவி', 'ஹலோ மிஸ் செல்லம்மா' (இதில் கவுண்டமணியின் வசனங்கள் புகழ் பெற்றவை), 'புத்தம் புது தேசம்' ஆகிய பாடல்கள் ஹிட் ஆயின. 'ஆல மரமுறங்க' என்ற குட்டிப் பாடலும் உண்டு.

இதன் பிறகு ஒருசில தெலுங்குப் படங்களுக்கு இசையமைத்த வித்யாசாகர், முழுமூச்சாகத் தமிழில் இறங்கினார். 'வில்லாதி வில்லன்', 'ஆயுத பூஜை', 'மிஸ்டர் மெட்ராஸ்', 'முறைமாமன்', 'பசும்பொன்', ஆகிய படங்கள் வெளியாகின்றன. இவற்றிலும் இப்போது வரை மறக்கமுடியாத பாடல்கள் உண்டு. 'தாமரப் பூவுக்கும் தண்ணிக்கும் எண்ணிக்கும் சண்டையே வந்ததில்ல' பாடல் நினைவிருக்கிறதா? எந்தப் படம் என்று யோசித்துப் பாருங்கள். வில்லாதி வில்லன் பாடல்களில் 'நக்மடோரியல் டச்' என்று இயக்கிய சத்யராஜே வர்ணிக்கும் அளவு துள்ளலான பாடல்கள் இடம்பெற்றன.

இப்படங்களுக்குப் பிறகுதான் வித்யாசாகர் மலையாளத்தில் நுழைகிறார். முதல் படம் 'அழகிய ராவணன்'. முதல் படத்திலேயே சிறந்த இசையமைப்பாளருக்கான கேரள மாநில விருது கிடைக்கிறது. அதற்குப் பின் 'இந்திரப்ரஸ்தம்' படத்துக்கு

இசைமைத்துவிட்டு மறுபடியும் தெலுங்குப் பக்கமும் தமிழ்ப்பக்கமும் வந்துவிடுகிறார் வித்யாசாகர். வரிசையாகப் பல தமிழ்ப்படங்கள் (ப்ரியம், கோயமுத்தூர் மாப்பிள்ளை, சுபாஷ், செங்கோட்டை, டாட்டா பிர்லா, முஸ்தஃபா, நேதாஜி). இவற்றுக்குப் பின்னர் மறுபடியும் மூன்றாவது மலையாளப்படமாக 'கிருஷ்ணகுடியில் ஒரு பிரணயகாலத்து'. இதிலும் விருது *(Kerala Film Critics Award)*. பின்னர் வரிசையாகப் பல தமிழ், தெலுங்கு & மலையாளப் படங்கள். இவற்றில் மலையாளத்தில் மட்டும் மறுபடியும் கேரள மாநில விருது (பிரணயவர்ணங்கள், நிறம், தேவதூதன், சந்த்ரனுதிக்குந்ந திக்கில்).

பின்னர்தான் தமிழில் 'தில்' வெளியாகிறது. தரணி உடனடியாகப் 'பூவெல்லாம் உன் வாசம்'. பின்னர் 'வில்லன்', 'ரன்', 'தூள்', 'அன்பே சிவம்', 'கில்லி' ஆகிய படங்கள். இடையே பலப்பல மலையாளப்படங்கள். இந்தக் காலகட்டத்திலெல்லாம் வித்யாசாகர் என்றால் தெரியாத ஆளே தமிழகத்தில் இல்லை என்ற அளவு வித்யாசாகர் பிரபலம். 'அப்படிப் போடு' பாடல் இன்றும் பெங்களூரிலும் வட இந்தியாவிலும் வெளிநாடுகளிலும் பல பப்களில் போடப்படுகிறது. இந்தியா முழுக்கப் பிரபலம் அடைந்த பாடல் அது.

இந்தக் காலகட்டத்துக்குப் பின் வித்யாசாகர் ஏராளமான படங்களுக்கு இன்று வரை இசையமைத்துக் கொண்டிருக்கிறார்.

வித்யாசாகரின் தனித்தன்மை என்ன? ஏன் அவரது பாடல்கள் இ இன்றும் மனதுக்கு நெருங்கியவையாக இருக்கின்றன? இதை யோசித்தால், அவரது பாடல்களில் உபயோகப்படுத்தப்பட்டிருக்கும் இசைக்கருவிகள், சற்றே வடநாட்டுப் பாணியில் இருக்கின்றன. அதேசமயம், அவற்றை வைத்துக்கொண்டு அவர் அமைக்கும் இசையோ, ஒன்று மிகவும் நுட்பமான, மனதைக் குழைத்து இழுக்கும் அற்புதமான மெலடியாக இருக்கிறது; அல்லது, கேட்டதும் எழுந்து ஆடவைக்கும் மிகத்துடிப்பான இசையாக இருக்கிறது. 'இத்தனூண்டு முத்தத்துல இஷ்டம் இருக்கா', 'தேரடி வீதியில் தேவதை வந்தா', 'காதல் பிசாசு', 'மச்சான் மீச வீச்சருவா', 'சீச்சீச்சீ என்ன பழக்கமிது', 'எல மச்சி மச்சி', 'தாம் தக்க தீம்தக்க

தையத்தக்க கூத்து', 'வாடியம்மா ஜக்கம்மா', 'அர்ஜுனரு வில்லு', 'கொக்கர கொக்கரக்கோ' போன்ற பாடல்களை இப்போது கேட்டாலும் எவ்வளவு உற்சாகம் பீறிடுகிறது என்று யோசித்துப் பாருங்கள்.

அதுவே அவரது அட்டகாசமான மெலடிகளில் சில பாடல்களான 'ஆலங்குயில் கூவும் ரயில்', 'ஒரு தேதி பார்த்தால்', 'பூத்திருக்கும் வனமே வனமே', 'ராதை மனதில்', 'டிங் டாங் கோயில் மணி', 'பொய் சொல்லக்கூடாது காதலி', 'அன்பே அன்பே நீ என் பிள்ளை', 'காற்றின் மொழி', 'நீ காற்று நான் மரம்', 'அழகூரில் பூத்தவளே', 'கண்டேன் கண்டேன் எதிர்காலம் நான் கண்டேன்', 'சொல்லித்தரவா' போன்ற பாடல்களில் உள்ள அற்புதமான இசையுமே மனதை நெகிழவே வைக்கும். இவற்றைக் கேட்டாலே வித்யாசாகர் என்று சொல்லிவிடமுடியும். காரணம் அவரது பாடல்களில் தொடர்ந்து அவர் உபயோகிக்கும் இசைக்கருவிகள், கையாளும் ராகங்கள், அவற்றின் மூலம் வெளிக்கொணரும் தனிப்பட்ட முத்திரை ஆகியன.

ஒவ்வொரு இசையமைப்பாளருக்கும் இந்த மூன்றும் இருந்தாலும், தொடர்ந்து பல வருடங்கள் அப்படி இயங்குவது சாத்தியமில்லாதது. வித்யாசாகர் அமைதியாக அதனைச் செய்துகொண்டிருக்கிறார் (பெரும்பாலும் மலையாளத்தில். அவரது மலையாளப் பாடல்கள் குறித்துத் தனிக்கட்டுரையே எழுதமுடியும்).

வித்யாசாகர் இசையமைத்த 'அன்பே சிவம்' படத்தின் பாடல்களை மறக்கவே முடியாது. அதிலும் குறிப்பாக 'யார் யார் சிவம்' பாடல். அப்படத்தில் ஒரு காட்சி. புதிதாகக் கட்டப்பட்டுக்கொண்டிருக்கும் தனது கட்டடத்தின் சுவற்றில் மிகப்பெரிய ஓவியம் ஒன்று அமையவேண்டும் என்று உழைப்பாளர்களை சுரண்டிக் கொழுத்த பெருமுதலாளி ஒருவர் ஆசைப்படுகிறார். மகளின் தோழர் என்பதால் ஒரு ஓவியரை வரச்சொல்லி ஓவியம் தீட்டச் சொல்கிறார். ஆஷாடபூதியாக விளங்கும் அவரது இயல்புக்கேற்ப, சிவபெருமானின் ஓவியத்தைத் தீட்டுகிறான் ஓவியன். ஆனால் அதனுள் கார்ல் மார்க்ஸும் கம்யூனிஸமும் தொள்ளாயிரத்துப்பத்தும் ஒளிந்திருக்கின்றன. அப்போதுதான்

முதலாளிக்கு ஓவியன் ஒரு பொதுவுடைமைவாதி என்பது புரிகிறது.

இத்தகைய சிச்சுவேஷன் பொதுவாக எப்படி இருக்கும்? ஆனால் அதனுள்ளேயே ஓவியனுக்கும், பெருமுதலாளியின் மகளுக்கும் இயல்பாக ஏற்படும் காதலை நுழைத்து, இன்று வரை பலருக்கும் நினைவிருக்கும் ஒரு பாடலாக மாற்றியிருப்பார் திரைக்கதையமைத்த கமல்ஹாஸன். இயக்கிய சுந்தர்.சியின் கருத்துகளும் இதில் இடம்பெற்றிருக்கலாம் என்ற போதிலும், கமல்ஹாஸனே இதில் தனித்துத் தெரிகிறார்.

மிகச் சில பாடல்களே கேட்டாலும் சரி, பார்த்தாலும் சரி நன்றாக உருவாக்கப்பட்டிருக்கும். இது அப்படி ஒரு பாடல். இதன் காட்சிகள், அதனூடே இருவருக்கும் பெருகும் காதல், காதலுக்கேற்ற இசை, குரல்கள், பாடல் வரிகள் என்று சகல துறைகளிலும் உச்சம் பெற்ற பாடல் இது. வித்யாசாகரின் பாடல்களில் இப்பாடலை என்னால் மறக்கவே இயலாது.

பாடல் வெளியானபோது இசைத்தட்டில் இது இரண்டு முறை இடம்பெற்றிருந்தது. ஒரு வெர்ஷனைப் பாடியவர் ஸ்ரீராம் பார்த்தசாரதி. இன்னொரு வெர்ஷன் விஜய் ப்ரகாஷ் பாடியது. இவற்றில் விஜய் ப்ரகாஷ் பாடிய பாடலே திரையில் இடம்பெற்றது. இரண்டுமே அட்டகாசமாக இருந்தாலும், ஸ்ரீராம் பார்த்தசாரதி பாடிய பாடலில் கர்நாடக இசைத்தொனி சற்றே அதிகமாக இருக்கும். விஜய் ப்ரகாஷ் பாடிய பாடல் அப்படி இல்லாமல், குட்டிக்குட்டி இடங்களில் மிகச்சிறப்பாக அவரது குரல் விளையாடியிருக்கும். எனவே இரண்டில் இதுவே சிறந்தது. அதுதான் படத்திலும் இருக்கும். பாடலை விஜய் ப்ரகாஷுடன் பாடியவர் சாத்னா சர்கம். அவரும் அருமையாகப் பாடியிருப்பார்.

பாடலை எழுதிய வைரமுத்து பிய்த்து உதறியிருப்பார். பாடல் வரிகள் உண்மையில் பிரமாதம். அனுபவித்து ரசிக்கலாம்.

பாடலை அவசியம் சில முறை கேளுங்கள்.

பூ வாசம் புறப்படும் பெண்ணே, நான் பூ வரைந்தால்,
தீ வந்து விரல் சுடும் கண்ணே,
நான் தீ வரைந்தால்,

உயிரல்லதெல்லாம் உயிர் கொள்ளும் என்றால், உயிருள்ள
நானோ என்னாகுவேன்?
உயிர் வாங்கிடும் ஓவியம் நீயடி

புள்ளி சேர்ந்து, புள்ளி சேர்ந்து ஓவியம்,
உள்ளம் சேர்ந்து, உள்ளம் சேர்ந்து காவியம்,
கோடு கூட ஓவியத்தின் பாகமே,
ஊடல் கூட காதல் என்று ஆகுமே,
ஒரு வானம் வரைய நீல வண்ணம்,
நம் காதல் வரைய என்ன வண்ணம்?
என் வெட்கத்தின் நிறம் தொட்டு,
விரலென்னும் கோல் கொண்டு,
நம் காதல் வரைவோமே, வா,

ஓவியத்தின் ஜீவன் எங்கு உள்ளது?
உற்றுப்பார்க்கும் ஆணின் கண்ணில் உள்ளது,
பெண்ணுடம்பில் காதல் எங்கு உள்ளது?
ஆண்தொடாத பாகம் தன்னில் உள்ளது,
நீ வரையத் தெரிந்த ஒரு கவிஞன் கவிஞன்,
பெண் வசியம் தெரிந்த ஒரு கலைஞன் கலைஞன்,
மேகத்தை ஏமாற்றி மண் சேரும் மழை போல,
மடியொடு விழுந்தாயே, வா....

10. எனக்கென ஏற்கனவே பிறந்தவள் இவளோ?

தன் வாழ்க்கையில் இளம்பருவத்தின் பெரும்பகுதியை தில்லியில் கழித்த ஒரு நபர், தமிழில் மறக்கமுடியாத பல பாடல்களை இசையமைக்க இயலுமா? பரத்வாஜால் அது முடிந்திருக்கிறது. 1998-ல் சரண் இயக்கிய 'காதல் மன்னன்' திரைப்படத்தின் அத்தனை பாடல்களும் சூப்பர்ஹிட் ஆயின. அந்த ஒரே படத்தின் மூலம் புகழேணியின் உச்சத்துக்குச் சென்றவர் பரத்வாஜ். அதன்பின் ஏழெட்டு வருடங்களுக்குத் தமிழ்த் திரைப்படங்களில் தவிர்க்கவே முடியாத இசையமைப்பாளராக இருந்தவர்.

திருநெல்வேலியின் ராவணசமுத்திரத்தில் பிறந்த பரத்வாஜ், தந்தையின் வேலைக்காக தில்லி சென்று, அங்கேயே பள்ளி மற்றும் கல்லூரியை முடித்தவர். சரளமாக ஹிந்தியில் பேசவும் எழுதவும் தெரிந்தவர். தமிழர்கள் நடத்திய பள்ளி ஒன்றில் படித்ததால் தமிழையும் நன்கு கற்றிருந்தவர். இசையின் மேல் இருந்த ஆர்வத்தால் தில்லி பல்கலைக்கழகத்தில் கர்நாடக இசையை முறைப்படி கற்றவர். ஹிந்துஸ்தானியும் நன்கு தெரிந்தவர். தில்லியில் அமைந்துள்ள ஆல் இந்தியா ரேடியோவில் ஒருமுறை பாட பரத்வாஜுக்கு வாய்ப்பு வருகிறது. ஆனால் ஒரு நிபந்தனை.

அப்பாடல், ஒன்று இவரே இசையமைத்ததாக இருக்கவேண்டும்; அல்லது ஆல் இண்டியா ரேடியோவின் இசைக் கலைஞர்கள் இசையமைத்ததாக இருக்கவேண்டும். அங்கேயே அமர்ந்து ஒரு பாடலை எழுதி, இசையமைத்துப் பாடுகிறார் பரத்வாஜ். அதுதான் அவரது இசைப் பயணத்தின் முதல் படி.

பின்னர் தமிழில் இசையில் பணிபுரிய வேண்டும் என்றால் தமிழ்நாடு வந்தே ஆகவேண்டும் என்று முடிவுசெய்கிறார். சென்னையில் ஒருநிறுவனத்தில் சார்ட்டர்ட் அக்கவுண்டன்ட்டாக நல்ல சம்பளத்தில் வேலைக்குச் சேர்கிறார் திருமணம் நடக்கிறது. திருமணத்தின் அடுத்த நாளே, இனி இசையை விட்டுவிட்டு வேறு வேலைகளைச் செய்யமுடியாது என்று முடிவு செய்கிறார். மனைவியின் சம்மதத்தோடு வேலையை உதறுகிறார். முழுமூச்சாக இசையில் கிடைக்கக்கூடிய வாய்ப்புகளைத் தேட ஆரம்பிக்கிறார். இது நடந்தது 1988-ல்.

இதன்பின் அடுத்த ஏழு வருடங்களுக்குக் கடும் நெருக்கடிகள். 1995ல் இயக்குநர் சரணின் அறிமுகம் கிடைக்கிறது. சரணும் அப்போது முதல் படத்தை இயக்கும் நிலையில் இருக்க, ‘காதல் மன்னன்’ படத்துக்கு இசையமைப்பாளராக ஒப்பந்தம் ஆகிறார் பரத்வாஜ். காதல் மன்னனில் ‘உன்னைப்பார்த்த பின்புதான்’, ‘திலோத்தமா’, ‘கன்னிப்பெண்கள் உள்ளத்தில் கையெழுத்துப் போட்டவன்’, ‘மாரிமுத்து மாரிமுத்து நில்லப்பா’, ‘மெட்டுத்தேடித் தவிக்குது ஒரு பாட்டு’, ‘வானும் மண்ணும்’ ஆகிய பாடல்கள் சூப்பர்ஹிட் ஆயின. மாரிமுத்து பாடலை தேவா பாடியிருந்தார். மெட்டுத்தேடி பாடலை எம்.எஸ்.விஸ்வநாதன் இசையமைத்துப் பாடியிருந்தார்.

படம் நன்றாக ஓடியது. இதன்பின் தமிழில் பரத்வாஜின் அடுத்த படமாக ‘பூவேலி’ அமைந்தது. இயக்குநர் செல்வா எடுத்த படம். பத்து பாடல்கள். அவற்றில் ‘ஒரு பூ எழுதும் கவிதை’ பாடல் மறக்கமுடியாத பாடலாக ஆனது. பிற பாடல்களும் வித்தியாசமாக அமைந்தன. உடனடியாக, அடுத்த வருடம் பரத்வாஜின் மூன்றாவது படமாக ‘அமர்க்களம்’ வெளியானது. இது இயக்குநர் சரணின் இரண்டாவது படம். இம்முறையும் சரண்-பரத்வாஜ் கூட்டணி பிரம்மாண்ட வெற்றி பெற்றது.

'சத்தம் இல்லாத தனிமை கேட்டேன்', 'மேகங்கள் என்னைத் தொட்டுப் போனதுண்டு', 'உன்னோடு வாழாத வாழ்வென்ன வாழ்வு', 'காலம் கலிகாலம் ஆகிப்போச்சுடா ஆகிய பாடல்கள் அனைவரின் மத்தியிலும் பிரபலமடைந்தன. அமர்க்களத்தின் வெற்றிக்கு முக்கியமான காரணங்களில் ஒன்றாகப் பாடல்கள் அமைந்தன. பரத்வாஜ் பலராலும் கவனிக்கப்பட ஆரம்பித்தார்.

இதன்பின் செல்வா இயக்கிய அடுத்த படமாக 'ரோஜாவனம்' வெளியானது. 'உன்னைப் பார்த்த கண்கள்', 'மனமே மனமே', 'என்ன இது என்ன இது' பாடல்கள் பிரபலமாயின. உடனடியாகச் சரணின் மூன்றாவது படமாக 'பார்த்தேன் ரசித்தேன்' வெளியாகிறது. இப்படத்தின் பாடல்கள் ஒவ்வொன்றும் சூப்பர்ஹிட். 'எனக்கென ஏற்கெனவே', 'பார்த்தேன் பார்த்தேன்', 'தின்னாதே', 'கிடைக்கல கிடைக்கல பொண்ணு ஒண்ணும் கிடைக்கல' பாடல்கள் மிகவும் பிரபலம் அடைந்தன.

இப்படத்துக்குப் பிறகு இயக்குநர் சேரனோடு கைகோர்க்கிறார் பரத்வாஜ். 'பாண்டவர் பூமி' வெளியாகிறது. 'அவரவர் வாழ்க்கையில் ஆயிரம் ஆயிரம் மாற்றங்கள்' பாடல் இன்று வரை பலரின் மனதில் நீங்காத இடம் பிடித்த பாடலாக மாறுகிறது. 'தோழா தோழா' பாடலும் அனைவராலும் ரசிக்கப்படுகிறது.

இப்படத்துக்குப் பின் பரத்வாஜுக்கு வரிசையாகப் பலஹிட்கள். 'ரோஜாக்கூட்டம்', 'ஜெமினி (சரண்)', 'தமிழ்', 'ஜேஜே (சரண்), 'வசூல்ராஜா MBBS (சரண்)', 'ஆட்டோக்ராஃப்', 'அட்டகாசம் (சரண்)', 'அய்யா', 'பிரியசகி', 'திருட்டுப்பயலே', 'திருப்பதி', 'அசல்' என்று முக்கியமான பல படங்கள். இவற்றைத் தவிரவும் இன்னும் பல படங்களுக்கும் இசையமைத்திருக்கிறார். இவற்றில் இயக்குநர் சரணுடன் பரத்வாஜ் இணைந்த படங்களின் இசையைக் கேட்டுப்பாருங்கள். பரத்வாஜின் சூப்பர்ஹிட் பாடல்கள் இப்படங்களில் இருக்கும்.

கர்நாடக மற்றும் ஹிந்துஸ்தானி இசையை வைத்து உருவாக்கப்பட்ட மெலடிகளை முக்கியமாக இசையமைப்பதே பரத்வாஜின் பாணி. கிதாரை அடிக்கடி இடம்பெறச்செய்வார். எலெக்ட்ரானிக் கிதாரோடு இவரது அருமையான மெலடிக்கள் சேர்வது

கேட்பதற்கே அவ்வளவு அழகாக இருக்கும். 1998-ல் இருந்து 2005 வரையிலும் பரத்வாஜுக்கு என்று இசையில் ஒரு தனி இடம் இருந்ததை யாராலும் மறந்துவிட முடியாது. ஆனால் ஏனோ 2005-க்குப் பிறகு பரத்வாஜின் இசை அவ்வளவாக சோபிக்கவில்லை. இன்றுவரை அவ்வப்போது பரத்வாஜின் இசையில் திரைப்படங்கள் வந்துகொண்டுதான் இருக்கின்றன. இருந்தாலும் பழைய பரத்வாஜை இப்போது பார்க்கமுடிவதில்லை.

பரத்வாஜின் இசையில் ஒரு மறக்கமுடியாத பாடல், 'பார்த்தேன் ரசித்தேன்' படத்தில் இடம்பெற்ற 'எனக்கென ஏற்கெனவே' பாடல். கதாநாயகன் கதாநாயகியை அடிக்கடி சந்திக்கிறான். அவள் ஒரு பேருந்தில் தினமும் வேலை செய்யும் இடத்துக்குச் செல்கிறாள். அதைக் கதாநாயகன் தற்செயலாகப் பார்த்துவிடுகிறான். இருவரும் பார்த்துக்கொள்கின்றனர். காதல் உருவாகிறது. இது தமிழ்த் திரைப்படங்களில் எத்தனை பழகிப்போன காட்சி? ஆனாலும், இந்த அரதப் பழைய காட்சியையும் தனது பாடலால் உயிர் பெற வைத்தார் பரத்வாஜ். இந்தப் பாடலின் ஒவ்வொரு வரியும் அட்டகாசமாக இருக்கும். இசை துள்ளி விளையாடும். மனதைக் கவ்வும். மனதில் மகிழ்ச்சி பரவும். பாடலைப் பாடிய உன்னிகிருஷ்ணன் மற்றும் ஹரிணியின் குரல்கள் மறக்கவே முடியாத ஒரு விளைவை உங்கள் மனதில் கட்டாயம் உருவாக்கும்.

பாடலை எழுதியவர் வைரமுத்து என்பது பாடலின் வரிகளைக் கேட்கும்போதே புரிந்துவிடும். மிக அழகான வரிகள். பாடல் துவங்கும்போது எழும் கிதார் ஒலியே இது பரத்வாஜின் பாடல் என்று கட்டியம் கூறிவிடும். 'எனக்கென ஏற்கெனவே' பாடலின் மூலம் தன் முத்திரையை அழுந்தப் பதித்திருப்பார் பரத்வாஜ். நீங்களும் கேட்டுப்பாருங்கள்.

எனக்கென ஏற்கனவே பிறந்தவள் இவளோ
இதயத்தைக் கயிறு கட்டி இழுத்தவள் இவளோ
ஒளி சிந்தும் இரு கண்கள்
உயிர் வாங்கும் சிறு இதழ்கள்
என்னுள்ளே என்னுள்ளே ஏதேதோ செய்கிறதே...
என்னுள்ளே என்னுள்ளே ஏதேதோ செய்கிறதே...

அது என்னென்று அறியேனடி
ஓரப்பார்வை பார்வை பார்க்கும்போதே
உயிரில் பாதி இல்லை
மீதிப் பார்வை பார்க்கும் துணிவு
பேதை நெஞ்சில் இல்லை
எனது உயிரை குடிக்கும் உரிமை
உனக்கே உனக்கே
உயிரே உயிரே உடம்பில் சிறந்தது
எதுவென்று தவித்திருந்தேன்
அதை இன்றுதான் கண்டுபிடித்தேன்
கண்ணே உன்னை காட்டியதால்
என் கண்ணே சிறந்ததடி
உன் கண்களைக் கண்டதும் இன்னொரு கிரகம்
கண்முன் பிறந்ததடி
காதல் என்ற ஒற்றை நூல்தான் கனவுகள் கொடுக்கின்றது
அது காலத்தை கட்டுகின்றது
என் மனம் என்னும் கோப்பையில் இன்று
உன் உயிர் நிறைகின்றது
மார்புக்கு திரையிட்டு மறைக்கும் பெண்ணே மனசையும்
மறைக்காதே
என் வயதை வதைக்காதே
புல்வெளி கூட பனித்துளி என்னும் வார்த்தை பேசுமடி
உன் புன்னகையால் நீ ஒரு மொழி சொன்னால்
காதல் வாழுமடி
வார்த்தை என்னை கைவிடும் போது மௌனம் பேசுகிறேன்
என் கண்ணீர் வீசுகிறேன்
எல்லா மொழிக்கும் கண்ணீர் புரியும்
உனக்கேன் புரியவில்லை.

11.

விதவிதமா சோப்பு சீப்பு கண்ணாடி...

தமிழ்த் திரைப்படங்களின் இசையமைப்பாளர்களில், தேவாவைப்போல் படுவேகமாக இசையமைத்துத் தருபவர்கள் அரிது. தொண்ணூறுகளில் விகடனிலோ குமுதத்திலோ அவரது ஒரு பேட்டியில், மூன்றே நாட்களில் ஒரு படத்தின் மொத்த ரீரெக்கார்டிங்கையும் அவர் முடித்துத் தந்ததைக் குறிப்பிட்டிருந்தார்கள். 1989ல் அறிமுகமாகி, தடதடவென்று தனது இசைப்பயணத்தை முழுவீச்சில் துவக்கிய தேவா, இளையராஜாவுக்கு மாற்றாகப் படுவேகமாக வந்துகொண்டிருந்தவேளையில்தான் 1992ல் முற்றிலும் புதிய இசையுடன் ரஹ்மானின் அறிமுகம் நிகழ்ந்தது. அப்போதில் இருந்து, இளையராஜாவுக்கு மாற்று என்றால் ரஹ்மானையே அனைவரும் குறிப்பிடத் துவங்கினர். ஆனாலும், முதல் படத்தில் இருந்தே தேவாவின் இசை இளையராஜாவின் இசையில் இருந்து வித்தியாசமானதே (வித்யாசாகரின் ஆரம்பகாலப் பாடல்கள் இளையராஜா பாடல்கள் போலவே இருக்கும் என்று ஏற்கெனவே கவனித்திருக்கிறோம். ஆனால் தேவா, ரஹ்மான், பரத்வாஜ், யுவன் ஆகியோர், தங்களது முதல் படத்தில் இருந்தே வித்தியாசமாக, தங்களின் முத்திரை அழுத்தமாகப் பதியும் வண்ணமே இசையமைத்தனர்).

ஆனாலும், 1991ல் இருந்து, ஒவ்வொரு வருடமும் தேவாவே மிக அதிகமான தமிழ்ப்படங்களுக்கு இசையமைத்துக்கொண்டிருந்தார். இது 2004 வரை தொடர்ந்தது. உச்சபட்சமாக, 1997ல் மட்டும் இருபத்தொன்பது படங்களுக்கு இசையமைத்திருக்கிறார் தேவா. உலகிலேயே ஒரே வருடத்தில் இத்தனை படங்களுக்கு இசையமைத்தவர் வேறு யாராவது இருக்கமுடியுமா என்று தெரியவில்லை. ஒருவேளை இளையராஜா, எம்.எஸ்.வி ஆகியோர் தங்களது உச்சபட்ச நாட்களில் அப்படிச் செய்திருக்கக்கூடும் என்று தோன்றுகிறது.

தேவாவின் முதல் படமான 'மனசுக்கேத்த மகராசா'வில் 'ஆத்துமேட்டு தோப்புக்குள்ள' என்ற பாடல் இன்றும் பிரபலம். எஸ்.பி.பியும் சுசிலாவும் பாடிய பாடல் அது. அந்தப் படம் வெளிவந்தபின்னர் தேவா இசையமைத்த 'வைகாசி பொறந்தாச்சு' படம்தான் அவரைத் தமிழகத்தின் மூலை முடுக்கெல்லாம் கொண்டு சேர்த்தது. 'நீலக்குயிலே நீலக்குயிலே', 'சின்னப்பொண்ணுதான் வெக்கப்படுது', 'கண்ணே கரிசல்மண்ணு', 'தண்ணீக் கொடம் எடுத்து' ஆகிய பாடல்கள் இன்றும் பலருக்கும் நினைவிருக்கலாம். மலேசியா வாசுதேவன் பாடிய 'ஆத்தா உன் கோவிலிலே' பாடலைப் பல கோவில்களில் கேட்டிருக்கிறேன். (இந்தப் படமும் பிரமாதமாக ஓடியதால், ஹிந்தியிலும் 'ஐ லவ் யூ' என்ற பெயரில் பிரசாந்த்தையே ஹீரோவாகப் போட்டு 1992ல் எடுக்கப்பட்டது). வைகாசி பொறந்தாச்சு படத்துக்காகத் தமிழ்நாடு அரசின் சிறந்த இசையமைப்பாளர் விருது தேவாவுக்குக் கிடைத்தது.

இப்படத்துக்குப் பின் உடனடியாக மிகவும் பரபரப்பான இசையமைப்பாளராக மாறினார் தேவா. இரண்டே வருடங்களில் ரஜினி படத்துக்கு இசையமைப்பாளராக ஆகிறார் (அண்ணாமலை). பாடல்கள் சூப்பர்ஹிட் ஆகின்றன. சரமாரியாகப் பல படங்கள். 'சூரியன்' படத்துக்கு இசையமைக்கிறார். மறுபடியும் சூப்பர்ஹிட் பாடல்கள். இப்படியாக, 1991ல் இருந்து அடுத்த பதிமூன்று வருடங்களில் எக்கச்சக்கப் படங்கள்.

தேவாவின் சிறப்பம்சம் என்ன? அவரது பாடல்கள் எந்தவகையில் பிற இசையமைப்பாளர்களிடம் இருந்து மாறுபட்டவை?

தேவாவின் பெரும்பாலான பாடல்களில் ஒரு துள்ளல் இருக்கும். அவர் உபயோகிக்கும் தபலா, டோலக் முதலிய வாத்தியக் கருவிகளின் தாளக்கட்டே வேகமாகத்தான் இருக்கும். இதனாலேயே அப்பாடல்கள் சுறுசுறுப்பாக இருந்து, நம்மை ஆடவைக்கும் தன்மை உடையவையாக இருக்கும். அவரது எந்தப் படமாக இருந்தாலும் சரி பாடல்களை கவனியுங்கள். 'வந்தேண்டா பால்காரன்', 'நான் ஆட்டோக்காரன்', 'அதாண்டா இதாண்டா அருணாச்சலம் நாந்தாண்டா' போன்ற ரஜினி பாடல்களானாலும் சரி, 'வேல வேல வேல வேல', 'வை ராஜா வை', 'கந்தசாமி மாடசாமி குப்புசாமி ராமசாமி' போன்ற கமல்ஹாஸன் பாடல்களானாலும் சரி, பிற நடிகர்களுக்கு தேவா இசையமைத்த பாடல்களானாலும் சரி - வேகமான தாளக்கட்டால் துடிப்புடன் இருக்கும் பாடல்களாகத்தான் பெரும்பாலானவை இருக்கும். அதே சமயம், இதற்கு எதிர்வெட்டாக, அருமையான பல மெலடிக்களையும் தேவா அளித்திருக்கிறார். 'ஒரு கடிதம் எழுதினேன்', 'கொஞ்ச நாள் பொறு தலைவா', 'காதலி காதலி காதலால் தவிக்கிறேன்', 'காதல் பிரியாமல்', 'ராசிதான் கை ராசிதான்', 'தஞ்சாவூரு மண்ணெடுத்து', 'ஏ நிலவே', 'காலமெல்லாம் காதல் வாழ்க', 'நலம் நலமறிய ஆவல்' போன்ற அழகான பாடல்கள் தேவாவிடம் உண்டு.

தேவா என்றதும் கானா பாடல்களும் நினைவுக்கு வரும். காதல் கோட்டையில், 'கவலைப்படாதே சகோதரா' பாடலில் இருந்து கானா பாடல்கள் தொடர்ந்து தேவாவின் இசையில் இடம்பெற ஆரம்பித்தன. அவரே பாடிய அந்தப்பாடல் தமிழ்நாடெங்கும் பிரபலம் அடைந்தது. தொடர்ந்து 'சலோமியா', 'ஒயிட்டு லகான் கோழி ஒண்ணு கூவுது', 'கந்தன் இருக்குமிடம் கந்தகோட்டம்', 'குன்றத்துல கோயில் கட்டி', 'நான் சால்ட்டு கொட்டா', 'வா முனிமா வா', 'கொக்க கோலா ப்ரவுனு கலருடா', 'ஆண்டாளு என் ஆண்டாளு' முதலிய பாடல்கள் ரசிகர்களை மெய்மறக்கவைத்தன. இப்பாடல்களை இன்றும் பல பேருந்துகளில் கேட்கமுடியும். தேவாவின் கானா ஹிட்ஸ் என்றே டிவிடிக்கள் விற்கப்படுகின்றன.

நடிகர் விஜய்யை அடிக்கடி பாட வைத்தவர் தேவாதான். விஜய்யின் ஆரம்பகாலப்படங்களில் பல, தேவா இசையமைத்தவை. ரசிகன் படத்தின் 'பாம்பே சிட்டி சுக்கா ரொட்டி வந்தாபாரு

செவத்தக்குட்டி' பாடலின் மூலம்தான் விஜய் பின்னணிப் பாடல்களே பாட ஆரம்பித்தார். இன்றுவரையிலுமே விஜய் பாடிய பாடல்களில் தேவா படங்களே அதிகம்.

தேவாவின் பாடல்களின் கட்டமைப்பு புரிந்து, அவர் பாடல்களே இப்படித்தான் இருக்கும் என்று ரசிகர்கள் ஒரு முடிவுக்கு வரும் நேரங்களில், டமாலென்று தனது இசையமைக்கும் முறையையே மாற்றி, 'ஆசை', 'நேருக்கு நேர்', 'வாலி', 'குஷி', 'சிட்டிசன்', 'முகவரி', 'சாக்லேட்' போன்ற படங்களுக்கு இசையமைப்பார். இப்படி அவ்வப்போது முற்றிலும் தன்னை மாற்றிக்கொண்டு இசையமைத்த இசையமைப்பாளர் வேறு யாரும் இல்லை என்றே நினைக்கிறேன்.

விஜயகாந்த், சரத்குமார் ஆகிய நடிகர்களுக்குப் பல படங்கள் இசையமைத்திருக்கிறார் தேவா. அதேபோல் அஜீத்துக்கும் விஜய்க்கும் ஆரம்பகாலப் படங்களில் தேவாதான் இசை. தொண்ணூறுகளில் ஒரு சமயத்தில் கல்லூரிப் படங்களாகவே வர ஆரம்பித்திருந்தன. அவற்றில் பெரும்பாலும் தேவாவின் இசைதான் இருக்கும். கட்டாயம் ஒரு குத்துப்பாடலும் உண்டு. க்ளைமேக்ஸுக்கு முன்னர் வரும் பாடல் கானாவாகவோ குத்துப்பாட்டாகவோ அமைப்பதுதான் தனது ஸ்டைல் என்று தேவாவே பேட்டிகளில் கூறியிருக்கிறார். பெரும்பாலும் அவருக்கு முன்னர், இத்தகைய பாடல்கள் ஓரளவு மெதுவாகவே இருக்கும் என்றும், இவர்தான் அப்பாடல்களைத் துடிப்போடு அமைக்கத் துவங்கியதாகவும் குறிப்பிடுகிறார்.

சென்னையில் ஒரு குறிப்பிட்ட வட்டாரத்துக்குள் மட்டும் பாடப்பட்டுக்கொண்டிருந்த கானா பாடல்களைத் தமிழகமெங்கும் பரப்பியது தேவாதான். அவரது பாதையை அடியொற்றித்தான் இன்று கானா பாலா, மரண கானா விஜி, ஆண்ட்டனி தாசன் முதலியவர்கள் பயணிக்கின்றனர். இந்தப் பயணத்துக்கு விதை, தேவா போட்டதுதான் என்ற வகையில், அவரது பாடல்களில் எனக்கு மிகவும் பிடித்த பாடலைத்தான் இந்த அத்தியாயத்தில் பார்க்கப்போகிறோம்.

ரேக்ளா வண்டி ஓட்டும் நபர் ஒருவர், தனது காதலிக்கும் தனக்கும் இருக்கும் உறவைப்பற்றி மகிழ்ச்சியோடு பாடுகிறார். பயணிகளாக

வரும் இருவர் அதனை ரசிக்கின்றனர். 'காதலே நிம்மதி' என்ற படத்தில் வரும் பாடல் இது. சூர்யா 1998ல் ஹீரோவாக நடித்த படம். முரளி கௌரவ வேடம். சிவசக்தி பாண்டியன் தயாரித்த படம். அப்போதெல்லாம் பல புதுமுக இயக்குநர்களுக்கு அவர் வாய்ப்பு கொடுப்பார். 'காதல் கோட்டை', 'காலமெல்லாம் காதல் வாழ்க' ஆகிய படங்களின் வெற்றிக்குப் பின் இப்படம் வெளியானது. ஆனால் தோல்வி அடைந்தது.

பாடலின் ட்யூன் வசீகரமானது. மட்டுமில்லாமல், பாடலை தேவாவே பாடியிருப்பார். லேசான நடுக்கத்துடன் கூடிய அவரது குரல், கானா பாடல்களுக்கென்றே எழுதிவைக்கப்பட்டது போல இருக்கும். அழகான, துள்ளலான கானா.

விதவிதமா சோப்பு சீப்பு கண்ணாடி...
என் அக்கா மக வந்து நின்னா முன்னாடி
எப்பவுமே காதல் ஒரு கண்ணாடி
அத உடைச்சிடாம பாக்குறவன் கில்லாடி
என் அக்கா பொண்ணு அஞ்சல
நான் வச்சேன் பாரு நெஞ்சுல
நாங்க ரெண்டு பேரும் பிஞ்சுல
அட எங்கேயும் போயி கொஞ்சல

டாவு டாவு டாவுடா டாவில்லாட்டி டையிடா...

ஒரு நாள் மார்கழி மாசம்
காலங்காத்தால அவ வீட்டு முன்னாலே
காலையில் எழுந்து கோலம் போடுகையில்
காதல் சுமந்துகிட்டு நானுமிருந்தண்டா
இருந்து பார்க்கையில் ஜன்னல் தொறந்தண்டா
கொஞ்சும் குமரிய கண்ணுல பார்த்தண்டா

அவ என்னப்பார்த்தா... நான் அவள பார்த்தேன்
கண்ணும் கண்ணும் முட்டிக்கிச்சி
காதல் வந்து ஒட்டிக்கிச்சி

டாவு டாவு டாவுடா டாவில்லாட்டி டையிடா...

சென்னை மாநகரிலே... சவுத் உஸ்மான் ரோட்டிலே

லலிதா ஜுவெல்லரியில் நெக்லசு வாங்கி தந்தேன்
பகவான் கடையிலே கட்பீசு வாங்கி தந்தேன்
கண்ணுல அளவெடுத்து ஜாக்கெட்டு தைச்சி தந்தேன்
தேவி தியேட்டருல காதல் கோட்டை படம் பார்த்தோம்

அவ என்னைத் தொட்டா... நான் அவள தொடல

கண்ணும் கண்ணும் ஒட்டிக்கிச்சு காதல் வந்து முட்டிக்கிச்சு
டாவு டாவு டாவுடா டாவில்லாட்டி டையிடா...!

12. மடி மீது தலைவைத்து விடியும்வரை தூங்குவோம்

கிருஷ்ணன் கோயில் வெங்கடாசலம் மகாதேவன் என்ற இயற்பெயரை விடவும், கே.வி. மகாதேவன் என்ற பெயரில் தமிழின் மிக மிக முக்கியமான இசையமைப்பாளர்களில் ஒருவரான கே.வி. மகாதேவன் பற்றித்தான் இந்த அத்தியாயத்தில் பார்க்கப்போகிறோம்.

வடசேரியின் அருகே இருக்கும் கிருஷ்ணன்கோயிலில் 1918ல் மார்ச் 20ம் தேதி பிறந்தவர் மகாதேவன். இவரது தாத்தா, திருவிதாங்கூர் அரண்மனையில் சங்கீத வித்வானாக இருந்தவர். மிக இளமையிலேயே, தந்தையின் மூலமாகவும், ஊருக்கு சற்றுத் தாலைவில் வசித்து வந்த பூதப்பாண்டி அருணாசலக் கவிராயரிடமும் நன்றாக சங்கீதம் பயின்றவர் மகாதேவன். சங்கீதம் மட்டு மல்லாது, பலவிதமான இசைக்கருவிகளைக் கையாளும் தீர்க்கமான ஞானமும் பெற்றவர். பதினாலே வயதில், பாலகந்தர்வ கானசபா என்ற சென்னையைச் சேர்ந்த நாடக சபாவில் சேர்ந்து, ஸ்த்ரீபார்ட் உட்பட பல வேடங்களில் நடித்திருக்கிறார். இசையையும் நல்கியிருக்கிறார். ஆனால் நாடகசபா மூடப்பட்டுவிட்டதால், சென்னையிலேயே ஒரு ஹோட்டலில்

சர்வராகவும் அப்போதே இருந்திருக்கிறார். சர்வர் மட்டுமல்லாது, இன்னும் பல வேலைகளையும் சென்னையில் இருந்த ஆரம்ப நாட்களில் செய்திருக்கிறார். பதினாலாவது வயதில் இருந்து 3-4 வருடங்கள் இப்படிப்பட்ட வேலைகளைச் செய்துகொண்டே இசையில் வாய்ப்புகளையும் தேடிக் கொண்டிருந்தார் மகாதேவன்.

அப்போது, இன்னொரு நாடகக் கம்பெனியில் ஒரு வாய்ப்பு கிடைக்க, அவர்களுடன் எஸ்.வி. வெங்கட்ராமனின் கண்ணில் மகாதேவன் பட, அவரது இசை வெங்கட்ராமனைக் கவர்ந்துவிட, அவரது உதவியாளராகச் சேர்த்துக்கொள்ளப்பட்டு மறுபடியும் சென்னை வருகிறார். வெங்கட்ராமன் அதுவரை கதாநாயகனாக நடித்துக்கொண்டிருந்தவர், ஏ.வி.எம்மின் 'நந்தகுமார்' (1938) படத்தில்தான் முதன்முதலில் இசையமைக்கும் வாய்ப்பையும் பெற்றிருந்தார் (இதுதான் டி.ஆர். மகாலிங்கம், டி.ஆர். ராமச்சந்திரன் ஆகியவர்களுக்கு முதல் படம். தமிழில் முதன்முறையாகப் பின்னணிப் பாடல்கள் பாட வைக்கப்பட்ட படமும் இதுதான் என்று அறிகிறோம். இப்படத்தில் பாடிய மும்பையைச் சேர்ந்த லலிதா வெங்கடராமன் தான் அந்த வகையில் தமிழின் முதல் பின்னணிப் பாடகி). இதில்தான் முதன்முதலில் கே.வி. மகாதேவன் வேலை செய்தார். ஆனால் படம் தோல்வி அடைந்தது.

இதன்பின் ஓரிரு இசையமைப்பாளர்களிடம் உதவியாளராகவே இருந்து வந்தார் மகாதேவன். அப்போதுதான், 1942ல், மாடர்ன் தியேட்டர்ஸின் 'மனோன்மணி' படத்தில் இசையமைப்பாளர் டி.ஏ. கல்யாணம், தனது உதவியாளரான மகாதேவனுக்கு ஒரு பாடலுக்கு இசையமைக்கும் வாய்ப்புக் கொடுக்கிறார். அப்படி மகாதேவன் இசையமைத்த முதல் பாடல், 'மோகனாங்க வதனி' என்ற பாடல். இதைப் பாடியவர் பி.யூ. சின்னப்பா. இப்படித்தான் மகாதேவனின் திரைவாழ்க்கை துவங்கியது.

இதன்பின் அதே வருடம், ஆனந்தன் (அல்லது) அக்னிபுராண மகிமை என்ற படத்துக்குத்தான் முதன்முதலில் இசையமைக்கிறார் மகாதேவன் (படமோ பாடல்களோ இப்போது துளிக்கூட எங்கும் இல்லை. அழிந்துவிட்டன). பின்னர் படிப்படியாக ஒவ்வொரு படமாக இசையமைத்து, ஹெச்.எம்.வி நிறுவனத்துடன் இணைந்து

பக்திப் பாடல்களையும் இசையமைத்து வந்தார். நாற்பதுகளில் சில படங்களுடன், ஐம்பதுகளில் ஒருசில படங்களுக்கு இசையமைத்து வந்த போதுதான், 'கூண்டுக்கிளி' படத்தில் மகாதேவனுக்கு வாய்ப்பு கிடைக்கிறது. இப்படத்தைப் பற்றி உங்களுக்கே தெரிந்திருக்கும். எம்.ஜி.ஆரும் சிவாஜியும் இணைந்து நடித்த முதல் படம். இதில்தான் டி.எம்.எஸ் சிவாஜிக்காகப் பாடிய முதல் பாடல் இடம்பெற்றது என்று அறிகிறோம் (கொஞ்சும் கிளியான பெண்ணை).

இதன் பின்னர் சில படங்களுக்குப் பிறகு, குலேபகாவலியில் இடம்பெற்ற 'மயக்கும் மாலைப் பொழுதே நீ போ போ' பாடலுக்கு மட்டும் கே.வி.எம் இசையமைத்தார் (படத்துக்கு இசை எம்.எஸ்.விஸ்வநாதன். பாடல் மட்டும் கூண்டுக்கிளிக்காகப் போடப்பட்டது. ஆனால் அதில் உபயோகமாகவில்லை. இயக்குநர் ராமண்ணாவின் வேண்டுகோளுக்கு இணங்க இப்படத்தில் அப்பாடல் உபயோகப்படுத்தப்பட்டது). இதன்பின்னர் வெளியாகி, நன்றாக ஓடி, மகாதேவனை மிகவும் பிரபலப்படுத்தியதுதான் 'டவுன்பஸ்'. அப்படத்தின் பாடல்களை இன்றும் யாருமே மறக்க இயலாது (பொன்னான 'வாழ்வே மண்ணாகிப் போமா', 'சிட்டுக்குருவி சிட்டுக்குருவி சேதி தெரியுமா'). பின்னர் தேவர் ஃபிலிம்ஸின் 'தாய்க்குப் பின் தாரம்' படத்துக்கு இசையமைத்தார் மகாதேவன். அதுதான் தேவர் ஃபிலிம்ஸின் முதல் படமும் கூட ('மனுசன மனுசன் சாப்பிடுறாண்டா தம்பிப்பயலே', அசைந்தாடும் தென்றலே தூது செல்லாயோ', 'என் காதல் இன்பம் இதுதானா). இதன்பின்னர் தேவர் ஃபிலிம்ஸின் பல படங்களுக்குத் தொடர்ந்து இசையமைத்தார்.

இதன்பின் தமிழின் புகழ்பெற்ற இசைமைப்பாளர்களில் ஒருவராக மாறினார் மகாதேவன். எண்ணற்ற படங்களுக்கு இசையமைத்தார். தமிழ் மட்டும் அல்லாமல் தெலுங்கு, மலையாளம் ஆகிய மொழிகளிலும் ஏராளமாக இசையமைத்து, இரண்டு தேசிய விருதுகளும் வாங்கியிருக்கிறார் (கந்தன் கருணை & சங்கராபரணம்).

எம்.ஆர்.ராதா குத்தாட்டம் போட்ட 'மாமா மாமா மாமா' (மகாதேவனையே 'மாமா' என்றுதான் அனைவரும் அழைப்பார்கள் என்பது குறிப்பிடத்தக்கது), 'ஒரே கேள்வி ஒரே கேள்வி எந்தன்

நெஞ்சிலே', 'ஏதோ மனிதன் பிறந்துவிட்டான்', 'வண்ணத்தமிழ்ப் பெண்ணொருத்தி என் எதிரே வந்தாள்', 'காவியமா நெஞ்சின் ஓவியமா', 'ஒரு நாள் போதுமா', 'பாட்டும் நானே பாவமும் நானே', 'மறைந்திருந்து பார்க்கும் மர்மமென்ன', 'ஒரே ஒரு ஊரிலே ஒரே ஒரு ராஜா', 'கொஞ்சிக் கொஞ்சிப் பேசி மதிமயக்கும்', 'பதினாறும் நிறையாத பருவமங்கை', 'பட்டணம்தான் போகலாமடி', 'சித்தாடை கட்டிக்கிட்டு', 'வீணைக்கொடியுடைய வேந்தனே' (வெங்கட்ராகவனுக்கு மிகப்பிடித்த பாடல் இது. ராவணனே விஸ்தாரமாகப் பாடும் பாடல்), 'மண்ணுக்கு மரம் பாரமா', 'கல்லிலே கலைவண்ணம் கண்டான்', 'கல்யாணம் ஆனவரே சௌக்யமா', 'சிரித்துச் சிரித்து என்னைச் சிறையிலிட்டாள்', 'ஒருத்தி ஒருவனை நினைத்துவிட்டால்', 'கட்டித்தங்கம் வெட்டியெடுத்து', கங்கைக்கரைத் தோட்டம்', 'ஒருவன் மனது ஒன்பதடா', 'உன்னை அறிந்தால் நீ உன்னை அறிந்தால்', 'மஞ்சள் முகமே வருக', 'ஹலோ ஹலோ சுகமா', 'கண்ணெதிரே தோன்றினாள்', ஏ.பி.நாகராஜனின் பாடல்கள், சங்கராபரணம் பாடல்கள் என்று கே.வி. மகாதேவனின் பிரபல பாடல்களை இங்கே பட்டியல் போட ஆரம்பித்தால், நூறு பக்கங்களையும் தாண்டி எழுதவேண்டிவரும் என்பதால், அவரது இசையில் எனக்குப் பிடித்த ஒரு பாடலை மட்டும் இங்கே கவனிக்கலாம்.

அதற்கும் முன்னர், கே.வி. மகாதேவன் எப்படி இசையமைப்பார் என்றும் பார்க்கலாம். தமிழில் ஒரு அரிய மாண்பை அவர்தொடர்ந்து கடைப்பிடித்து வந்தார். பொதுவாக இசையமைப்பாளர்கள் ஒரு ட்யூனை அமைப்பார்கள். பின்னர் அந்த மெட்டுக்கு ஏற்பப் பாடலாசிரியர்கள் பாடல் வரிகளை எழுதுவார்கள். இதுதான் வழக்கம். ஆனால் கே.வி. மகாதேவனோ, முதலில் பாடலை எழுதி வாங்கிக்கொள்வார். அதன்பின் அந்தப் பாட்டுக்கு மெட்டமைப்பார். இதுதான் மகாதேவனின் கொள்கையும் கூட.

எனவே, அவர் இசையமைத்த படங்களில் பெரும்பான்மையான பாடல்கள் இப்படி இசையமைக்கப்பட்டவையே.

அறுபதுகள் தவிர, எழுபதுகள், எண்பதுகளில் கூடப் பிரமாதப்படுத்தியவர் மகாதேவன். அவருக்கு தேசிய விருது

வாங்கித்தந்த 'சங்கராபரணம்', எண்பதுகளின் படமே. தமிழில் இது பிய்த்துக்கொண்டு ஓடியது நினைவிருக்கலாம். இப்படத்தின் பாடல்கள் இன்றும் மறக்க இயலாதவை.

கே.வி. மகாதேவன் இசையமைத்து, பி. மாதவன் இயக்கி, 1963ல் வெளிவந்த படம், 'அன்னை இல்லம்'. சிவாஜி கணேசனும் தேவிகாவும் நடித்தது. இந்தப் படத்தில் அத்தனை பாடல்களும் பிரமாதமாக இருக்கும். 'எண்ணிரண்டு பதினாறு வயது' பாடலை மறக்கவே முடியாது. 'நடையா இது நடையா' பாடல் ஒரு காலத்தில் தூர்தர்ஷனின் ஒளியும் ஒலியும் நிகழ்ச்சியில் டேப் தேய ஒளிபரப்பட்ட பாடல்.

இப்படத்தில்தான் 'மடி மீது தலை வைத்து விடியும் வரை தூங்குவோம்' என்ற அற்புதமான பாடல் இடம்பெறுகிறது. கதாநாயகனும் நாயகியும் காதல் பொங்கப் பாடிக்கொள்ளும் பாடல். இந்தப் பாடலின் மெட்டை கவனித்துப் பாருங்கள். அவ்வளவு அழகான ட்யூன் இது. பாடிய சுசீலாவும் டி.எம். எஸ்ஸும் பிரமாதப்படுத்தியிருப்பார்கள். பாடலை எழுதியவர் கண்ணதாசன். சொல்லவும் வேண்டுமா பாடலின் இனிமைக்கு?

கே.வி. மகாதேவன் ஒரு ஜீனியஸ். அவரது பாடல்களைத் தேடிப்பிடித்துக் கேட்டுப் பாருங்கள். தமிழின் அற்புதமான இசையமைப்பாளர்களில் ஒருவர். இவரைத் தவிர்த்துவிட்டுத் தமிழ்த்திரையுலகை நினைத்தே பார்க்க இயலாது.

(உண்மையில் இந்த அத்தியாயத்தில், 'வீர அபிமன்யு' படத்தின் 'பார்த்தேன் சிரித்தேன் பக்கத்தில் அணைத்தேன்' என்ற அட்டகாசமான பாடலைப் பற்றி எழுதவேண்டும் என்றே நினைத்தேன். ஆனால் இரண்டு பாடல்களையும் திரும்பித்திரும்பிக் கேட்கையில், 'மடிமீது தலைவைத்து' பாடலே வென்றது).

மடி மீது தலை வைத்து விடியும் வரை தூங்குவோம்
மறு நாள் எழுந்து பார்ப்போம்
மடி மீது தலை வைத்து விடியும் வரை தூங்குவோம்
மறு நாள் எழுந்து பார்ப்போம்.
மங்கலக் குங்குமம் நெஞ்சிலே மல்லிகை மலர்கள் மண்ணிலே

மங்கலக் குங்குமம் நெஞ்சிலே மல்லிகை மலர்கள் மண்ணிலே
பொங்கிய மேனி களைப்பிலே பொழுதும் புலரும் அணைப்பிலே
ஆஹா ஓஹோ ம்ம்

மடி மீது தலை வைத்து விடியும் வரை தூங்குவோம்
மறு நாள் எழுந்து பார்ப்போம்

இரவே இரவே விடியாதே இன்பத்தின் கதையை முடிக்காதே
இரவே இரவே விடியாதே இன்பத்தின் கதையை முடிக்காதே
சேவல் குரலே கூவாதே சேவல் குரலே கூவாதே சேர்ந்தவர்
உயிரைப் பிரிக்காதே சேர்ந்தவர் உயிரைப் பிரிக்காதே

மடி மீது தலை வைத்து விடியும் வரை தூங்குவோம்
மறு நாள் எழுந்து பார்ப்போம்

வாயின் சிவப்பு விழியிலே மலர்க்கண் வெளுப்பு இதழிலே
வாயின் சிவப்பு விழியிலே மலர்க்கண் வெளுப்பு இதழிலே
சாயும் நிலவின் மழையிலே காலம் நடக்கும் உறவிலே

மடி மீது தலை வைத்து விடியும் வரை தூங்குவோம்
மறு நாள் எழுந்து பார்ப்போம்

பி.கு: கட்டுரைக்குப் பெரிதும் உதவியது, ராண்டார் கை எழுதிய பழைய திரைப்படங்களைப் பற்றிய கட்டுரைகள். அவைகள் நிஜமாகவே பொக்கிஷம் எனலாம். கூடவே, கோவையைச் சேர்ந்த பி.ஜி.எஸ் மணியன் அவர்கள் எழுதியிருக்கும் கட்டுரைகளும். ஒவ்வொரு தகவலையும் அவ்வளவு அற்புதமாகத் தொகுத்து வழங்கியிருக்கிறார் மணியன்.

13. மனசுல சூர காத்தே

தமிழ்த் திரைப்படங்கள் மட்டுமல்லாமல் இந்தியத் திரைப்படங்களிலேயே கூட, எப்போதுமே பாடல்களைப் பாடுபவர்கள் சிறந்த, நளினமான குரல்களைக் கொண்ட பாடகர்களாகத்தான் இருந்து வந்திருக்கின்றனர். தமிழை எடுத்துக்கொண்டால் தியாகராஜ பாகவதர், டி.எம்.எஸ், பி.பி ஸ்ரீநிவாஸ், யேசுதாஸ், ஜெயச்சந்திரன், எஸ்.பி.பி, மலேஷியா வாசுதேவன், மனோ போன்ற பாடகர்களும், பி.சுசீலா, எஸ். ஜானகி, ஜிக்கி, வாணி ஜெயராம், சுநந்தா, சித்ரா, சுஜாதா போன்ற பாடகிகளும் மிகப்பிரபலம். இவர்கள்தான் தமிழ்த் திரையுலகில் அதிகமான பாடல்களைப் பாடியிருப்பவர்கள். படம் எப்படி இருந்தாலும் சரி - நடிகர் யாராக இருந்தாலும் சரி — யாராவதுதான் பாடல்களைப் பாடியிருப்பார்கள். கதாநாயகன்/ இவர்களில் கதாநாயகிக்கு இவர்களின் குரல் பொருந்தியிருந்தாலும் பொருந்தாவிட்டாலும் அந்த சூழ்நிலைக்குப் பாடல் பொருந்தியிருந்தாலும் பொருந்தாவிட்டாலும் இவர்களில் ஒருவர்தான்.

அதேபோல், பாடல்களின் சூழ்நிலைகளுக்குத் தேவையான இசையும் கச்சிதமாக அந்தச் சூழலுக்கு இசையமைக் கப்பட்டிருக்காது. மாறாக, இயல்பாக இல்லாமல், அந்தச் சூழலையே இன்னும்

தூக்கிக்காட்டி அதன்மூலம் சற்றே செயற்கையான சூழலாக அதனை வெளிக்காட்டும் இசையே *(ro- manticized music)* பல வருடங்களாக இருந்து வந்தது. இது தவறே அல்ல. இந்தியா முழுதுமே இப்படித்தான் இருந்தது (சில வங்காளப்படங்களைத் தவிர). உங்களுக்குப் பிடித்த எந்தப் படத்தையும் யோசித்துப் பாருங்கள். இப்படிப்பட்ட ரொமாண்டிசைஸ் செய்யப்பட்ட சூழல்கள்தான் மிக அதிகம் என்பதை உணர்வீர்கள். காரணம் இந்தியாவில் இசை என்பது திரைப்படப் பாடல்களின் வாயிலாக மட்டும்தான் பெரும்பாலும் பல வருடங்களாக அறியப்படுகிறது. எனவே திரைப்படங்களின் காட்சிகள் ரொமாண்டிசைஸ் செய்யப்பட்டு இருப்பதால் பாடல்களும் அப்படித்தான் இருக்கமுடியும்.

ஹிந்தியில் அனுராக் காஷ்யப் மற்றும் அமித் த்ரிவேதியின் மூலம் இது உடைந்தது. அந்தப் படம் - தேவ் டி. 'திரை இசைக்குத் தேவையான குரல்' (மேலே உள்ள பட்டியலைப் பார்த்துக்கொள்ளவும்) என்றே கற்பனை செய்ய முடியாத குரல்களெல்லாம் அந்தப் படத்தில் பாடின. அதுதான் இயல்பாகவும் இருந்தது. அடுத்ததாக அனுராக்கின் 'குலால்' படத்தின் மூலம் பியுஷ் மிஷ்ராவும் இயல்பான, சூழலுக்குக் கச்சிதமாகப் பொருந்திய, ரொமாண்டிசைஸ் செய்யப்படாத இசையைக் கொடுத்தார். தமிழில் 'பருத்தி வீரன்' படத்தை இதற்கு ஒரு உதாரணமாகச் சொல்லலாம் ('டங்கா டுங்கா' மற்றும் 'ஊரோரம் புளியமரம்'. இந்த ஊரோரம் புளியமரம் பாடலின் மூலம் 'புதிய வார்ப்புகள்' படத்தில் வரும் தெருக்கூத்து). 'விருமாண்டி' படத்தில் ஒன்றிரண்டு பாடல்கள் இப்படி இருக்கும் ('கருமாத்தூர் காட்டுக்குள்ளே'). அதேபோல் 'தேவதை' படத்தின் 'வாரானே வாரானே வாட்டமுள்ள அரக்கன்' பாடல். எம். எஸ்.வியும் சரி - இளையராஜாவும் சரி ரஹ்மானும் சரி இப்படிப்பட்ட இயல்பான இசையை மிகவும் அரிதாகத்தான் கொடுத்திருக்கின்றனர்.

ரஹ்மானுக்கு 'தில்லி 6' படம் ஒரு உதாரணம். இந்தியத் திரை இசை கடந்த சில வருடங்களாகத்தான் இப்படிப்பட்ட

இயல்பான இசையை வழங்கத் துவங்கியிருக்கிறது என்று அவசியம் சொல்லலாம். இந்த மாற்றத்துக்குக் காரணம் அனுராக் காஷ்யப், விஷால் பரத்வாஜ் போன்ற இளைய தலைமுறை இயக்குநர்களின் படையெடுப்புதான். கூடவே, இப்போதைய உலகில் உலகின் அத்தனை மூலைகளிலும் இருக்கக்கூடிய இசை பற்றி இசை ஆர்வலர்களுக்கு அவசியம் பல தகவல்கள் கிடைப்பதும்தான். இது மிகவும் வரவேற்கத்தக்க விஷயமே.

எனவே, தமிழ்த் திரைப்படங்களில், இயல்பான, சூழலுக்குத் தகுந்த பாடல்கள் தற்சமயம் வெளிப்பட ஆரம்பித்திருக்கும் காலகட்டத்தில்தான் சந்தோஷ் நாராயணனின் இடம் முக்கியமானதாகிறது.

'அட்டகத்தி' பாடல்களை எடுத்துக்கொண்டால், அந்தப் படம் சென்னையின் ஊர்ப்புறத்தில் வாழும் இளைஞன் ஒருவனைப் பற்றிய படம். அவனது வாழ்க்கையில் சிறுவயதுமுதலே 'கானா' பாடல்கள் முக்கியமான இடத்தை வகித்து வந்திருக்கின்றன. அப்படியென்றால் அவன் உற்சாகமாகப் பாடும் தருணங்கள் எப்படி இருக்கும்? 'ஆடி போனா ஆவணி தாவணி' என்பதுபோன்ற கானாவாகத்தானே இருக்கும்? -அவ ஆள மயக்கும் அந்தப் பாடலுமே ரொமாண்டிஸைஸ் செய்யப்பட்ட சூழலில் வருவதில்லை. மாறாக இயல்பான தருணம் ஒன்றில்தான் வருகிறது. பாடலைப் பாடியவர் கானா பாலா. கானா பாடல்களைப் பாடுவதே இவரது தனித்தன்மை. இப்படி சூழல், பாடகர், இசை ஆகிய அனைத்தும் இயல்பாக இருப்பதே நல்ல இசைக்கும் படத்துக்கும் அடையாளம். மாறாக, இந்த தருணத்தில் தபேலா, டோலக் சகிதம் யேசுதாஸ் அல்லது ஜெயச்சந்திரன் போன்ற ஒரு குரல் ஒரு இனிமையான பாடலைப் பாடியிருந்தால் எப்படி இருந்திருக்கும்? பாடல் ஒருவேளை ஹிட் ஆகியிருக்கலாம். ஆனால் அந்த சூழலுக்குச் சற்றும் பொருந்திருக்காது.

இதுவேதான் 'நடுக்கடலுல கப்பலா' பாடலுக்கும் பொருந்தும். பாடல் இடம்பெறும் சூழல் அத்தகையது. இதுபோன்ற இடங்களில் இயக்குநரின் கருத்தும் இன்றியமையாதது. 'இன்னின்ன சூழலில் இன்னின்ன பாடல் வேண்டும்' என்று கேட்டுப்பெறும் தன்மை

அவசியம் ஒரு இயக்குநரிடம் இருக்கவேண்டும். அப்படி இருந்தால்தான் அந்தப் பாடல்கள் இயல்பாக இருக்கும். அந்த வகையில் சந்தோஷ் நாராயணனிடம் வேலை வாங்கிய இயக்குநர் ரஞ்சித்தும் குறிப்பிடத்தக்கவர். அந்தப் படத்தில் ஒரு பேண்டு வாத்திய இசையும் உண்டு. 'அடி என் கானா மயில்' என்ற பாடலும் இப்படிப்பட்டதே. சந்தோஷ் நாராயணனின் இசையைக் கேட்டால், அவர் முழுக்க முழுக்க வெஸ்டர்ன் இசையால் கவரப்பட்டவர் என்பது புரியும். அப்படிப்பட்டவரை கானாவை நோக்கி அழைத்துக் கொண்டு வந்தது இயக்குநரின் சாமர்த்தியம்தான் என்று தோன்றுகிறது. இதுதான் பரிசோதனை முயற்சி. இப்படிச் செய்யச் செய்யத்தான் ஒரு இசையமைப்பாளர் மெருகேற முடியும். மாறாக, தனக்கு எது வருகிறதோ அதிலேயே இருந்து கொண்டிருந்தால் தேக்க நிலை வந்துவிடும்.

அப்படித்தான் 'குக்கூ' படத்தை நாம் கருத வேண்டும். இது சந்தோஷ் நாராயணனின் களமே அல்ல. இது இளையராஜாவுக்கான களம். ஆனால், சந்தோஷ் நாராயணன் போன்ற ஒரு வெஸ்டர்ன் பாதிப்புள்ள இசையமைப்பாளர் இப்படித் தனக்கு இயல்பாக இல்லாத களத்தில் இறங்குவதே அவரை இன்னும் மேம்படுத்தும். அதேபோல் குக்கூ பாடல்கள் அந்தப் படத்துக்குத் தேவையான உணர்வுகளை வழங்கவே செய்தன. உண்மையில் சந்தோஷ் நாராயணன் இசையமைத்த பாடல்களிலேயே, குக்கூவின் பாடல்களுக்குத் தனி இடம் உண்டு என்பது என் கருத்து. ராஜு முருகன் இளையராஜா ரசிகர். எனவே அவரது படத்தில் பாடல்களும் அந்தச் சாயலில்தான் இருக்கும். அதில் சந்தோஷ் நாராயணனிடம் பாடல்கள் வாங்கியது அவரது திறமைதான்.

குக்கூவில், 'மனசுல சூறக்காத்தே' என்ற பாடலைப் பலரும் இன்னுமே மறந்திருக்க இயலாது. கேட்டவுடனேயே மனதில் தங்கிக்கொள்ளும் வகையைச் சேர்ந்த பாடல் இது. பாடலைப் பாடியிருக்கும் ஷான் ரோல்டன் பற்றியும் அவசியம் சொல்லவேண்டும். அற்புதமான குரல் படைத்த பாடகர். சமீபகாலங்களில் இவரது குரலின் வீச்சைப் போல இன்னொரு குரலை நான் கேட்டதில்லை. எந்த வகையான பாடலாக

இருந்தாலும் அநாயாசமாகப் பாடக்கூடிய குரல் இது. அவர் இசையமைத்துக் கொண்டிருப்பதும் வரவேற்கத்தக்கதே. 'ஜோக்கர்' படத்தில் தனது முழுத்திறமையையும் உபயோகித்திருப்பார். ஷான் ரோல்டனுடன் இணைந்து பாடியுள்ள திவ்யா ரமணியின் குரலும் பிரம்மாதம். இசை, குரல், வரிகள் என்று அனைத்திலுமே அருமையான அனுபவத்தைத் தரக்கூடிய பாடல்.

மனசுல சூர காத்தே அடிக்குது காதல் பூத்தே
மனசுல சூர காத்தே அடிக்குது காதல் பூத்தே
நிலவே சோறூட்டுதே கனவே தாலாட்டுதே
மின்னல் ஓசையும் காதிலே கேக்குதே
உந்தன் வாசனை வானவில் காட்டுதே

வாவென்று சொல்லும் முன்னே வருகின்ற ஞாபகம்
கண்ணே உன் கண்ணில் கண்டேன் அறியாத தாய்முகம்
ரகசிய யோசனை கொடுக்குதே ரோதனை
சொல்லாத ஓசை என்னை சுடச்சுடக் காய்ச்சுதே
பொல்லாத நெஞ்சில் வந்து புது ஒளி பாய்ச்சுதே
கண்ணிலே இல்லையே காதலும் நெஞ்சமே காதலின் தாயகம்
ஆனந்தம் பெண்ணாய் வந்தே அழகாய் பேசுதே
மின்சார ரயிலும் வண்ணக்குயில் போல கூவுதே
கைதொடும் போதிலே கலங்கவும் தோணுதே
அன்பே உன் அன்பில் வீசும் கருவறை வாசமே
எப்போதும் என்னில் வீச மிதந்திடும் பாவமே
மூங்கிலே ராகமாய் மாறுதே
மூச்சிலே வானொலி பாடுதே

மனசுல சூர காத்தே அடிக்குது காதல் பூத்தே
மனசுல சூர காத்தே அடிக்குது காதல் பூத்தே
மின்னல் ஓசையும் காதிலே கேக்குதே
உந்தன் வாசனை வானவில் காட்டுதே

14.

இறை... இசை... ஏ.ஆர்.ரஹ்மான்..! ஒரு ஸூஃபி பயணம் (1)

இனி ரஹ்மான் இசையமைத்திருக்கும் முக்கியமான ஸூஃபி பாடல்கள் பற்றிப் பார்க்கலாம். ரஹ்மான் பற்றி ஏற்கனவே எழுதியிருந்தாலும், அவரது ஸூஃபி ஈடுபாடு குறித்தும், அதில் அவரது பாடல்கள் குறித்தும் பொதுவான பாடல்கள் பற்றிய கட்டுரைகளில் எழுத முடியாது. இது அவசியம் தனியாகவே எழுதப்படக்கூடிய தலைப்புதான்.

ரஹ்மானிடம் உள்ள விசேடம் என்னவென்றால், ஸூஃபி இசையை அவரது பல பாடல்களில் அளித்துள்ளார் என்பதே. அவற்றில், காதல் பாடல்களும் அடங்கும். எனவே, நான் இங்கே எழுதப்போவது, இப்படிப்பட்ட அவரது பிரத்யேக ஸூஃபி பாடல்கள். இறைவனிடம் இறைஞ்சும் தன்மை உடையனவும் இவற்றில் அடங்கும். அதே சமயம், இறைப் பாடல்களாக இல்லாமல், காதல் பாடல்களாகவே இருந்தாலும்கூட, அவற்றிலும் ஸூஃபித் தன்மை உள்ள பாடல்களையும் பார்க்கலாம்.

முதலில், ஸூஃபி என்றால் என்ன அல்லது யார்? இதைத்

தெரிந்துகொண்டால், இந்தப் பாடல்களை இன்னும் ஆழமாக ரசிக்கமுடியும். எவர் ஒருவருக்குப் பிற உயிர்களின் மீது அளவற்ற அன்பு இருக்கிறதோ, எவர் ஒருவர் இறைவனின் மீது அளவில்லாத அன்பு கொண்டிருக்கிறாரோ, எவர் ஒருவர் மீது இறைவனும் அளவற்ற அன்பு செலுத்துகிறானோ, அவரே ஸூஃபி. உலகின் சகல இயக்கங்களிலும் இறைவனின் அருள் செயல்படுவதைக் கண்டு அறிந்து வாழ்பவர்களே ஸூஃபிக்கள். இவர்கள், தாங்கள் கண்டுணர்ந்த விஷயங்களைப் பாடல்களாகவும் புத்தகங்களாகவும் அளித்தும் இருக்கிறார்கள். இப்படித்தான் ஸூஃபிக்கள் முஸ்லிம் மதத்தினரால் விளக்கப்படுகிறார்கள் (இத்தகைய நிலையில் இருப்பவர்கள் பல்வேறு மதங்களிலும் உண்டு. அருளாளர்கள் என்பது பொதுவான பொருள்).

இப்படிப்பட்ட ஸூஃபிக்கள், தங்களது இறைநம்பிக்கையை வெளிப்படுத்தும் வண்ணம் பாடல்களை எழுதினர். இறைவன் மீது இவர்களின் காதல் பொங்கி, அந்தக் காதலை உள்ளத்தைத் தொடும் இசையோடு வழங்கினர். இந்தியாவில் மிகப்பெரும்பாலும் 'கவ்வாலி' (*Qawwali* - கடவுளைப் பற்றிய உச்சரிப்பு) என்ற ஸூஃபி இசைவடிவமே பிரபலம். இது முகலாயர்கள் காலத்தில் பெர்ஷிய, அரேபிய, துருக்கிய இசைகளுடன் இந்திய இசையைக் கலந்து உருவானது என்று அறிகிறோம்.

பெரும்பாலும் உருது வார்த்தைகள் இந்தக் கவ்வாலிகளில் இடம்பெறும். உருது மொழிக்கே ஒரு இனிமை உண்டு. ஹிந்தியில் பல பாடல்களில் பெரும்பாலும் உருது வார்த்தைகளே உபயோகப்படுத்தப்படுகின்றன. அவை துல்லியமாக உச்சரிக்கப்படும்போது எழும் இனிமையை எழுத்தில் வடிக்க இயலாது. கேட்டால் மட்டுமே புரியும் (முகத்தர் என்ற வார்த்தையை அப்படியே உச்சரிக்க இயலாது. மு(க்)ஹத்தர் என்று சொல்லவேண்டும். மேல்தொண்டையில் இருந்து எழும் 'க்ஹ' என்ற ஒலி, உருதுவின் வார்த்தைகளுக்கு மிகவும் முக்கியம். உச்சரிப்பு துல்லியமாக இருந்தால்தான் அவ்வார்த்தைகள் ஏற்றம் பெறும்). உதாரணமாக, ரஹ்மானின் 'தில் ஸே' (தமிழில் உயிரே) படத்தின் ஹிந்திப் பாடல்களைச் சொல்லலாம். குல்ஸார் என்ற அற்புதமான கவிஞனின் பாடல் வரிகள் மூலமாக உருது

அத்தனை அழகாகப் பாயும். அப்படத்தில் ‘சைய சைய சய்யா சய்யா’ பாடலைக் கேட்டாலே போதும். ‘ஜின்கே சர் ஹோ இஷ்க்கிச்சாவோன்... பாவ்(ன்) கே நீச்சே ஜன்னத் ஹோகி’ என்ற வரிகளுடன்தான் அந்தப் பாடலே துவங்குகிறது. இவ்வரிகளுக்கு என்ன அர்த்தம் என்றால், ‘எவரெவர்களின் தலைகளில் காதலின் நிழல் படிந்திருக்கிறதோ, அவர்களின் பாதங்களுக்கு அடியில் சொர்க்கம் இருக்கிறது’ என்பதே. குல்ஸாரின் அற்புதமான கவித்துவத்துக்கு இவ்வரிகள் ஒரு சிறிய உதாரணம் மட்டுமே. இப்பாடல் நெடுகிலும் அவ்வளவு அற்புதமான வரிகளும் வார்த்தைகளும் உருதுவில் உள்ளன. இந்தப் பாடல் ஒரு சூஃபி பாடல் என்று சொன்னால் நீங்கள் நம்பமாட்டீர்கள். ஆனால் நிஜம். பாடலின் வரிகளின் பொருளைக் கவனித்தாலே போதும். நான் மேலே குறிப்பிட்ட வரிகளே ஒரு அழகான சூஃபிக் கவிதை போன்றவைதான்.

அதே போல் தில் ஸே படத்தில் இடம்பெறும் மற்றொரு பாடலான ‘தில் ஸே ரே’ (சந்தோஷக் கண்ணீரே), இதுவரை எனக்குப் பிடித்த அத்தனை பாடல்களிலும் சிறந்த பாடலாகவே தோன்றும். காரணம், அப்பாடலில் உபயோகப்படுத்தப்பட்டிருக்கும் அட்டகாசமான, உலகத்தரமான இசை மட்டும் அல்ல அந்தப் பாடலின் வரிகளும், அவ்வரிகள் நமக்கு உணர்த்தும் பொருளுமேதான். ஒருசில வரிகளை மட்டும் கவனிக்கலாம்.

‘சூரியன் உதித்துவிட்ட வேளை...
தட்பவெப்பம் கொஞ்சம் குறைந்திருந்த வேளை...
ஒரு சூறைக்காற்று உருவானது...
உள்ளத்தில் இருந்து அப்போது ஒரு கதறல் வெடித்துக் கிளம்பியது...
இதயம், போயும் போயும் இதயம்தானே?
இனிமையும் கடுமையும் கலந்த ஒன்றுதானே அது?
இலையுதிர்காலத்தின் இரண்டு இலைகள், கிளைகளில் இருந்து உதிர்ந்தன...
பல காலங்கள் கடந்தன...
அந்த இரண்டு துயரமான இலைகள், மீண்டும் துளிர்க்க

விரும்பி, மிகப்பெரிய பாலைவனத்தையும் காடுகளையும் கடந்துபோயின...
அந்த இலைகள், நமது இதயங்கள்தான்...
இதயம் என்று இருந்தால் வலி என்பதும் இருக்கும்...
வலி என்று இருந்தால் அங்கே இதயமும் இருக்கும்...
காலங்கள் கடந்துகொண்டே இருக்கின்றன... இதயத்தில் இருந்து...

இதுதான் பாடலின் முதல் சரணத்தின் (தோராயமான) மொழிபெயர்ப்பு. கட்டாயம் இது ஸூஃபி வகையைச் சேர்ந்த பாடல்தான் என்பது வரிகளைப் படித்தாலே தெரிந்திருக்கும். தத்துவார்த்தமாகக் காதலை அணுகுகிறது இப்பாடல். எழுதியவர் குல்ஸாரேதான். உண்மையில் ஹிந்தியில் இவை மிக மிக ஆழமான வரிகள். என் மொழிபெயர்ப்பு தோராயம்தான். ஹிந்தியில் இப்படிப்பட்ட வரிகள் சர்வசாதாரணமாகப் பாடல்களில் இடம்பெறும். இதை எப்படி நாம் உணர முடியும் என்றால், மனுஷ்யபுத்திரன் இதுவரை அவரது வாழ்நாளில் எழுதிய ஒரே திரைப்படப் பாடலான 'அல்லா ஜானே' (உன்னைப்போல் ஒருவன்) பாடல் வரிகளை ஒருமுறை படித்துப் பாருங்கள். ஒருசில வரிகளை இங்கே கொடுக்கிறேன்.

'வீதிகள் எங்கும் வேதனை நிழல்கள்...
வீடுகள் எங்கும் விம்மிடும் குரல்கள்...
வீட்டுக்குப் போகும் பாதைகள் எங்கே...
வேட்டை முடிந்து திரும்புதல் எங்கே...
பிள்ளைகள் நடுங்கும் பேய்களின் நடனம்...
பேரிருள் இன்று நிலவினைத் திருடும்...
அழிந்தவர் குரல்கள் சுவர்களில் கேட்கும்...
அடுத்தவர் மொழிகள் திசைகளை அசைக்கும்...
வெல்பவர் இல்லாப் போர்களில் இங்கே...
வீழ்ந்தவர்க்கெல்லாம் பேர்களும் இல்லை...
முகங்கள் இல்லா மரணத்தின் பாதை
முடிவொன்றும் இல்லா அழிவொன்றின் பாதை...'

இந்த வரிகள் எப்படி உள்ளன? இவ்வரிகளோடு, 'அன்பே..

கண்ணே... அமுதே... காதலே... தேவதையே... கந்தர்வனே... உன் குழந்தையை என் வயிற்றில் சுமக்க வேண்டும்... அதுவே காதலின் லட்சியம் (சத்தியமாக இதே வரிகள் அண்மையில் ஒரு பிரபல திரைப்படத்தின் பாடலில் இடம்பெற்றன) என்றெல்லாம் மிகமிகப் பெரும்பாலும் வரிகள் இடம்பெறும் சமகாலத் தமிழ்ப்பாடல்களையும் ஒப்பிட்டுப் பாருங்கள். அப்போதுதான், குல்ஸார், ஜாவேத் அக்ஹ்த்தர், இர்ஷாத் கமில், ஆனந்த் பக்ஷி, மஜ்ரூ(ஹ்) சுல்தான்புரி போன்றவர்கள் எழுதும் பாடல் வரிகளின் முக்கியத்துவம் புரியும். வைரமுத்துவின் வரிகளில் ஆங்காங்கே அற்புதமான பொருள்கள் தெறிக்கும். ஆனால் அவரை விட்டால், இப்படிப்பட்ட ஆழமான பொருளோடு பாடல்கள் எழுத இங்கே பாடலாசிரியர்கள் குறைவே. ஆனால் உண்மையில் தமிழில் அருமையான கவிஞர்கள் ஏராளம். மனுஷ்யபுத்திரன் ஒரு உதாரணம். இப்படிப்பட்டவர்களை நம் திரையுலகம் உபயோகித்துக்கொண்டால் ஏராளமான ஆழமான பாடல் வரிகள் கிடைக்கும் என்பது என் தனிப்பட்ட ஏக்கம். மனுஷ்யபுத்திரனுக்கே இதுவரை ஒரே ஒரு பாடல்தான் கிடைத்தது என்பதை நினைவில் கொண்டால், அது கடினம் என்பதும் புரியும். அதுதான் தமிழின் பிரச்னை. நான் இங்கே தமிழைக் குறையே சொல்லவில்லை. ஆனால் அருமையான கவிஞர்கள் இருக்கும் சூழலில் ஏன் படங்களின் பாடல்கள் ஆழமாக இல்லை என்பதே என் வருத்தம்.

ரஹ்மானின் தில் ஸே பற்றிப் பேசிக்கொண்டிருந்தோம். அதிலேயே எனக்கு தில் ஸே ரேயை விடவும் மிகவும் பிடித்த பாடல் ஒன்று உண்டு. அதுதான் சைய்ய சைய்யா பாடலின் *softer* வெர்ஷனான 'தய்ய தய்ய தய்யா தய்யா'. இந்தப் பாடல் உருவான கதை சுவாரஸ்யமானது. சுக்விந்தர் சிங்குடன் ரஹ்மான், 'தக்ஷக்' என்ற கோவிந்த் நிஹலானி படத்தில் வேலை செய்திருக்கிறார். அதில் ஹிட் பாடலான 'முஜே ரங்தே' பாடலை எழுதியவர் சுக்விந்தர்தான். எனவே, சுக்விந்தருக்குப் பிடித்த பஞ்சாபிக் கவிஞரான புல்லே ஷா (*Peer Baba Bulleh Shah* பதினைந்தாம் நூற்றாண்டில் வாழ்ந்த ஒரு சூஃபிக் கவிஞர்) பற்றி ரஹ்மானிடம் சொல்கிறார். ஒரு தர்ஹாவில் கேட்ட அவரது சில வரிகளை

ரஹ்மானிடம் படித்துக் காட்டுகிறார். ரஹ்மானும் அவரது பாடல்களைப் படித்துப் பார்க்கிறார். அப்போது உருவான பாடல்தான் இது (உண்மையில் தில் ஸேயின் பாடல்கள் எல்லாமே தனிப்பட்ட ஸூபி ஆல்பத்துக்காக ரஹ்மான் உருவாக்கி வைத்திருந்தவையே). பின்னர் தில் ஸேயில் அந்தப் பாடலின் வரிகளில் குல்ஸாரின் உருது வார்த்தைகளும் சேர்ந்துகொண்டு, பாடலை ஒரு தூக்கு தூக்குவிட்டன.

தைய்ய தைய்யா பாடலின் வரிகளும் வசீகரமானவையே. முடிந்தால் பாடலின் வரிகளைக் கவனித்துப் பாருங்கள். இணையத்தில் பாடலின் மொழிபெயர்ப்பும் தாராளமாகக் கிடைக்கிறது.

தில் ஸேயின் பாடல்களில் இருக்கும் ஸூஃபித் தன்மைக்கு, 'சத் ரங்கீரே' பாடல் இன்னொரு உதாரணம். காதலில் இடம்பெறும் ஏழு நிலைகளைப் பற்றி மிகவும் விரிவாக இப்பாடல் பேசுகிறது. இந்த ஒவ்வொரு நிலையும், ஸூஃபி ஞானிகளின் புத்தகங்களில் இருக்கும் நிலைகளே என்று அறிகிறோம். சாதாரணமான காதலில் ஆரம்பித்து, அதன்பின் மெல்ல நெருங்கி, தீவிரமான காதலாக மாறி, பிரிவு என்பதையே தாங்கமுடியாத நிலைக்குச் சென்று, காதலனோ காதலியோ அல்லது இருவருமே அடுத்தவரிடம் அடிமையாகும் நிலையை அடைந்து, அந்த அடிமை நிலையே ஒருவிதப் பைத்தியமாக மாறி, பின்னர் இறப்பில் முடியும் நிலைகள் அவை. இந்த ஒவ்வொரு நிலையையுமே, இறைவன் என்ற அடிப்படையில் கவனித்தால் எல்லா அர்த்தங்களுமே மாறும். இந்தப் பாடலில் ஒரு ஹம்மிங் பாடல் நெடுக வரும். 'இஷ்க் பர் ஸோர் நஹி(ன்) ஹை யே வோ ஆதிஷ் காலிப் என்று துவங்கும் ஹம்மிங். இந்த வரிகள் மிர்ஸா காலிப்பின் வரிகளேதான். அதை குல்ஸார் தன் பாடலின் இடையே அருமையாகப் பயன்படுத்தியிருக்கிறார் (இவ்வரிகளுக்கு அர்த்தம் என்னவென்றால், 'காதல் ஒரு பெருநெருப்பு. அதை யாரும் கட்டுப்படுத்த இயலாது, காலிப். நினைத்ததும் அது பற்றிக்கொள்ளாது. அதேபோல் நினைத்ததுமே அதை அணைக்கவும் இயலாது). இந்த வரிகள், காதலின் ஏழு நிலைகளை விளக்கும் பாடலின் இடையே வருவது பொருத்தம்தானே?

எனவே, ரஹ்மானின் சூஃபிப் பாடல்களுக்கு தில் ஸே ஒரு மிகச்சிறந்த உதாரணம் என்பதால் அதைப்பற்றி விபரமாகச் சொன்னேன்.

அடுத்த அத்தியாயங்களில், ரஹ்மானின் சூஃபிப் பாடல்களை இன்னும் கொஞ்சம் ஆழமாக கவனிக்கலாம்.

15. இறை... இசை... ஏ.ஆர்.ரஹ்மான்...! ஒரு சூஃபி பயணம் (2)

சென்ற அத்தியாயத்தில், ரஹ்மானின் சூஃபி பாடல்கள் பற்றியும், தில் ஸே படத்தின் பாடல்கள் பற்றியும் விரிவாகக் கவனித்தோம். மேலும் தொடருவோம்.

தில் ஸே படத்தின் 'சைய்யா சைய்யா' பாடல் பற்றி சுருக்கமாக சென்ற அத்தியாயத்தில் கவனித்தோம். இன்னும் கொஞ்சம் விரிவாக அப்பாடலைப் பார்க்கலாம். அதன்பின் பிற சூஃபி விஷயங்களுக்குள் செல்லலாம்.

சைய்யா சைய்யா பாடல், குல்ஸாரால் எழுதப்பட்டது. பாடலின் மெட்டும் சரி, இசைக்கருவிகளும் சரி, சூஃபி இசையை மையமாக வைத்து உருவாக்கப்பட்டவை என்பதைச் சென்ற வாரம் கவனித்தோம். இந்தப் பாடல் எதைப் பேசுகிறது என்றால், சூஃபிகளின் வாழ்க்கைத் தத்துவம்தான் இதன் மைய இழை. இறைவனை அடைவதுதானே சூஃபித் தத்துவம்? அதேபோல், யாரோ முகமற்ற ஒரு பெண்ணையும், அவளது பல குணங்களின் இயல்புகளையும் விரிவாகப் பேசி, அவளை அடைய நினைப்பதே

இப்பாடலின் கருத்து. காதலின் நிழலில் நடப்பதையும், அப்படி நடக்கையில் பாதங்களின் கீழே சொர்க்கம் இருப்பதையும் சென்ற வாரமே கவனித்தோம். அத்துடன், நம்முடனேயே அரூபமாக நடக்கும் உற்ற துணை, இனிமையான உருதுவில் கிசுகிசுப்பதையும், காலை, மாலை மற்றும் ஒட்டுமொத்த உலகமுமே அவள்தான் என்பதையும், மலர்களில் மறைந்திருக்கும் அவள், தனது இருப்பை நறுமணத்தின் மூலமாக அவ்வப்போது வெளிப்படுத்துவதையும், அவளை தாயத்தாக்கி அணிந்துகொள்ளும் விருப்பம் இருப்பதையும், கூடவே வரும் இறைநம்பிக்கை போல அவள் இருப்பதையும், ஒரு இனிமையான இசை போலவும், இறைநம்பிக்கையூட்டும் புனிதச் சொற்கள் போலவும் அவள் விளங்குவதையும், பனித்துளி போல் அவள் நடப்பதையும், அப்படி நடக்கையில் பாதத்துக்குக் கீழே சொர்க்கத்தை வைத்துக் கொண்டிருப்பதையும், இலைகளில், கிளைகளில், பூங்காற்றில் அவளைத் தேடிப் பார்ப்பதையும் பற்றிப் பேசுகிறது இப்பாடல்.

மேலும், ஒளி மற்றும் நிழல் ஆகிய இரண்டு வடிவங்களோடும் விளையாடிக்கொண்டிருக்கும் அவளது அத்தனை வடிவங்களுக்கும் காதலனாக இருப்பதையும், குறும்புத்தனத்தோடு அவள் வண்ணங்களை மாற்றிக்கொண்டிருந்தாலும், வண்ணங்கள் அடங்கிய அத்தனை உருவங்களையும் வழிபடும் ஒருவனாக இருப்பதால், இதெல்லாமே பிடித்திருக்கும் ஒருவனின் பாடலாக இது வெளிப்படுகிறது.

ஒட்டுமொத்தமாக யோசித்துப் பார்த்தால், இது காதலியைத் தேடும் காதலனைப் பற்றிய பாடல் மட்டுமல்லாது, வாழ்க்கையின் லட்சியமாக விளங்கும் ஒன்றை அல்லது ஒருவனைத் தேடும் பக்தன் ஒருவனின் வாக்குமூலமாகவும் இருப்பதை உணரலாம். அதுதான் குல்ஸாரின் சிறப்பு.

இந்தப் பாடலில் அத்தனை ஆழமான அர்த்தங்கள் உள்ளன. ஆனால் இதன் தமிழ் வடிவம் மிகத் தட்டையாக இருக்கும். இதைத்தான் சென்ற அத்தியாயத்தில், தமிழில் ஆழமான வரிகள் அடங்கிய பாடல்கள் மிகக் குறைவு என்று குறிப்பிட்டிருந்தேன்.

தில் ஸே படத்துக்கு இசையமைத்த பின்னர், *1947:* எர்த், டோலி

சஜா கெ ரக்ஹ்னா (காதலுக்கு மரியாதையின் ஹிந்திப் பதிப்பு. ப்ரியதர்ஷன் இயக்கியது. நாயகி ஜோதிகா), தால், தக்ஷக் ஆகிய ஹிந்தி படங்களுக்கு இசையமைத்திருந்தார். அப்போது, 2000த்தில், ஃபிஸா என்ற ஹிந்தி படம் வெளியானது. ஹ்ரிதிக் ரோஷன் நடித்திருந்த இப்படத்தில் அனைத்துப் பாடல்களையும் அனு மாலிக் இசையமைத்திருக்க, ஒரே ஒரு பாடலை மட்டும் ரஹ்மான் இசையமைத்திருந்தார். அது ஒரு கவ்வாலி. சையத் பீர் ஹாஜி அலி ஷா புஹாரி என்ற முஸ்லிம் துறவியைப் பற்றிய பாடல் அது. பதினைந்தாம் நூற்றாண்டில் வாழ்ந்த துறவி இவர். கடவுளின் பெயரால் பல அற்புதங்கள் நிகழ்த்தியவர். பல நாடுகளைச் சுற்றி வந்து, பம்பாயில் தங்கி விட்டவர். இறக்கையில், தனது உடலைக் கடலில் விட்டுவிடவேண்டும் என்றும், உடல் எங்கே ஒதுங்குகிறதோ, அங்கே புதைக்கப்படவேண்டும் என்றும் சொல்லிவிட்டு இறந்தவர். அப்படியே, அவரது உடல் கரைசேர்ந்த இடத்தில் தர்ஹா கட்டப்பட்டது. இன்றுவரை இந்தியாவின் மிகப்பிரபலமான தர்ஹாக்களில் இதுவும் ஒன்று. தினந்தோறும் ஆயிரக்கணக்கான பக்தர்கள் வந்துசெல்லும் இடம்.

இத்தகைய புகழ்வாய்ந்த ஹாஜி அலி பற்றி ஃபிஸா படத்தில் ஒரு பாடல் வேண்டும் என்று இயக்குநர் காலித் மெஹ்மூத் கேட்க, ரஹ்மானின் முதல் நேரடி ஸூஃபி கவ்வாலியாக அப்பாடல் அமைந்தது.

இப்பாடலைப் பாட ரஹ்மான் அழைத்த இருவர், மிகப் புகழ்பெற்றவர்கள். காதர் குலாம் முஸ்தஃபா மற்றும் முர்தஸா குலாம் முஸ்தஃபா. இந்த இருவரும், உஸ்தாத் குலாம் முஸ்தஃபா கானின் மகன்கள். தற்போது எண்பத்து ஆறு வயதாகும் குலாம் முஸ்தஃபா கான் பற்றிப் புதிதாக எதுவும் சொல்லவே தேவையில்லை. ஹிந்துஸ்தானி இசையில் தலைசிறந்த இசைக் கலைஞர்களில் ஒருவர். பல புகழ்வாய்ந்த விருதுகளை வென்றிருப்பவர். பத்மபூஷன் விருது பெற்றவர். ஹிந்தி திரையுலகின் பல்வேறு சிறந்த பாடகர்கள் இவரையே குருநாதராகக் கருதுகின்றனர். இவரது பல இசைத் துணுக்குகள் இணையமெங்கும் நிறைந்திருக்கின்றன. ரஹ்மானோடு கோக் ஸ்டுடியோவின் மூன்றாவது சீஸனில் சில பாடல்கள்

பாடியிருக்கிறார். ரஹ்மான் மனமார்ந்த மரியாதையோடு நடத்தும் ஒருசில முக்கியமான இசைக்கலைஞர்களில் ஒருவர்.

பாடலைப் பாடிய காதர் குலாம் முஸ்தஃபா மற்றும் முர்தஸா குலாம் முஸ்தஃபா ஆகிய குலாம் முஸ்தஃபா கானின் மகன்கள், ரஹ்மானின் இசையில் மேலும் சில கவ்வாலிகளைப் பாடியுள்ளனர்.

பாடலை எழுதியுள்ள ஷௌக்கத் அலியும் சாதாரணமான நபர் கிடையாது. பாகிஸ்தானைச் சேர்ந்த ஒரு புகழ்பெற்ற பாடகர். இவரது மூத்த சகோதரர் இனாயத் அலி கான் இவரைவிடவும் புகழ்பெற்ற பாடகர். பாகிஸ்தானில், நமது பாரத ரத்னாவுக்கு இணையான, உச்சபட்ச விருதான *'Pride of Performance'* விருதை 1990யிலேயே வென்றவர்.

இப்படி ஒரு கூட்டணி முதன்முறையாக ஒன்றாக இணைந்தபோது உருவான பாடல் நெஞ்சை உருக்குவதாக அமைந்திருப்பதில் ஆச்சரியம் ஒன்றும் இல்லையல்லவா?

இதோ பியா ஹாஜி அலி பாடலின் தமிழ் மொழி பெயர்ப்பு.

> 'இறைவன், அவரது தோழர்கள் பரிந்துரைக்கும்போது, அவசியம் ஒப்புக் கொள்வார்
> இந்த வாயிலில் இருந்து, நாம் கடைத்தேற நம்பிக்கையும் விடுதலையும் அவசியம் கிடைக்கும்
> உங்கள் இதயத்தின் அடியாழத்திலிருந்து வேண்டியதைக் கேளுங்கள்... இது கடவுளின் நண்பரான ஹாஜி அலியின் இடம்.
> சமுத்திரங்களின் அரசரே... ஹைதரின் தோன்றலே ஒரே ஒரு பார்வை அருளுங்கள்..
> எங்களின் விருப்பத்துக்குறிய ஹாஜி அலியே... நீங்களே சமுத்திரங்களில் அடங்கியுள்ள புதையலாகும்...
> உங்களது இந்த வாயில், அருள்நிறைந்த, தூய்மையான, எங்களின் லட்சிய வாயிலாகும்.
> ஒளி மிகுந்தவரே இயல்பானவரே கள்ளங்கபடம் இல்லாதவரே உங்கள் அருள்நிழலை எங்கள் அனைவரின் மேலும் படர விடுங்கள்.

இங்கு ஹிந்துக்கள், முஸ்லிம்கள், சீக்கியர்கள், கிறிஸ்தவர்கள் ஆகிய அனைவருக்கும் வேண்டியது கிடைக்கிறது
இந்த சமுத்திரம், உங்களது வாயிலைத் தினந்தோறும் காக்கிறது
உங்கள் திருமுகம், ஒளி நிரம்பியதாக இருக்கிறது. முஹம்மது முஸ்தஃபாவின் பெயரால் சகலரும் தானம் செய்யுங்கள்.
இந்த வாயிலில் இருந்து ஒருவரும் மனமுடைந்து திரும்பியதில்லை
ஓ துறவியே... ஒருவரும் மனமுடைந்து திரும்பியதில்லை.
ஒருவரது இதயத்தில் என்னவெல்லாம் மறைந்திருக்கிறதோ, அது அத்தனையும் நீங்கள் நன்றாக அறிவீர்கள்.
உங்கள் மேன்மைக்குரிய செயல்களை, சொர்க்கத்திலிருப் பவர்களும் வியந்து போற்றுகின்றனர்
ஏழைகளாகிய எங்களின் கதறல்களைச் செவிமடுத்து, எங்கள் மேல் உங்களது அருளைப் பொழியுங்கள்.
அகிலம் முழுவதும், உங்களைப் பார்த்துப் பெருமைப்படுகிறது. கொடும் விதியும், உங்களது வாயிலில், நல்லதிர்ஷ்டமாக மாறுகிறது.
எனது வேண்டுதல்கள் நிறைவேறாமல் இருக்கும் வரை, எனது வாழ்வு உங்கள் வாயிலில் நின்று கண்ணீர் வடிக்கும்...
துறவியே... எவரெல்லாம் உங்களுடையவர்கள் ஆகிவிட்டனரோ, அவர்களிடம் கர்வமும், கொடுமதியும் ஏது?'

பாடலை ஒருமுறை கேட்டுவிட்டு, மொழிபெயர்ப்பையும் படித்துப் பாருங்கள். பாடல், முதன்முறை கேட்கையிலேயே உங்கள் உள்ளத்தை அவசியம் உருக்கும் தன்மையுடையது.

இதில் குறிப்பிடத்தகுந்த விஷயம் என்னவென்றால், இச்சமயத்திலெல்லாம், ஸூஃபி இசையைப் பற்றி ரஹ்மானுக்குக் குறைவாகவே தெரிந்திருந்தது. நஸ்ரத் ஃபதே அலி கானின் 'தம் மஸ்த் கலந்தர் மஸ்த் மஸ்த்' பாடலைக் கேட்ட பின்னர்தான் கவ்வாலிகள் மேலும் ஸூஃபி இசை மேலும் ஈடுபாடு வந்ததாக ரஹ்மானே குறிப்பிட்டிருக்கிறார்.

ரஹ்மான், திரையிசையில் ஈடுபடும் முன்னரே 'தீன் இசை மாலை' என்ற ஆல்பத்தை, 1989ல் வெளியிட்டிருந்தார். மனோ, ஷாகுல் ஹமீது மற்றும் சுஜாதா பாடிய ஆல்பம் இது. இதில் மொத்தம்

பதினொரு பாடல்கள் உண்டு. இந்தப் பாடல்கள் இப்போதும் சாதாரணமானவையே. ரோஜாவில் ரஹ்மான் உபயோகித்திருந்த இசை கூட இதில் இருக்காது. ரோஜாவுக்கும் இதற்கும் உள்ள ஒரே ஒற்றுமை, பாடல்களின் ஒலியில் இருக்கும் துல்லியம் மட்டுமே.

ரஹ்மானின் இசையில் சூஃபி பாதிப்பு பற்றி வரும் அத்தியாயங்களிலும் தொடரலாம்.

16. இறை... இசை... ஏ.ஆர்.ரஹ்மான்...! ஒரு சூஃபி பயணம் (3)

2004ல், 'Meenaxi: Tale of Three Cities' என்ற பெயரில் ரஹ்மானின் மிகச்சிறப்பான ஆல்பம் ஒன்று வெளியானது. பிரபல ஓவியர் எம்.எஃப்.ஹுசைன் எழுதி இயக்கியிருந்த படம் அது. கான் திரைவிழாவில் திரையிடப்பட்ட படம். விமர்சக ரீதியிலும் நல்ல பெயர் வாங்கியிருந்த படம். அந்தப் படத்தின் பாடல்கள் இன்றும் பலருக்கும் நினைவிருக்கும். அவற்றில் இரண்டு பாடல்கள், தமிழில் 'சக்கரகட்டி' படத்தில் மறுபடி உபயோகப்படுத்தப்பட்டன. இந்தப் படத்தின் பாடல்களுக்காக, எம்.எஃப்.ஹுசைன், ரஹ்மானை ப்ராக்*(prague)* நகருக்கு அனுப்பினார்.

இந்தப் படத்தில், 'நூர் உன் அலா நூர்' என்ற ஒரு பாடலை எம்.எஃப். ஹுசைன் எழுதினார். இது ரஹ்மான் இசையமைத்த இரண்டாவது சூஃபி கவ்வாலி. இந்தப் படத்தின் பாடல்கள் வெளியானதுமே மிகப்பெரிய பிரச்னை வெடித்தது. இந்தப் பாடலில், குரானில் இருந்து எடுத்தாளப்பட்டு சற்றே மாற்றப்பட்ட வரிகள் இருந்ததுதான் காரணம். இதனால் இந்தியா

முழுதும் முஸ்லிம் அமைப்புகள் போர்க்கொடி உயர்த்தின. எம்.எஃப். ஹுஸைனின் பதில்கள் பயனளிக்கவில்லை. இதனால் படத்தை எம்.எஃப்.ஹுஸைன் திரையரங்குகளில் இருந்து அகற்ற நேரிட்டது. குரானில் இருந்து எடுத்த வரிகளை, தபுவை வர்ணிக்கும் வகையில் ஹுஸைன் மாற்றியமைத்ததே காரணம்.

அந்த நூர் உல் அலா நூர் பாடலை சற்றே கவனிப்போம்.

பாடலைப் பாடியவர்கள், முர்தஸா கானும் காதிர் கானும். நாம் சென்ற கட்டுரையில் கவனித்த குலாம் முஸ்தஃபா கானின் புதல்வர்கள். ஃபிஸா படத்தின் 'பியா ஹாஜி அலி' பாடலைப் பாடியவர்கள். இன்னும் கூட ரஹ்மானின் சில பாடல்களைப் பாடியுள்ளனர்.

'நாலாபக்கமும், அத்தனை திசைகளிலும்
ஒளி நீக்கமற நிறைந்திருக்கிறது
தெய்வீகத்தின் ஆற்றல் நிறைந்த இந்த ராஜகம்பீரமான ஒளி
இருட்டைத் துளைத்து அகற்றுகிறது
நீ அங்கே இருக்கிறாய்; இங்கே இருக்கிறாய் எப்பக்கமும்
எல்லா இடங்களிலும் நீயே
இந்த ஒளி, என்னவொரு அருமையான ஒளி! உன்னையல்லால்
வேறு யார் இப்படிப்பட்ட ஒளியில் திகழ இயலும்?
இருளினிடம் நான் வினவினேன் பதிலே வரவில்லை. இருள்
பேசாமலேயே இருந்துவிட்டது. தீபத்திடம் கேட்டேன். ஆனால்
அது வெட்கத்தில் அமைதியாக அமர்ந்துவிட்டது
பறவை ஒன்றிடம், இந்தப் பயணம் எங்கே என்று கேட்டேன்
அமைதியிடம், குரல் எங்கிருந்து வருகிறது என்று கேட்டேன்
பூக்களிடமும், இலைகளிடமும், வண்ணங்களிடமும் இருந்து
ஒரு குரல் கேட்டது
"நாலாபக்கமும், அத்தனை திசைகளிலும்
ஒளி நீக்கமற நிறைந்திருக்கிறது"

திரைகளை அகற்றியதும்
உனது கம்பீரமான அழகைக் கண்டேன்
ஒவ்வொரு அடியாக எடுத்துவைத்து

உனது இருப்பிடத்தை அடைந்தேன்
எனது பார்வையை உயர்த்தி
உனது அழகைக் கண்டுகொண்டேன்
தேனீக்கள் சதா எழுப்பும் ஒலியில்
வளையல்கள் எழுப்பும் சிணுங்கல் ஒலியில்
காதலர்களின் இதயம் எழுப்பும் துடிப்பான ஒலியில்
பிரிந்துவிட்ட காதலர்களின் கண்களில்
ஒவ்வொரு பாடலிலும், ஒவ்வொரு இனிமையான இசையிலும்
ஒவ்வொரு துடிப்பிலும், ஒவ்வொரு இசையிலும்
நீ மட்டுமே... உன்னையல்லால் வேறு யாரும் இல்லை
நாலாபக்கமும், அத்தனை திசைகளிலும்
ஒளி நீக்கமற நிறைந்திருக்கிறது

இதயத்தின் மோகம் கலந்த திகைப்பு நீயே
மனதின் புரிந்துகொள்ளமுடியாத குழப்பங்கள் நீயேதான்
எல்லாக் கேள்விகளையும் தூரமாக எடுத்துச்சென்றுவிடு;
எதையும் கேட்காதே
ஒருபோதும் எதையும் கேட்டுவிடாதே
வாழ்க்கை எப்போதுமே மர்மம் நிறைந்த புதிராகவே இருக்கிறது;
இருந்துவந்துள்ளது
எப்போதும் அப்படியே இருக்கின்றது
உனக்கு அந்தப் புதிருக்கு விடை தெரிந்துவிட்டால் என்னாகும்?
இதுவரை யார் அந்த மர்மத்தைத் தெரிந்து கொண்டிருக்கிறார்கள்"

சிலர் அதனைக் காதல் என்பர்
சிலரோ, பக்தி என்பர்
அதனை மனப்பிறழ்வு என்றோ பைத்தியக்காரத்தனம் என்றோ
எப்படி அழைத்தாலும்
உன் மேல் உண்டான காதல் எனது மட்டுமே
நாலாபக்கமும், அத்தனை திசைகளிலும்
ஒளி நீக்கமற நிறைந்திருக்கிறது'

வழக்கப்படி இப்பாடலிலும் சூஃபித்தன்மை நிறைந்திருப்பதைக் கவனியுங்கள்.

இந்தப் பாடலை நிதானமாகக் கேட்டுப்பாருங்கள். இது ரஹ்மானின் அவ்வளவாகப் புகழ்பெறாத கவ்வாலி. பெரும்பாலும் ரஹ்மானின் கவ்வாலிகள் என்றாலே பியா ஹாஜி அலி, கரீப் நவாஸ், அர்ஸியா(ன்), குன் ஃபயா குன் ஆகிய பாடல்களே பலருக்கும் நினைவு வரும். ஆனால் இன்னும் சில கவ்வாலிகளும் உண்டு. இப்பாடல், சுபாஷ் சந்திர போஸ் படத்தில் வரும் *Zikr, Al Risalah* படத்தில் வரும் மர்ஹபா யா முஸ்தஃபா ஆகியவை இவற்றில் முக்கியமானவை. ஆனால் பெரும்பாலோரால் கேட்கப்படாதவை.

ரஹ்மானின் சூஃபித் தொடர்பு எப்படிப்பட்டது?

ரஹ்மானின் குடும்பத்துக்கும், சூஃபி ஞானியான கரீமுல்லா ஷா காத்ரிக்கும் உள்ள தொடர்பு அனைவரும் அறிந்தது. திலீப்பின் தந்தை சேகர் இறந்த பின்னர், திலீப்பின் தாய் கஸ்தூரி, தர்ஹாக்களுக்கு அவ்வப்போது சென்று வந்து கொண்டிருந்த சமயம். பரணி ஸ்டுடியோவில் உதவி எஞ்சினியராக இருந்த அமீர் என்பவர்தான் கரீமுல்லா ஷா காத்ரியிடம் முதன்முதலாகக் கஸ்தூரியை அழைத்துச் செல்கிறார். 'அவரது குரலையும், அவர் உர்தூவில் பேசும் சொற்பொழிவுகளையும் கேட்டுக்கொண்டே இருக்கலாம் போல் தோன்றும் — எதுவுமே புரியாவிட்டாலும். அவரது குரலைக் கேட்கும்போதெல்லாம், துயரங்கள் கரைந்து ஓடிவிடுவது போலவே தோன்றும்' என்பது ரஹ்மானின் தாயின் கூற்று.

ஒரு சில வருடங்களில் கரீமுல்லா ஷா காத்ரி இறந்துவிட, முஹம்மது ஹஸன் ஷா காத்ரி என்ற இன்னொரு துறவி ரஹ்மானின் குடும்பத்துக்கு அறிமுகமாகிறார். இவர் தமிழில் பேசக்கூடியவர். இஸ்லாம் பற்றிய நல்ல புரிதலை இந்தத் துறவி மூலமாகவே ரஹ்மானின் குடும்பம் பெற்றது.

கோவளத்தில் ஒரு தர்ஹாவில்தான் கஸ்தூரி இவரை முதன்முதலில் பார்க்கிறார். அன்று இரவு தர்ஹாவிலேயே கஸ்தூரி தங்க, அங்கே தங்கக்கூடாது. அதனால் பிரச்னைகள் ஏற்படும் என்று ஒரு

குரல் கேட்கிறது. கோபமடையும் கஸ்தூரி, அங்கேயே தூங்கி விடுகிறார். ஆனால் நள்ளிரவில், ஏதோ காட்டு மிருகம் ஒன்று தப்பி அங்கே வந்துவிட்டதாக அனைவரும் பதற, அப்போது அதே குரல், கவலைப்படவேண்டாம் என்றும், ஒரு குறிப்பிட்ட இடத்தில் போய்த் தூங்குமாறும் கஸ்தூரிக்கு ஆறுதல் சொல்கிறது. விடிகாலையில் சீக்கிரம் எழுந்துவிட்ட கஸ்தூரி, அதே இடத்தில் முஹம்மது ஹஸன் ஷா காத்ரி அமர்ந்திருப்பதைக் கவனிக்கிறார். 'அன்றில் இருந்து அவரை வணங்கத் துவங்கினேன்' என்று ரஹ்மானின் தாய் சொல்லியிருக்கிறார்.

அதன் பின்னர், கஸ்தூரி, இஸ்லாத்துக்கு மதம் மாற முடிவெடுக்கிறார். கரீமா என்ற பெயரை முஹம்மது ஷா காத்ரி கஸ்தூரிக்கு வைக்கிறார். திலீப்புக்கு, அப்துல், ரஹ்மான் அல்லது அப்துல் ரஹீம் என்ற பெயரை, ஒரு இந்து ஜோதிடர் பரிந்துரைக்கிறார். அதில் ரஹ்மான் என்ற பெயர் பிடித்துவிட, அதையே திலீப் தேர்ந்தெடுக்கிறார். அதன்பின் கரீமாவுக்கு, அல்லா ரக்கா என்ற பெயர் மனதில் தோன்ற (அல்லாவால் ரட்சிக்கப்படுபவன் என்று பொருள்), ரஹ்மான், ஏ.ஆர் ரஹ்மானாக மாறுகிறார்.

இந்த மாற்றம் தீடீரென்று நிகழ்ந்தது. ரோஜா படத்தின் கேஸெட்களில் எல்லாம் திலீப் குமார் என்ற பெயர்தான் அச்சிடப்பட்டிருந்தது. ஒரு நாள் திடீரென்று திலீப் ரஹ்மானாக மாறிவிட, மணிரத்னத்திடம் தயங்கித் தயங்கி ரஹ்மான் இதைச் சொல்கிறார். திகைப்படைந்த மணி ரத்னம், சற்று யோசித்த பின்னர், ஆயிரக்கணக்கில் அச்சிடப்பட்டிருந்த அத்தனை கேஸெட் கவர்களையெல்லாம் மாற்றி, மறுபடியும் ஏ.ஆர். ரஹ்மான் என்ற பெயரை அச்சிட்டார் என்பது ரோஜா பற்றிய துணுக்கு.

'இஸ்லாத்தில் நான் கண்டுகொண்டது — நீங்கள் பணக்காரராகவோ ஏழையாகவோ கொலைகாரராகவோ அழகில்லாதவராகவோ மன்னனாகவோ சேவகனாகவோ எப்படி இருந்தாலும் சரி இறைவன் அளவற்ற அருளை அனைவர் மீதும் பொழிகிறார். அதை எப்படிப் பெறவேண்டும் என்பது மட்டுமே நம் கையில் உள்ளது'

என்பது ரஹ்மானின் கூற்று. ஸூஃபியிஸம் பற்றிய நல்ல புரிதலை இப்படியாகப் படிப்படியாக ரஹ்மான் வளர்த்துக்கொண்டார். எந்த விதமான திட்டமிடலும் இல்லாமல், எதையும் எதிர்பார்க்காமல், நமது ஒட்டுமொத்த வாழ்க்கையையும் இறைவன் கையில் கொடுத்துவிட்டால், அதன்மூலம் அவன் நம்மைப் பத்திரமாக எங்கு சேர்க்க வேண்டுமோ அங்கு சேர்ப்பான். இதுதான் ஸூஃபியிஸம் அவருக்கு அளித்த பெரிய புரிதல் என்று ரஹ்மான் சொல்லியிருக்கிறார்.

17. இறை... இசை... ஏ.ஆர்.ரஹ்மான்...! ஒரு சூஃபி பயணம் (4)

பனிரெண்டு மற்றும் பதின்மூன்றாம் நூற்றாண்டில், வட இந்தியாவில், ஆஜ்மீரில் வாழ்ந்த ஒரு துறவி, க்வாஜா மொய்னுதீன் (ச்)சிஷ்டி. இவரது முழுப்பெயர், ஷேக் க்வாஜா சையத் முஹம்மத் மொய்னுதீன் சிஷ்டி. மிகவும் சக்திவாய்ந்த ஒரு சூஃபி துறவி. 'சிஷ்டி' என்ற ஒரு புதிய பிரிவை இந்தியாவில் தொடங்கிவைத்த முதல் துறவி ஆவார். இவரது மிகப்பிரபலமான மற்றொரு பெயர், 'கரீப் நவாஸ்' என்பதாகும். இதற்கு, 'ஏழைகளின் பாதுகாவலர்' என்பது பொருள். இவர், முஹம்மது நபியின் வழித்தோன்றலும் ஆவார்.

அஃப்கானிஸ்தானில் கி.பி. 1142ஆம் ஆண்டு பிறந்த இவர், தனது இளவயதில், ஒரு முஸ்லிம் துறவி அளித்த ஒரு ரொட்டியைச் சுவைத்தவுடன், ஞானம் அடைந்து, தனது சொத்துக்களைத் துறந்து, உலகெங்கும் பயணம் மேற்கொண்டார் என்பது இவரைப் பற்றிய உண்மை. பயணத்தின் போது லாகூருக்கு வந்த இவர், அங்கிருந்து கோரி முஹம்மத் என்ற மன்னனுடன் (மதனின்

'வந்தார்கள் வென்றார்கள்' - நினைவிருக்கிறதா?) இந்தியாவிற்கு ஆஜ்மீருக்கு வந்து, அங்கேயே தங்கி விட்டார்.

அவர் வாழ்ந்த காலத்தில், பல்லாயிரக்கணக்கான மக்களுக்கு ஹிந்துக்கள், முஸ்லிம்கள் ஆகிய இருபாலருக்குமே அருளை அள்ளி வழங்கினார். குறிப்பாக ஏழை மக்களுக்கு, எப்பொழுதும் இல்லை என்னாமல் அருளையும் பொருளையும் வாரி வாரி வழங்கினார். பல புத்தகங்களையும் எழுதினார். இன்றும், இவரது தர்ஹாவில் கூட்டம் அலைமோதுவதை, ஆஜ்மீருக்குச் செல்லும் நண்பர்கள் கவனித்திருக்கலாம். வட இந்தியாவில் இவரைத் தெரியாதவர்களே இல்லை.

இப்பொழுது, பாடலைப் பார்க்கலாம். இந்தப் பாடல், ஜோதா அக்பரில் வருகிறது. கதையின்படி, திருமணத்துக்கு முன்னர், இவரது அருளை வேண்டி, இளம் அக்பரின் முன்னிலையில் பாடப்பெறும் ஒரு பாடல் இது. பாடல் வரிகளை எழுதியது காஷிஃப்.

> 'என்னுடைய க்வாஜாவே... எனது இதயத்தில் வந்து வாழுங்கள். நீங்களே அரசர்களின் அரசர் ஆவீர்கள்; நீங்களே அலியின் அலி - நபியின் மருமகன்) விருப்பத்திற்கு உரியவரும் ஆவீர்கள் ஏழை எளியவர்களின் கொடும் விதியை, நீங்களல்லவா மாற்றினீர்கள்
> (க்வாஜா ...)
> க்வாஜாவே... உங்களது அரசவையில், அருளின் ஒளியை நாங்கள் காண்கிறோம்
> உங்களது அரசவையில், மற்ற சாதுக்களும் அருளாளர்களும் உங்களிடம் தலைவணங்குகின்றனர்
> நீங்களே எங்களது பாதுகாவலர்... உங்களது திருநாமம், எவ்வளவு அழகு
> உங்களை நாங்கள் வணங்கினால்/விரும்பினால், நபியான முஸ்தஃபாவின் அருளும் எங்களுக்குக் கிடைத்திடும்...(க்வாஜா..)
> எனது குருவிற்கு எனது வணக்கங்கள்... எனது அன்பிற்குறிய வணக்கங்கள்.
> அவரது மூலமாகத் தான் உங்களைத் தெரிந்து கொண்டேன்...

எங்களது அனைத்துக் கவலைகளும் இப்பொழுது தொலைந்து விட்டன... நாங்கள் உங்களது ஆனந்தமாகிய ஒளியின் நிழலில் அல்லவா இருக்கிறோம்...
தங்களின் மேல் எவரும் எவ்வளவு பொறாமை கொண்டாலும், அது மிகச்சிறிய அளவுதான் எங்களின் வணக்கத்திற்கு உரிய க்வாஜாவே...
உங்கள் பாதங்களை விட்டு நாங்கள் எப்படிப் பிரிவோம்? நீங்கள் தாம் எமது வழிகாட்டி...
(க்வாஜா...)
கேட்பவர்களின் மனதை உருக்கக்கூடிய பாடல் இது. ரஹ்மானே பாடியிருப்பார்.

அடுத்து, தில்லி-6 என்ற படத்திலும் ஒரு ஸூஃபி பாடலை ரஹ்மான் இசையமைத்தார். இப்படத்தின் அத்தனை பாடல்களுமே பிரமாதமாக இருக்கும். என்றாலும் இப்பாடல் அவற்றை விடவும் வித்தியாசமானது. அற்புதமாக இசையமைக்கப்பட்டது.

மனித வாழ்க்கை, துயரங்களால் நிரம்பியது. நமது வாழ்வில் எத்தனையோ துயரங்களைச் சந்தித்திருக்கிறோம். ஒவ்வொரு துயரமும், நம்மை மேலும் மேலும் செம்மைப்படுத்துகிறது. கடவுள் நம்பிக்கை இருப்பவர்களுக்கு, கொடுந்துயரம் அவர்களை வாட்டுகையில், கடவுள் ஒருவரே வடிகால். கடவுள் நம்பிக்கை இல்லாதவர்களுக்கு, அவர்களது தன்னம்பிக்கையே வடிகால். கொடிய துயரத்தில் சிக்கி அழுதுகொண்டிருக்கும் வேளையில், கடவுளின் அருள் வேண்டி இசைக்கப்பட்ட ஒரு நெஞ்சைத் தொடும் பாடலே இது. கடவுள் நம்பிக்கை இல்லாத நண்பர்களும் இதைக் கேட்கலாம்; படிக்கலாம். ரஹ்மானின் மேதமையும் அடக்கமும் பணிவும் வெளிப்படும் ஒரு உருக்கமான பாடல் இது.

ப்ரஸூன் ஜோஷி எழுதிய வரிகளை ஜாவேத் அலி பாடியிருப்பார்.

‘என்னுடைய எல்லாக் கோரிக்கைகளையும் எனது முகத்தில் எழுதிக்கொண்டு வந்திருக்கிறேன்
உன்னிடம் எதைக் கேட்பேன் நான்...? நீயாகவே எல்லாவற்றையும் புரிந்துகொள் எனது இறைவனே
என்னுடைய இறைவனே... கடவுளே...

நெற்றி முழுவதும் கவலைக் கோடுகள் இறைவா
எனது விதியைச் சரி செய் இறைவா
எனது கொடுந்துயரத்தை மராமத்து செய் கடவுளே.
உனது வாயிலில் நான் வணங்குகிறேன் விழுகிறேன் விழுந்து எழுகிறேன்
எனது விதியைச் சரி செய் இறைவா
எவரெல்லாம் உனது வாயிலுக்கு வருகிறார்களோ... எந்தத் தலைகள் அங்கு வந்து வணங்குகின்றனவோ...
அவர்கள் ஆனந்தத்தில் ஆடிக்கொண்டு அனைவரின் முன்னரும் தோன்றுகின்றனர்.
எவரெல்லாம் தாகத்தோடு உன்னிடம் வருகின்றனரோ, அவர்கள் ஒரு நதியையே திரும்பக் கொண்டு
செல்கின்றனர்...
உன் அருளின் ஒளியில் அவர்கள் நீந்திக் கரையேறுகின்றனர்..
கடவுளே... என் இறைவா...
ஒரு நறுமணம் எங்கிருந்தோ கமழ்ந்தது...
அதன் தேடலில் நான் அலைந்தேன்... தொலைந்தேன்.
அது ஒரு மிருதுவான மாயை... நான் அதிர்ந்தேன்... பயந்தும் போனேன்...
எப்பொழுது உனது இடத்துக்கு வந்தேனோ...அப்பொழுதுதான் நான் உண்மையை அறிந்து கொண்டேன்
அந்த நறுமணம் என்னுள் இருந்தே வந்தது...
நீயேதான் எனக்கு இதைப் புரிய வைத்தாய்

இறைவனே... எனது கடவுளே...
நெற்றி முழுவதும் கவலைக் கோடுகள் இறைவா
எனது கொடுந்துயரத்தை மராமத்து செய் கடவுளே

துண்டுதுண்டாகச் சிதறிப்போவது எனக்கு நன்றாகப் பழக்கப்பட்டதுதான். எத்தனையோ முறை அவ்வாறு சிதறியிருக்கிறேன்.
இல்லையெனில், உனது பிரார்த்தனையில் என்னையே இழக்கவும் தெரியும்...

உனது நினைவிலேயே என்னை எப்பொழுதும் இருக்க விடு.
தைத்தாண்டி நான் எங்கும் செல்லவே மாட்டேன்.
நீயுமே என்னைக் கைவிட்டு விட்டால், நான் முற்றிலுமாகச் சிதறுண்டு விடுவேன்...
என்னால் மீண்டு எழவே இயலாது...

கடவுளே... இறைவனே...

தலை நிமிர்ந்து கர்வத்துடன் எத்தனையோ ஆசைப்பட்டிருக்கிறேன்.
எத்தனைக் கனவுகள் இதுவரை கண்டிருக்கிறேன்.
எத்தனை முறை முயன்றிருப்பேன்.
ஆனால்
நீ எப்பொழுது முழுமையாக என் முன் வந்தாயோ...
அப்பொழுது உன்னைக் கண்கொண்டு என்னால் பார்க்க இயலவில்லை...
அந்தப் பொழுதில், உன் முன் தலைவணங்கிய அந்த நொடியில், என்னால் அடைய முடியாதது என்ன?

கடவுளே. எனது இறைவா.

எனது இறைவன் வீடு வந்து விட்டான்...
இறைவா... இறைவா...'

இந்தப் பாடலைக் கேட்டீர்கள் என்றால், சில நிமிடங்களாவது எல்லாவற்றையும் மறந்துவிட்டு, ஒருவித அமைதியில் கட்டாயம் ஆழ்ந்திருப்பீர்கள் என்பதில் எனக்குச் சந்தேகமே இல்லை.

ரஹ்மானின் ஸூஃபி இசையைப் பற்றி வரும் அத்தியாயத்திலும் இன்னும் கொஞ்சம் கவனிப்போம்.

18. இறை இசை ஏ. ஆர்.ரஹ்மான்...! ஒரு சூஃபி பயணம் (5)

கடந்த சில அத்தியாயங்களில் ரஹ்மானின் சூஃபி பாடல்கள் பற்றிப் பார்த்து வருகிறோம். பாடல்களை மட்டும் வெறுமனே பார்க்காமல், பாடல்களின் உட்கருத்து, அதன்மூலம் சூஃபியிஸம் சார்ந்த பல விஷயங்கள் என்று பார்த்து வருவதில், இந்த வாரம் ரஹ்மானின் மற்றொரு சூஃபி அற்புதத்தைக் கவனிக்கலாம்.

2011ல் ரஹ்மான் இசையமைத்த படம், ராக்ஸ்டார். இது இம்தியாஸ் அலி இயக்கிய படம். இப்படத்தின் பாடல்களுக்காக ரஹ்மான் பல விருதுகளை வாங்கியிருக்கிறார். இப்போதும் இதன் பாடல்கள் மிகவும் பிரபலம். படத்தின் கதை, மிகச்சாதாரணமானது. எளிய பின்னணியில் வளரும் ஒரு இளைஞன், ராக் இசையின் மீதான ஈடுபாட்டில் எப்படி அவனே ஒரு புகழ்பெற்ற கலைஞனாக மாறுகிறான் என்பதை நம்மூர் காதல் கலந்த ஃபார்முலாவில் சொல்லியிருப்பார் இம்தியாஸ் அலி. பொதுவாகவே, உலக அளவில் ராக்கில் கலக்கிய இசைக்குழுக்கள் மற்றும் கலைஞர்கள், அவர்களின் மனதில் இருக்கும் ஒருவித *existential angst* கலந்த எதிர் உணர்வால்தான் தங்களை ஆளுமைகளாக வளர்த்துக் கொள்வார்கள். அது அப்படி ஆகவேண்டும் என்று எண்ணி

வளர்த்துக் கொள்வதல்ல. இயல்பிலேயே இருக்கும் தன்மை அது. ஆனால் இப்படத்திலோ, காதல் தோல்வியால்தான் ஒரு இசைக்கலைஞனுக்கு வலி ஏற்பட்டு, அதன் மூலம் அவனது இசைக்கான கச்சாப்பொருள் கிடைக்கும் என்ற இந்திய மனநிலைதான் கருவாகவே இருக்கும். இதனுடன் இணைந்த சாதாரணமான கதையால்தான் இது விமர்சகர்களிடம் நல்ல பெயர் வாங்கவில்லை.

ஆனால் நான் முன்னமேயே எழுதியபடி, பாடல்கள் அத்தனையும் பிரம்மாதமான ஹிட்கள். ரஹ்மானின் குறிப்பிடத்தகுந்த ஆல்பங்களில் ராக்ஸ்டாரும் ஒன்று என்பதில் சந்தேகமே தேவையில்லை.

இப்படத்தில் ஒரு குறிப்பிட்ட இடத்தில், கதாநாயகன் வீட்டை விட்டு வெளியேற நேரிடும். அப்போது, ஒரு தர்ஹாவில்தான் அடைக்கலம் புகுவான். அங்கே பல நாட்கள் தங்குவான். பாடுவான். அதனாலேயே அவனது வாழ்க்கையில் ஒரு ஏற்றம் கிடைக்கும் என்று கதை போகும். அப்படி அவன் தங்கும் இடம், தில்லியின் மிகவும் பிரசித்தி பெற்ற நிஸாமுதீன் தர்ஹா. ஹஜ்ரத் ஷேக் க்வாஜா சையத் மொஹம்மத் பின் அப்துல்லா அல்ஹுஸைனி நிஜாமுதீன் ஔலியா என்ற பிரசித்தி பெற்ற ஸூஃபி துறவியின் தர்ஹா அது. ஹஜ்ரத் நிஸாமுதீன் என்ற பெயரால் அழைக்கப்பட்ட துறவி அவர். பதிமூன்றாம் நூற்றாண்டின் இறுதி மற்றும் பதிநாலாம் நூற்றாண்டின் ஆரம்ப வருடங்களில் வாழ்ந்தவர். இவரைப் பற்றி மதன் எழுதிய 'வந்தார்கள் வென்றார்கள்' புத்தகத்தில் குறிப்புகள் உண்டு. துக்ளக் வம்சத்தை உருவாக்கிய கியாஸுதீன் துக்ளக், வங்காளத்தில் ஒரு போரை வெற்றிகரமாக முடித்துக்கொண்டு, 'நான் தில்லி வருவதற்குள் அவர் தில்லியை விட்டு ஓடி விட வேண்டும்' என்று செய்தி அனுப்பியிருந்தார். ஹஜ்ரத் நிஸாமுதீன் மீது கொண்டிருந்த கோபத்தால் அனுப்பப்பட்ட செய்தி அது.

இந்தச் செய்தி ஹஜ்ரத் நிஸாமுதீனுக்கு வந்ததும் அவர் உச்சரித்தவைதான் இன்று வரை மிகவும் பிரபலமான வார்த்தைகள். 'ஹனூஸ் தில்லி தூர் அஸ்த்' என்று அவர் கூறியதாகக் கதைகள் உண்டு. 'அவருக்குத் தில்லி இன்னும் மிகவும் தூரம்தான்'

என்று அர்த்தம். ஆனால் கியாஸுதீன் துக்ளக்கோ தில்லியின் எல்லையை அடைந்து விட்டிருந்தார். அவர் தில்லிக்குள் நுழையப்போகும் தருவாயில், வங்காள வெற்றியைக் கொண்டாட உருவாக்கப்பட்டிருந்த மேடை சரிந்து விழுந்ததில் அங்கேயே நசுங்கி உயிரிழந்தார். இது ஒரு சதி என்பது அவ்வரலாற்றை எழுதிய இப்ன் பதூதாவின் கூற்று. அவருக்குப் பின் அரியணை ஏற இருந்த ஜௌனா கானின் வேலை இது என்பது இப்ன் பதூதாவைப் போன்ற சில சரித்திர எழுத்தாளர்களின் கருத்து. ஆனால் இது நிரூபிக்கப்படவில்லை.

சொல்ல வந்தது என்னவென்றால், தில்லியின் எல்லையை அடைந்தும், ஹஜ்ரத் நிஸாமுதீனின் கூற்றுப்படி கியாஸுதீனுக்குத் தில்லி தூரமாகவே அமைந்துவிட்டது என்பதே.

அப்படிப்பட்ட சூஃபி துறவியான ஹஜ்ரத் நிஸாமுதீனின் தர்ஹாவில்தான் ராக்ஸ்டார் படத்தின் நாயகன் தஞ்சம் புகுகிறான். அங்கேயே தங்குகிறான்.

அப்போது இடம்பெறும் பாடல்தான் 'குன் ஃபயாகுன்'.

பாடலைப் பார்ப்பதற்கு முன், 'குன் ஃபயாகுன்' என்றால் என்ன என்பதைப் பற்றி மிகச் சுருக்கமாகப் பார்த்துவிடலாம். பாடலைப் புரிந்துகொள்வதற்கு அது உதவும்.

குர் ஆனில் இந்த சொற்றொடர் வருகிறது. அல்லாஹ் அண்டவெளியை உருவாகச்சொல்லி உத்தரவிட *(Kun)*, அது உருவானது *(Faya Kun)* உருவானது என்பதைவிட, அல்லாஹ் கட்டளைக்கு முன் ஒளிந்திருந்த அண்டம், கட்டளைக்குப்பின் வெளி வந்தது என்பதே சரி. அல்லாஹ் 'தீமீ' என்று கருணை கொள்ள, அத்தனையும் உருவாகிவிடுகிறது.

ஆகவே, குன் ஃபயாகுன் என்பது இஸ்லாத்தில் ஒரு முக்கியமான சொற்றொடர்.

இனி, பாடலின் மொழிபெயர்ப்பை கவனிக்கலாம். பாடலை எழுதியவர், இர்ஷாத் கமில்.

'ஓ துறவிகளின் அரசரே;

வாழ்வில் நம்பிக்கையைத் தொலைத்து, பெரும்சோகத்தில் இருப்பவர்களின் துயர்துடைக்கும் மாமன்னரே;

உங்களது காலடியை முன்னால் எடுத்து வையுங்கள் எல்லைகளைத் தாண்டி வாருங்கள்

உங்களது அன்பிற்குரியவனின் இல்லத்தில் உள்ள இந்த வெறுமையை நிரப்புங்கள்

நீங்களில்லாமல் எங்கும் சூழ்ந்திருக்கும் இந்தச் சூனியத்தை உங்கள் வருகையால் அகற்றுங்கள்

என்னை வண்ணங்களால் நிரப்புபவரே (வாழ்க்கையை வண்ணமயமாக ஆக்கும் அல்லாவே... மாயையை அகற்றி, உண்மைகளை உள்ளபடி காட்டியருளும் இறைவனே)

எதையும் படைக்கவேண்டும் என்று அல்லாஹ் நினைத்தால், 'உருவாகு' என்று அவர் ஆணையிட்டமாத்திரத்தில், அது உருவாகிறது ('உருவாகிவிட்டேன்' என்று பதிலும் அளிக்கிறது).

எங்குமே எதுவுமே இல்லாத அந்தத் தருணத்திலும், அவர் இருந்தார்; அவர் மட்டுமே எங்குமே இருக்கிறார்

என்னுள் எவர் இருக்கிறாரோ, அவரே உன்னுள்ளும் இருக்கிறார்

இறைவனே அத்தனை தொடக்கங்களுக்கும் ஒரே பிறப்பிடம்.

உயர்ந்தவரான, சிறப்பு வாய்ந்த அல்லாவே மெய்ப்பொருள்;

ஒவ்வொரு விடியலும், எனதுடல் மீது உங்களின் கருணையை மழையாகப் பொழிவிக்கிறது; எனது வாழ்வின் பொறியான எனதுயிர், புகையிலிருந்து வெளிவரும் கரியைப் போல இருண்டதாயிருந்தாலும், உங்களிடமிருந்து பெருகும் புத்துயிரின் ஒருதுளிக்காகவே அது உயிர் வாழ்ந்திருக்கிறது எனது இறைவனே

உயர்ந்தவரான, சிறப்புவாய்ந்த அல்லாவே மெய்ப்பொருள்; அந்த அல்லாவின் திருத்தூதரான நபியே உண்மையானவர்;

அல்லாஹ்வின் ஆசிகளும் அமைதியும், நபிக்கு உரித்தாகட்டும்;

என்னை என்னிடமிருந்தே காப்பாற்றி விடுதலையளித்தால், அது

உங்களது பெருந்தன்மையன்றி வேறில்லை எனது இறைவனே;

என்னை இப்பொழுது நானே அறிய வேண்டும்; தயைகூர்ந்து எனக்கு விடுதலையளியுங்கள்

எனது இருண்ட செயல்களோடும், வெறுமையான ஆன்மாவோடும் நான் எங்கு சென்று கொண்டிருக்கிறேன் என்பது எனக்குப் புரியவில்லை

என்னுள் நீங்களே வாழ்கிறீர்கள்; என்னை எங்கே அழைத்துவந்திருக்கிறீர்கள்?

உங்களிலும் நானே வாழ்ந்து கொண்டிருக்கிறேன்; உங்களைத் தொடர்கிறேன்; நான் உங்களது வெறும் நிழல்தானே தவிர வேறில்லை;

நீங்களே என்னை உருவாக்கினீர்கள்; இந்த உலகில் வாழ நான் தகுதியற்றவனாக இருந்தும், என்னை அரவணைத்தீர்கள்; நீங்களே முறை தவறாதவர்; நடுநிலையாளர்; நீங்களே மெய்ப்பொருள்.

நீங்கள் உத்தரவிட்டதும், எதுவுமே உடனடியாக உருவாவதைப் போல், என் வாழ்வுக்கும் ஒரு குறிக்கோளையும், ஒரு இலக்கையும் உத்தரவிட்டு அருளுங்கள்'

ரஹ்மானின் கூர்த்த குரலில் பாடல் துவங்குகிறது. ஓரிரண்டு வரிகளுக்குப் பின், ரஹ்மானின் குரல், ஒரு நீண்ட ஆலாப்பை வெளிப்படுத்துகிறது. மிக மிக இனிமையான அந்த ஆலாப்பில், துயரத்தின் குரலும் கலந்திருக்கிறது. தன்னைக் கடைத்தேற்றுமாறு இறைவனிடம் இறைஞ்சும் குரல் அது. எனக்குக் கடவுள் நம்பிக்கை இல்லாவிட்டாலும், இந்தப் பாடலைக் கேட்கும்போது குறிப்பாக ரஹ்மானின் அந்த ஆலாப்பில் ஏதாவது ஒரு ஸூஃபி பெருமகனாரின் சமாதியில் சென்று, கண்களை மூடிக்கொண்டு இந்தப் பாடலைப் பாட வேண்டும் என்று தோன்றுகிறது.

அதே போல், பாடலின் முதல் சரணம் ஆரம்பிக்கும் தருவாயில், ஜாவேத் அலியின் குரலில், 'சதக்கல்லாஹுல்லலியுல்லஜீம்' (உயர்ந்தவரான, சிறப்புவாய்ந்த அல்லாவே மெய்ப்பொருள்)

என்ற நீண்ட ஆலாப். மிகவும் உருக்கம். இதுவே, இரண்டாம் சரணத்திலும் வரும்போது, ரஹ்மானின் குரல், இந்த வரியைத் தொடர்ந்து, 'சதக்கரஸூலுஹூன்நபியுல்கரீம்' (அந்த அல்லாவின் திருத்தூதரான நபியே மெய்ப்பொருள்) என்ற வரிகளை அட்டகாசமாகப் பாடியுள்ளது. இந்த இடத்தைத் தவற விடாமல் கேளுங்கள். அந்த இடத்தின் தப்லா, பிரமாதம்! இந்த வரிகளைத் தொடர்ந்து, 'சல்லல்லா ஹூ அலைஹி வசல்லம்' (அல்லாஹ்வின் ஆசிகளும் அமைதியும், நபிக்கு உரித்தாகட்டும்) என்ற கோரஸ் வரிகள். முதலில் அல்லாவே மெய்ப்பொருள் என்று ஒருவர் பாடுகிறார். அதனைத் தொடர்ந்து நபி தூய்மையானவர் என்று இன்னொருவர் அப்பாடலில் சேர்ந்து கொள்கிறார். உடனே, அனைவருமாக, அல்லாஹ்வின் ஆசிகளும் அமைதியும், அப்பேர்ப்பட்ட நபிக்கு உரித்தாகட்டும் என்று வாழ்த்தும் வகையில் கட்டமைக்கப்பட்டுள்ளன இவ்வரிகள்.

பாடலைத் தவறாமல் பாருங்கள். கேளுங்கள். கட்டாயம் இப்பாடல் உங்களை அமைதியில் ஆழ்த்தும்.

19. இறை... இசை... ஏ.ஆர்.ரஹ்மான்...! ஒரு சூஃபி பயணம் (6)

ரஹ்மானின் சூஃபிப் பாடல்கள் பற்றிப் பார்த்துக் கொண்டிருக்கிறோம். கடந்த சில அத்தியாயங்களில் தில் ஸேவில் துவங்கி அவரது முக்கியமான சூஃபிப் பாடல்கள் அனைத்துமே பார்த்துவிட்டோம். இந்த அத்தியாயத்தில் அவரது வேறு சில சூஃபி பாடல்களைப் பார்த்துவிட்டு, ரஹ்மான் பற்றிய இந்தக் குறுந்தொடரை முடித்துவிட்டு, வரும் அத்தியாயத்தில் இருந்து பிற இசையமைப்பாளர்களை வழக்கம் போல கவனிக்கலாம்.

தில்ஸேயின் பாடல்கள், பியா ஹாஜி அலி (Fiza), நூர் உன் அலா நூர் (Meenaxi), கரீப் நவாஸ் (Jodha Akbar), அர்ஸியான் (Delhi-6), குன் ஃபயாகுன் (Rockstar) ஆகியவைகள் தவிரவும், ரஹ்மான் இசையமைத்திருக்கும் சூஃபி பாடல்கள் இன்னமும் சில உள்ளன. அவற்றில் பம்பாய் படத்தின் கண்ணாளனே, Ne- taji Subhash Chandra Bose: The Forgotten Hero படத்தின் Zikr மற்றும் AI Risalah UT Marhaba ya Mustafa, Jodha Akbar UL Jashn E bahara, Guru படத்தில் வரும் Ey Hairathe Aashiqui, Tere Bina,

ஓ காதல் கண்மணி படத்தில் வரும் *Maula Wa Sallim* ஆகியவை அடங்கும். இவற்றில் குருவின் பாடல்கள், கண்ணாளனே ஆகியவை கடவுளைப் பற்றி இல்லாமல், காதல் பற்றிய கவ்வாலிகள். இந்த ஒவ்வொரு பாடலையும் நீங்கள் கேட்டுப் பார்க்க வேண்டும்.

இவற்றில் *Zikr*என்ற பாடல், கடவுளின் கருணையைப் பெறத்தக்க விஷயமான திக்ர் *(Zikr* என்பது உண்மையில் திக்ர் என்றே அழைக்கப்படுகிறது) என்பதைப் பற்றிப் பேசுகிறது. இந்த வார்த்தைக்கு, கடவுளை நோக்கிச் செய்யப்படும் பிரார்த்தனைகள் என்று அர்த்தம். இந்தப் பிரார்த்தனையால் என்னென்ன நன்மைகள் என்பதை *Zikr* நமக்குச் சொல்கிறது. அதன்பின் இறைவனின் குணங்கள் குறித்தும் பேசுகிறது. பின்னர் அல்லாஹ்வின் பல்வேறு நாமங்களை நமக்குச் சொல்கிறது. கேட்பதற்கு மிகவும் இனிமையான, கம்பீரமான ட்யூன் இது. அல் ரிஸாலா என்ற படம் முஸ்தஃபா அக்கட் இயக்கி 1978ல் வெளியானது. இப்படத்திற்காக, இதன் மறு ஒளிபரப்புக்கு ரஹ்மான் ஒரு பாடல் இசையமைத்துக் கொடுத்தார். அதுதான் மர்ஹபா யா முஸ்தஃபா. இந்தப் பாடல், நபியின் பெருமைகள் பற்றிப் பேசுகிறது. கேட்டுப் பார்க்க மிக இனிமையான ட்யூன். ஒரே ஒரு முறை மட்டும் கேட்டுவிட்டு விட்டுவிடவே முடியாது.

ஓ காதல் கண்மணி படத்தின் மௌலா வா ஸல்லிம் என்பது தொன்றுதொட்டு இருந்துவரும் பாடல். நபியைப் புகழும் பாடல் இப்பாடல் உருவான காலகட்டம் பதின்மூன்றாம் நூற்றாண்டு என்று கருதப்படுகிறது. பாடலை எழுதிய எகிப்தைச் சேர்ந்த இமாம் ஷர்ஃபுதீன் முஹம்மத் அல் புஸிரியின் முடக்குவாதத்தை அவரது கனவில் தோன்றிய நபி சரி செய்ததால், அவரைப் புகழ்ந்து நன்றியுணர்ச்சியில் இயற்றப்பட்ட பாடல் இது. உண்மையில் இது மிகவும் பெரிய பாடல். அதிலிருந்து ஒரு குறிப்பிட்ட பகுதியை மட்டுமே ரஹ்மான், ஓ காதல் கண்மணிக்காக எடுத்திருக்கிறார். அதை அவரது மகன் ஏ.ஆர். அமீன் பாடியிருப்பது தெரிந்திருக்கும்.

குரு படத்தில் வரும் இரண்டு பாடல்களான ஏ ஹைரதே(ன்) ஆஷிகி மற்றும் தேரே பினா ஆகியவைகளை எழுதியவர் குல்ஸார்.(வேறு யார்?) இவற்றில் தேரே பினா பாடல், நஸ்ரத்

ஃபதே அலி கானுக்காக அர்ப்பணிக்கப்பட்ட பாடல். இதை ரஹ்மானே சொல்லியிருக்கிறார். ரஹ்மான், நஸ்ரத்தின் பெரிய ரசிகர். அவருடன் வந்தே மாதரம் ஆல்பத்தில் 'சந்தா சூரஜ் லாகோ தாரே *(Gurus of Peace)*' பாடலை இணைந்து பாடியிருக்கிறார். ஃபதே அலி கான் பாடிய 'சஜ்னா தேரே பினா' என்ற பாடல் உலகப்பிரசித்தம். இந்தப் பாடலின் தாக்கத்தில் உருவானதுதான் 'தேரே பினா'. ஆனால் இரண்டுக்கும் சம்மந்தமே இருக்காது. முழுக்க முழுக்க ரஹ்மானின் உருவாக்கம் அது.

இந்தப் பாடலின் இசையை ரஹ்மான் உருவாக்கி முடித்த பின்னர் அதைக் கேட்டுப் பார்த்த மணி ரத்னம், 'இந்தப் பாடல் படத்தில் எங்குமே பொருந்தாதே?' என்று சொல்லி, வேண்டாம் என்று சொல்லிவிட்டிருக்கிறார். ஆனால், குரு படத்தின் ஆல்பம் வெளியாவதற்கு ஒரு மாதம் முன்னர் மறுபடியும் ரஹ்மானை அழைத்து, அந்தப் பாடலை முழுக்கவும் உருவாக்கச் சொல்லியிருக்கிறார். அப்படி உருவானதும் உடனடியாக அதைப் படமும் பிடித்திருக்கிறார். இப்படித்தான் நமக்கு 'தேரே பினா' பாடல் கிடைத்தது.

ஆனால் ரஹ்மான் அத்தோடு நிற்கவில்லை. பாடலைப் பார்த்திருக்கிறார். சிச்சுவேஷன் சோகமானது. ஆனால் பாடலோ சந்தோஷமான பாடல். எனவே, பாடலைக் கொஞ்சம் மாற்றியமைத்து, சோகமான மூடுக்கு ஏற்ப இறுதியில் சில அம்சங்களை ஏற்றி இறக்கியிருக்கிறார். அப்படி இறுதியில் உருவானதுதான் இப்போதைய பாடல்.

இதேபோல், அப்படத்தில் இடம்பெற்ற 'ஏ ஹைரதே(ன்) ஆஷிகி' பாடலும் பிரம்மாதமானது. பொதுவாகவே ரஹ்மான் பாடல் ஒன்றை உருவாக்கிக் கொண்டிருக்கும்போது எங்காவது தடைபட்டுவிட்டால், புகழ்பெற்ற பழங்கால சூஃபி கவிஞரும் சாதுவுமாகிய அமீர் குஸ்ருவின் பாடல் வரிகளையும், பஞ்சாபி சூஃபி சாதுவாகிய புல்லே ஷாவின் வரிகளையும் படிப்பது வழக்கம். அப்படிப் படிக்கையில் அந்தக் குழப்பம் தெளிந்து, பாடல் கைவரப்பெற்றுவிடும் என்பதை அவர் சொல்லியிருக்கிறார். அப்படி ஒரு நாள், அமீர் குஸ்ருவின் ஏ ஷர்பத் இ ஆஷிகி *(Ae Shar-*

bat-eaashiqui) பாடலைப் படித்துக்கொண்டிருந்தபோது அதனால் கவரப்பட்டு உருவாக்கப்பட்ட இசைதான் ஏ ஹைரதே(ன்) ஆஷிகி. அமீர் குஸ்ருவின் புகழ்பெற்ற அவ்வரிகளுக்கு ரஹ்மான் இசையமைத்த பாடல் அது.

பாடலைக் கேட்ட மணி ரத்னம், குல்ஸாரிடம் புதிய வரிகளை எழுதச்சொல்ல, பாடலின் இறுதி வடிவம் உருவானது.

'ஹைரத்' என்ற ஹிந்தி வார்த்தைக்கு, 'ஆச்சரியம்' என்று பொருள். காதலில் விழுந்துவிட்ட காதலியை, விழிக்கவே வேண்டாம் என்று காதலன் விளிக்கும்படித் துவங்கும் பாடல் இது.

இங்கு நான் குறிப்பிட்டிருக்கும் பாடல்களையெல்லாம் நீங்களே கேட்டுப்பார்க்கலாம். கேட்டபின், அவை உங்களுக்குப் பிடித்திருந்தால் இணையத்தில் அவற்றின் மொழிபெயர்ப்புகளைத் தேடிப்படிக்கலாம். அவசியம் பாடல்களின் வரிகள் உங்களை வசீகரிக்கும் என்பதில் சந்தேகமில்லை.

இத்துடன், ரஹ்மானின் ஸூஃபி இசை பற்றிய இந்தக் குறுந்தொடர் நிறைவு பெறுகிறது. இந்தியாவில் ரஹ்மானால் ஸூஃபி இசையில் மக்களிடையே ஒரு விழிப்புணர்வு ஏற்பட்டது என்றால் அது மிகையில்லை. 'இது ஸூஃபி இசைதான்' என்று தெரியாமலேயே, இசையின் இனிமையில் மயங்கிப் பலரும் ரஹ்மானின் பாடல்களைக் கேட்டனர். அதன் பின் என்னைப் போன்ற சிலர், அப்பாடலின் பின்னணியை ஆராயப் புகுந்த போதுதான் எங்களுக்கு ஸூஃபி பற்றிய விழிப்புணர்வு ஏற்பட்டது. அதனால் அப்பாடல்களின் தரம் இன்னமும் உயர்வதைக் கண்ணுற்றபோது அப்பாடல்கள் மேலும் மேலும் அதிகமாகப் பிடிக்க ஆரம்பித்தது. இதனால்தான் இந்தக் குறுந்தொடர் சாத்தியமாகியது.

உண்மையில் ஸூஃபி என்பது ஒரு மதமல்ல. ஒரு மார்க்கம். இஸ்லாத்திலேயே, கடவுளைப் புரிந்துகொள்ளவும், அடையவும் உபயோகப்படுவது ஸூஃபி. ஸூஃபி மார்க்கம் அன்பு மார்க்கம். அங்கே யார் மீதும் எந்த வெறுப்பும் இல்லை. சுற்றியிருக்கும் அனைத்தும் இறைவனின் படைப்புகளே என்று மனப்பூர்வமாக உணர்வதால் உண்டாகும் ஆழம் அளவிட முடியாத அன்பு

மட்டுமே இருக்கிறது. இந்த எல்லைகளற்ற அன்புதான் மனங்களைக் கனிய வைக்கிறது. அப்படிக் கனியும் மனங்கள்தான் பல அற்புதங்களை நிகழ்த்துகின்றன. அப்படி ஒரு அற்புதம்தான் ரஹ்மான். தனக்கு ஆஸ்கர்கள் அளிக்கப்பட்டபோது, 'என்முன் இரண்டு பாதைகள் இருந்தன; அன்பு மற்றும் வெறுப்பு. இவற்றில் அன்பின் பாதையையே தேர்ந்தெடுத்தேன்' என்று அவர் சொல்லியது வெறும் வசனம் அல்ல. அவரது வாழ்க்கையைப் புரட்டிப் பார்த்தால்தான் இந்த வாக்கியத்துக்கு உண்மையான பொருள் கிடைக்கும். சிறு வயதில் இருந்தே குடும்பத்துக்காகத் தீவிரமாக உழைக்க வேண்டிய கட்டாயத்தில் இருந்த ரஹ்மானை, இஸ்லாம்தான் தன்னையே புரிந்துகொள்ளக்கூடிய மனிதனாக மாற்றியது. அதன்பின் இஸ்லாம் போதிக்கும் எல்லையில்லாத அன்பைப் புரிந்துகொள்ளத் துவங்கினார் ரஹ்மான். அதன் விளைவாக நமக்குக் கிடைத்திருப்பதோ ஏராளமான பாடல்கள். இப்பாடல்களில், நாம் இந்தக் குறுந்தொடரில் பார்த்த ஸூஃபி பாடல்கள் என்பவை ரத்தினங்கள். இவைகளை மீண்டும் மீண்டும் கேட்டு ரசித்துப் புரிந்துகொள்வதன் மூலம், வாழ்க்கையின் பொருளையும், அதில் நாம் கையாளவேண்டிய அளவற்ற அன்பையும் கைவரப்பெறலாம்.

20. கண்ணும் கண்ணும் நோக்கியா..

தமிழ்த் திரைப்பட இசையில் ரோஜாவில் இருந்து ரஹ்மானே நம்பர் ஒன் இசையமைப்பாளராக இருந்து வந்தார். ஆனால் 2001ல் ரஹ்மானின் அந்த இடத்துக்குப் பலத்த போட்டி ஒன்று எழுந்தது. 'மின்னலே' வெளியானது. அப்படத்தின் அத்தனை பாடல்களும் சூப்பர்ஹிட் ஆயின. ஒன்பது வருடங்களாக ரஹ்மானே வாங்கிக் கொண்டிருந்த ஃபிலிம்ஃபேர் விருதை அந்த வருடம் மின்னலேவுக்காக ஹாரிஸ் ஜெயராஜ் என்ற இளைஞர் வாங்கினார். அவரது இசையில் மனதை மயக்கக்கூடிய அருமையான மெலடிகள் இருந்தன. அவர் இசையமைத்த வேகமான பாடல்களிலும் இசைக்கருவிகளின் சேர்க்கை பிரமாதமாக இருந்தது. மொத்தத்தில், ரஹ்மானின் வழியில், ரஹ்மானைப் போல இல்லாமல் முற்றிலும் வித்தியாசமாக இசையமைக்கத் துவங்கியிருந்தார் ஹாரிஸ் ஜெயராஜ். இதனைத் தொடர்ந்து அன்றில் இருந்து இன்று வரை தனக்கே உரிய அருமையான பாடல்களை வழங்கி வருகிறார். பதினாறு வருடங்களாக சற்றும் புகழில் குறையாமல், தன் இடத்தில் இருந்து இறங்காமல் இசையமைப்பது என்பது சாதாரண விஷயம் இல்லை. ரஹ்மானுக்கு அடுத்தபடியாக ஹாரிஸைத்தான் பல இசை ரசிகர்களும் கருதுகின்றனர். நானும் அப்படித்தான்.

ஹாரிஸின் தந்தை எஸ்.எம்.ஜெயக்குமார், மிகப்பிரபலமான

கிடார் கலைஞர். பல இசையமைப்பாளர்களுக்குக் கிடார் வாசித்துள்ளார். தந்தை இசைக்கலைஞராக இருந்ததாலேயே, சிறுவன் ஹாரிஸுக்கு இசையின் மேல் இயல்பாகவே ஆர்வம் மேலோங்கியது. இசையைக் கற்றுக்கொள்ள ஆரம்பித்தான். ஐந்தரை வயதில் தந்தை வாங்கிக் கொடுத்த கிடாரை வைத்துக் கொண்டு, கைவலிக்கப் ப்ராக்டீஸ் செய்ய ஆரம்பித்தான். ஆனால் அப்போதெல்லாம் ஏன் இப்படிக் கைகள் வலிக்க நம்மைத் தந்தை இப்படிக் கஷ்டப்படுத்துகிறார் என்ற கவலை அவனுக்கு இருந்தது. அதன்பின்னர் ஏழு வயதில்தான் கிடாரைப் பற்றி உண்மையில் அறிந்துகொள்ள ஆரம்பித்து, அதன்மீது ஆர்வம் பிறந்து, பின்னர் முழுமூச்சாக இசை பயில ஆரம்பித்தான் சிறுவன் ஹாரிஸ்.

லண்டனைச் சேர்ந்த ட்ரினிடி காலேஜ் ஆஃப் ம்யூஸிக்கில் பாடங்கள் பயில ஆரம்பித்தான். ஏழு வயதில் பயில ஆரம்பித்து, பத்தாம் வயதில் நாலாவது க்ரேடில், ஆசியாவிலேயே முதல் மாணவனாகத் தேறினான். அது ஒரு சாதனை. இதன்பின் பனிரண்டு வயதில் இருந்தே முழுமூச்சாகப் பிற இசையமைப்பாளர்களின் பாடல்களில் கிடார் வாசிக்க ஆரம்பித்தான். அப்படிச் சில வருடங்கள் வாசித்தபின்னர், கீபோர்ட் மற்றும் சிந்தசைஸரில் ஆர்வம் ஏற்பட்டு, அவற்றையும் நன்றாகக் கற்றுக்கொண்டான். 'சீவலப்பேரி பாண்டி' படத்தின் 'ஒயிலா பாடும் பாட்டு' பாடல்தான் ஹாரிஸ் கம்ப்யூட்டரில் கம்போஸ் செய்த முதல் பாடலாக அமைய, பாடல் சூப்பர் ஹிட் இதன்பின் ஏராளமான படங்களில் கீபோர்ட் ஆர்டிஸ்டாகப் பணிபுரிந்தான் இளைஞன் ஹாரிஸ். அப்போது கௌதம் வாசுதேவ் என்ற புதிய இயக்குநர், ஹேரிஸை அணுகி, 'மின்னலே' என்ற ஒரு படத்தை இயக்கப்போவதாகச் சொல்லி, அதற்கு இசையமைத்துத் தர முடியுமா என்று கேட்க, தயக்கத்துடன் ஹாரிஸ் சம்மதிக்கிறார். அப்படி வெளியானதுதான் 'மின்னலே'வின் ஆல்பம். வெளிவந்தவுடன் பிரம்மாண்ட ஹிட்டாக மாறியது. தமிழகமெங்கும் அனைவரது மனதிலும் மின்னலே படப்பாடல்கள்தான் பல மாதங்கள் ஒலித்தன. நானெல்லாம் டிவிடியையே தேய்த்திருக்கிறேன்.

மின்னலேவில் ஹாரிஸின் மெலடிக்களை மக்கள் கண்டு

கொண்டார்கள். 'வசீகரா' பாடல் மிகப்பெரிய ஹிட் ஆனது. 'தீயே அழகிய தீயே', 'வேறென்ன வேறென்ன வேண்டும்', 'வெண்மதி வெண்மதி' ஆகிய முழுநீளப் பாடல்களும், 'இரு விழி உனது', 'நெஞ்சைப் பூப்போல் கொய்தவளே', 'பூப்போல் பூப்போல்', 'மேடி... மேடி...' என்ற குட்டிப் பாடல்களும் அனைவராலும் பெரிதும் விரும்பப்பட்டன. இதன் பின் வெளியான படம், 'மஜ்னு'. ஆனால் இதுதான் ஹேரிஸ் இசையமைத்த முதல் படம். மின்னலே ரிலீஸில் முந்திக்கொண்டது. மஜ்னுவின் பாடல்களும் தமிழ்நாடெங்கும் ஹிட் ஆயின. படம் தாமதமாக வந்ததால் சரியாகப் போகவில்லை. இருப்பினும் 'முதற் கனவே', 'குல்மோஹர் மலரே', 'ஹரி கோரி' ஆகிய பாடல்கள் பெரிய ஹிட்கள் ஆகவே, ஹாரிஸின் பெயர் இன்னும் பரவலாக எல்லாருக்கும் தெரிய ஆரம்பித்தது.

அதன்பிறகு வெளியான 12பி, ஹாரிஸைப் புகழின் உச்சிக்குக் கொண்டுசென்றது. 'ஒரு புன்னகைப் பூவே', 'சரியா தவறா', 'பூவே வாய்பேசும்போது', 'முத்தம் முத்தம் முத்தமா' போன்ற முழுநீளப் பாடல்களும், 'ஆனந்தம்', 'ஒரு பார்வை பார்' போன்ற சிறிய பாடல்களும் கல்லூரிகள் எங்கும் பிரபலமடைந்தன. இந்தப் படத்துக்குப் பிறகு, ஹாரிஸ் என்றால் எந்த அறிமுகமும் தேவையில்லை என்ற அளவு தமிழின் முக்கியமான இசையமைப்பாளர்களில் ஒருவராக ஹாரிஸ் உயர்ந்தார்.

எப்படி இயக்குநர் சரண்-பரத்வாஜ் கூட்டணி மிகவும் பிரபலமோ, அப்படி கௌதம் வாசுதேவுடன் ஹாரிஸின் கூட்டணி மிகுந்த புகழடைந்த ஒரு கூட்டணி. மின்னலேவில் துவங்கி, அதன் ஹிந்திப் பதிப்பான ரெஹ்னா ஹை தேரே தில் மே, காக்க காக்க, வேட்டையாடு விளையாடு, பச்சைக்கிளி முத்துச்சரம், வாரணம் ஆயிரம் என்று கொடிகட்டிப் பறந்த கூட்டணி இது. பின்னர் விண்ணைத்தாண்டி வருவாயாவில் ரஹ்மானிடமும், நீதானே என் பொன்வசந்தத்தில் இளையராஜாவுடனும் கௌதம் வாசுதேவ் பணிபுரிந்தார். ஆனால் உடனடியாக என்னை அறிந்தால் படத்துக்காக ஹாரிஸுடன் மீண்டும் கூட்டணி அமைத்தார். இந்தக் கூட்டணியின் அத்தனை பாடல்களுமே எப்போதுமே கேட்க அட்டகாசமாக இருக்கும்.

இதேபோல் இயக்குநர் ஜீவாவுடனும் ஹாரிஸ் சேர்ந்து 12பி, உள்ளம் கேட்குமே, உன்னாலே உன்னாலே, தாம் தூம் ஆகிய நான்கு படங்களில் பிரம்மாதமான பாடல்கள் கொடுத்திருக்கிறார். ஷங்கருடன் அந்நியன் & நண்பன் என்று இரண்டு படங்கள். முருகதாஸுடன் ஹாரிஸின் டீம் மிகவும் பிரபலம். கஜினியில் துவங்கி, ஏழாம் அறிவு, துப்பாக்கி, இந்த வருடம் வெளியாகப்போகும் *Spyder* என்று நான்கு படங்கள். இயக்குநர் கே.வி ஆனந்துடன் சேர்ந்து அயன், கோ, மாற்றான் & அனேகன் என்று நான்கு படங்கள். 2001ல் இருந்து இன்றுவரை வெறும் 46 படங்களே ஹாரிஸ் இசையமைத்திருக்கிறார். 'ஒவ்வொரு ஞாயிறன்றும் கதை கேட்பேன். ஒரு வருடத்தில் நான் கேட்கும் 52 கதைகளில் மூன்றை மட்டுமே ஒப்புக்கொள்வேன்' என்பது ஹாரிஸின் கருத்து. கதை தன்னைக் கவர்ந்தால் மட்டுமே அப்படத்தில் வேலை செய்து வருவதாகச் சொல்லியிருக்கிறார்.

ஹாரிஸின் இசை எப்படிப்பட்டது? உண்மையில் தமிழில் கிடாரின் முழு வீச்சையும் இசை ரசிகர்கள் கேட்க ஆரம்பித்தது ஹாரிஸ் வந்த பின்னர்தான் என்று சொல்லமுடியும். அதே போல், துள்ளலான பாடல்கள் ஹாரிஸின் பிரத்யேக அடையாளம். அவரது படங்களில் உங்களுக்குப் பிடித்த பாடல்களை யோசித்துப் பாருங்கள். தலைசிறந்த மெலடியாக இருக்கும்; அல்லது ராக் இசை கலந்த பாடலாக இருக்கும்.

ஆனால், எனக்கு ஹாரிஸிடம் பிடித்தது இந்த இரண்டுமே அல்ல. மாறாக, ஹாரிஸின் குத்துப்பாடல்களைக் கேட்டிருக்கிறீர்களா? மிகவும் தரமாக இருக்கும். ஹாரிஸ் இசையமைத்த குத்துப்பாடல்கள் மிகவும் குறைவு. ஆனால் அப்படி அமைக்கும்போது அவற்றை மறக்கமுடியாத பாடல்களாக மாற்றிவிடுவார். அதுதான் ஹாரிஸின் சிறப்பம்சம்.

உதாரணமாக, தொட்டி ஜெயா படத்தில், 'யாரி சிங்காரி' என்று ஒரு பாடல் உண்டு. பக்கா இலங்கை பைலா பாப் என்றே இதைக் கேட்டவுடன் சொல்லி விடலாம். பாடலைப் பாடியவர்களில் சிலோன் மனோகரும் ஒருவர். இந்தப் பாடல் முழுக்கவும் அட்டகாசமான, தரமான குத்து இசை நிரம்பி வழியும். பாடலை

நீங்கள் கேட்டுப் பார்த்தால்தான் இது புரியும். பாடலில் சிலோன் மனோகரின் குரல், இந்த பைலா பாப்புடன் பிரம்மாதமாக ஒன்றிணையும். வாரணம் ஆயிரம் படத்தில், 'அவ என்ன என்ன தேடி வந்த அஞ்சல' பாடல் நினைவிருக்கிறதா?

இன்று வரை பலரின் தேசிய கீதமே இப்பாடல்தான். இதேபோல், ஒரு கல் ஒரு கண்ணாடி படத்தில், 'வேணாம் மச்சான் வேணாம் இந்த பொண்ணுங்க காதலு' என்ற பாடலும் எனக்கு மிகவும் பிடிக்கும். அந்தப் பாடலில் பெண்கள் பாடும் 'வஞ்சிரம் மீனு வவ்வாலு' கோரஸ் கேட்கவே அற்புதமாக இருக்கும். எத்தனை முறை கேட்டாலும் இந்தப் பாடல் எனக்கு அலுக்காது. போலவே, அனேகனில் 'டங்கா மாரி ஊதாரி' பாடல். படத்தின் பாடல்கள் வெளிவந்ததும் இந்தப் பாடல் எவ்வளவு பெரிய ஹிட் அடித்தது என்பது அனைவருக்கும் தெரிந்த விஷயம்தான். என்னை அறிந்தால் படத்தின் 'அதாரு அதாரு' பாடலை மறக்க முடியுமா? எனக்கு ஹாரிஸிடம் மிகவும் பிடித்த பாடல்களில் இவற்றுக்கு முக்கியமான இடம் உண்டு.

அறிமுகமான 16 வருடங்கள் கழித்தும் இன்றும் ஹேரிஸ் ஒரு முக்கியமான இசையமைப்பாளரே. இன்னும் பல வருடங்கள் தொடர்ந்து இசையமைப்பார் என்பதும் நிச்சயம். ஒரு வெடிகுண்டு போல அறிமுகமாகிவிட்டு, ரஹ்மானுக்கு நேரடிப் போட்டி என்று ரசிகர்கள் கருதும்படி பல ஹிட்களைத் தொடர்ந்து கொடுத்து, பின்னர் தனக்கென்று ஒரு பாணியில், பாதையில் பயணித்துக்கொண்டிருப்பவர். இவரது ஆரம்பகாலப் பாடல்கள் பலவற்றுக்கு நான் ரசிகன்.

ஹாரிஸின் இசையில், இந்த அத்தியாயத்தில் நாம் பார்க்கப்போகும் பாடல், அந்நியன் படத்தில் இடம்பெற்ற 'கண்ணும் கண்ணும் நோக்கியா'. ஹாரிஸின் எத்தனையோ பாடல்கள் இருந்தாலும், இந்தப் பாடலை நான் தேர்ந்தெடுத்ததற்குக் காரணங்கள் இரண்டு. முதலில், இப்பாடலில் வருவதுபோன்ற இசைக்கருவிகளின் கூட்டணியை நான் தமிழில் குறைவாகவே கேட்டிருக்கிறேன். இரண்டு - லெஸ்லி லூயிஸின் குரல், இந்தக் கருவிகளுடன் கலந்து நமக்குக் கொடுக்கும் அனுபவம் தலைசிறந்தது. நல்ல தரமான

ஹெட்ஃபோன்களில் இந்தப் பாடலைக் கேட்டுப்பாருங்கள். மிகுந்த உற்சாகம் நம்மைச் சூழ்ந்துகொள்வது உறுதி. இந்தப் பாடலைப் பாடிய பெண்கள் யரென்று தெரியுமா? ஆண்ட்ரியாவும் வசுந்தரா தாஸும்!

ஹேரிஸிடம் ஒரு வித்தியாசமான வழக்கம் உண்டு. யாரேனும் ஒரு பாடகி பாடிக்கொண்டிருக்கும் ட்ராக்கை சட்டென்று இன்னொரு பாடகி பாடும் வரியோடு இணைத்துவிடுவார். கேட்பதற்கு ஒரே ஒருவர் பாடுவதுபோலவே இருக்கும். ஆனால உன்னிப்பாகக் கேட்டால் இந்த இணைப்பு புரியும். அது ஒரு ஆச்சரியமான அனுபவத்தைக் கொடுக்கும். ஒரு உதாரணம் தருகிறேன். தொட்டி ஜெயாவில், 'உயிரே என்னுயிரே' என்று ஒரு பாடல் மிகவும் பிரபலம். அதில், இரண்டாவது சரணத்தில், 'உன்னுடன் இருக்கையிலே... நிலவுக்கும் சிறகுகள் முளைக்கிறதே' என்று ஒரு வரியை அனுராதா ஸ்ரீராம் துவங்குவார். 'நிலவுக்கும்' என்ற இடத்தில் அனுராதாவின் குரல், 'சிறகுகள்' என்ற இடத்தில் பாம்பே ஜெயஸ்ரீயின் குரலாக மாறிவிடும். 'நிலவுக்கும்' முடிந்ததும், 'சிறகுகள்' என்பதை பாம்பே ஜெயஸ்ரீ பாடியிருப்பார். இருவரின் குரல்களையும் இப்படி ஓர் புள்ளியில் இணைப்பது ஒரு மேஜிக். இப்படிப் பாதி வரியில் குரல்கள் மாறி நான் கண்டது ஹேரிஸின் இசையில் மட்டுமே. நீங்களும் கவனித்துப் பாருங்கள். இப்படி 'கண்ணும் கண்ணும் நோக்கியா'வில் ஆண்ட்ரியாவின் குரலும் வசுந்தராவின் குரலும் கலப்பதை நீங்களே கவனியுங்கள்.

21.
'இசை இளவரசர்' சச்சின் தேவ் பர்மன் என்னும் எஸ்.டி.பர்மன்

இந்த அத்தியாயத்தில், ஒரு ஹிந்தி இசையமைப்பாளரைப் பற்றிக் கவனிப்போம். பிரபல கிரிக்கெட் வீரர் சச்சின் டெண்டுல் கருக்கு 'சச்சின்' என்ற பெயர் வைக்கப்படுவதற்குக் காரணம் இவரே. சச்சினின் தந்தை இவரது ரசிகர் என்பதே காரணம். அவர்தான் *'SD Burman'* என்று அழைக்கப்பட்ட சச்சின் தேவ் பர்மன். சச்சின் தேவ் பர்மன் இல்லாமல் ஹிந்தித் திரைப்படங்களின் பாடல்கள் முழுமை அடையவே அடையாது. இறக்கும் வரை மிகப்பெரும் புகழோடு இருந்தவர். பிறக்கும்போதே ஒரு இளவரசனாக, அரச பரம்பரையில் பிறந்தவர். இவரது இசையின் நினைவாக, இவரது புதல்வர் ஆர்.டி.பர்மனை நமக்கெல்லாம் கொடுத்துச் சென்றவர்.

தற்போதைய பங்களாதேஷில், திரிபுராவின் இளவரசரான நபத்வீப் சந்த்ரதேவ் பர்மனுக்கும், மணிப்பூரின் இளவரசி நிர்மலாதேவிக்கும் 1906ல் பிறந்த இளவரசர்தான் சச்சின் தேவ் பர்மன். அவர்களின் ஐந்தாவது புதல்வர். இவரது பெற்றோருக்கு மொத்தம் ஒன்பது குழந்தைகள். கல்லூரியில் பி.ஏ படித்து

முடித்ததுமே, வங்காளத்தில் பிரபல இசையமைப்பாளரான கே.சி டே *(K.C Day)*யிடம் இசை பயின்றார் சச்சின். அவருக்குப் பின் பீஷ்மதேவ் சட்டோபாத்யாய், கஹிஃபா பதல் கான் (சாரங்கி), உஸ்தாத் அலாவுதீன் கான் (வயலின்) ஆகியவர்களிடமும் இசை கற்றார். ஆனால் இவர்களுக்கெல்லாம் முதலில், தனது தந்தையிடம்தான் இசை கற்கத் துவங்கியிருந்தார் சச்சின். சச்சினின் தந்தை நபத்வீப் சந்த்ரதேவ் பர்மன், சிறந்த பாடகராகவும், சிதார் விற்பன்னராகவும் இருந்தவர்.

இசையை இவர்களிடம் நன்றாகப் பயின்ற பின்னர், கல்கத்தாவின் வானொலியில், 1932 முதல் பாடத் துவங்கினார் சச்சின். முதலில் சில ஆண்டுகள் வானொலி நிலையத்திலேயே பாடகராக இருந்து, திரிபுரா மற்றும் வங்காளக் கிராமிய இசை, ஹிந்துஸ்தானி இசை ஆகியவற்றைப் பாடிவந்தார். அப்போதைய காலகட்டத்தில் 131 வங்காளப் பாடல்களை வெளியிட்டிருக்கிறார்.

அச்சமயத்தில்தான் சச்சின் தேவ் பர்மனின் வாழ்க்கையில் குறிப்பிடத்தகுந்த சம்பவம் ஒன்று நிகழ்ந்தது. மீரா தாஸ்குப்தா என்ற மாணவிக்கு இசை சொல்லிக்கொடுத்துக்கொண்டிருந்த சச்சின், அந்த மாணவியின் மீதே காதல் கொண்டார். மாணவிக்கும் சம்மதம். ஆனால் குடும்பத்தினருக்கு இது பிடிக்கவில்லை என்பதால், குடும்பத்திடம் இருந்தும் அதன் சொத்துகளிடம் இருந்தும் முற்றிலுமாகத் தன் உறவைத் துண்டித்துக் கொண்டார் சச்சின். இதன்பின் மீராவைத் திருமணமும் செய்து கொண்டார். அவருக்கு ராகுல்தேவ் பர்மன் என்ற மகன் பிறந்த ஆண்டு 1939.

இதற்கிடையே, வங்காள நாடகங்களுக்கு ஏராளமாக இசையமைக்கத் துவங்கியிருந்தார் சச்சின். அவைகளில் இருந்து தேர்ந்தெடுக்கப்பட்ட பாடல்கள், வங்காளத் திரைப்படங்களிலும் உபயோகிக்கப்பட்டன. 'ராஜ்கீ' *(Rajgee-1937)* என்பதுதான் சச்சின் தேவ் பர்மன் முதன்முதலில் இசையமைத்த வங்காளப்படம். இதன்பிறகு 1944 வரை வரிசையாகப் பல வங்காளப்படங்களுக்கு இசையமைத்திருக்கிறார். அவ்வருடம்தான் பம்பாய்க்குக் குடிபெயர்ந்தார் சச்சின். 'ஷிகாரி' (1946) & 'ஆத் தின்' (1946) ஆகிய இரண்டு அஷோக் குமாரின் படங்களுக்கு இசையமைத்தார்.

இதன்பிறகு பல ஹிந்திப் படங்களுக்கு இசையமைத்தார் சச்சின் தேவ் பர்மன்.

இயல்பிலேயே கோபமும் கலாகர்வமும் உடைய சச்சினுக்கு, பம்பாயின் திரையுலகம் கலைஞர்களைத் துளிக்கூட மதிக்காமல் ஏனோதானோ என்று நடந்து கொண்டது கோபத்தை வரவழைத்தது. எனவே, ஒருசில வருடங்கள் இசையமைத்த பின்னர், மீண்டும் வங்காளத்துக்கே திரும்பிவிடலாம் என்று உறுதியான ஒரு முடிவை எடுக்கிறார். 'மஷால்' (1950) படத்தை விட்டுவிட்டுப் பாதியிலேயே வெளியேறுகிறார். ஆனால் அதன் பின்னர், பல இயக்குநர்களின் அன்பான வேண்டுகோள்களுக்கு இணங்கி, மீண்டும் பம்பாயிலேயே இருக்க முடிவு செய்கிறார். அப்போதுதான் 'சஸா' (1951), 'பாஸி' (1951), 'ஜால்' (1952), 'அர்மான்' (1953), 'டாக்ஸி ட்ரைவர்' (1954), 'தேவ்தாஸ்' (1955), 'முனீம்ஜி' (1955), 'ஃபந்தூஷ்'(1956), 'பேயிங் கஸ்ட்' (1956), 'ப்யாஸா' (1957- குரு தத் இயக்கம்), 'நௌ தோ க்யாரா' (1957), 'காலாபானி' (1958) ஆகிய காலத்தால் மறவாத பல படங்களுக்கு இசையமைக்கிறார் சச்சின் தேவ் பர்மன்.

அப்போதிலிருந்து இறக்கும் காலகட்டம் வரை நூற்றுக்கும் மேற்பட்ட படங்களுக்கு இசையமைத்திருக்கிறார் எஸ்.டி. பர்மன். 1975ல் வெளியான 'மிலி' படத்தில், 'படி சூனி சூனி ஹை' என்ற ஒரு அற்புதமான கிஷோர் குமாரின் பாடல் உண்டு. அப்பாடலுக்கு இசையமைத்து, ஒத்திகை பார்த்துக்கொண்டிருக்கும்போதே மயங்கி விழுந்த சச்சின், உடனடியாக கோமாவுக்குப் போகிறார். அதன்பின் அக்டோபர் 31ம் தேதி பம்பாயில் இறக்கிறார்.

தமிழ்நாட்டில் எம்.எஸ்.விஸ்வநாதனுக்கு இணையான ஹிந்தி இசையமைப்பாளர் சச்சின் தேவ் பர்மன். பல்வேறு பாடகர்களுக்கும் இறவாப்புகழ் தரக்கூடிய பல்வேறு பாடல்களை இசையமைத்திருக்கிறார். தமிழ்நாட்டில் டி.எம்.எஸ் புகழேணியின் உச்சியில் பல வருடங்கள் விளங்கினார். அவருக்கு நிகர் என்று சொல்லக்கூடிய பாடகர் அச்சமயத்தில் இங்கு இல்லை. ஆனால் ஹிந்தியிலோ, முஹம்மது ரஃபி, கிஷோர் குமார் என்ற இரண்டு

ஜாம்பவான்கள் ஒரே நேரத்தில் புகழ்பெற்று விளங்கினர். இந்த இருவருக்கும் பலப்பல பாடல்களைத் தந்திருக்கிறார் எஸ்.டி.பர்மன். ஐம்பதுகளின் இறுதியில் கிஷோர் குமார் மெல்லப் புகழேணியின் உச்சத்தில் இருந்து இறங்கி, கிட்டத்தட்டக் காணாமலே போன பின்னரும் எஸ்.டி பர்மன் மட்டுமே கிஷோருக்கு விடாபிடியாகப் பாடல்கள் அளித்து வந்தார். அதன் பலனாக, 1969ல் 'ஆராதனா' வெளியாகி, கிஷோரை மறுபடியும் சூப்பர்ஸ்டாராக உயர்த்தியது. அப்போதில் இருந்து இறக்கும்வரை (1987) கிஷோரே ஹிந்தித் திரையுலகின் நம்பர் ஒன் பாடகர் (கிஷோர் குமார் பற்றிய முந்தைய அத்தியாயம் பார்த்துக்கொள்ளலாம்).

அதேபோல், நடிகர் தேவ் ஆனந்த்தின் 'நவ்கேதன்' நிறுவனத்தின் பல படங்களுக்கு எஸ்.டி. பர்மன் தான் இசை. தேவ் ஆனந்த் நடிக்க, அவரது சகோதரர் விஜய் ஆனந்த் இயக்க, எஸ்.டி. பர்மன் இசையமைத்த அத்தனை படங்களின் பாடல்களும் ஹிட்.

எஸ்.டி.பர்மன், கவரிமான் போன்றவர். எனவே, படாடோபமும் ஜம்பமும் அவரிடம் செல்லுபடி ஆகாது. இதனாலேயே, ஐம்பதுகளில் லதா மங்கேஷ்கரை முற்றிலும் ஒதுக்கினார் பர்மன். லதாவின் கர்வமே காரணம். எனவே லதாவின் சகோதரியான ஆஷா போஸ்லேவுக்குப் பாடல்கள் வழங்கினார். இதனால் ஆஷாவுக்கும் எஸ்.டி.பர்மனின் புதல்வர் ஆர்.டி. பர்மனுக்கும் காதல் உண்டானது தனிக்கதை. இருவரும் இணை பிரியாமல் பல காலம் வாழ்ந்தனர்.

அதுவே, கிஷோர் குமாரை, தனது சொந்தப் புதல்வராகக் கருதினார் எஸ்.டி. பர்மன். இந்த இருவருக்கும் இடையே இருந்த உறவு, புகழ்பெற்றது.

எஸ்.டி. பர்மனின் பிரபல பாடல்களை இங்கே எழுதத் தொடங்கினால், இன்னும் பத்து வாரங்களாவது எழுத வேண்டும் என்பதால், ஒருசில பாடல்களை மட்டும் பார்க்கலாம்.

ப்யாஸா படத்தின் 'ஜானே வோ கைஸே லோக்' பாடலைப் பல ஹிந்திப் பாடல் ரசிகர்களால் மறக்கமுடியாது. ஸாஹிர் லூத்யான்வி எழுதி அமரத்துவம் பெற்ற பாடல். பாடலைப் பாடியவர் ஹேமந்தா முகர்ஜீ.

பேயிங் கஸ்ட் படத்தின் அத்தனை பாடல்களும் அவ்வளவு இனிமையாக இருக்கும். 'மானா ஜனாப்னே புகாரா நஹி' பாடல், 'ச்சோட் தோ ஆஞ்ச்சல் ஸமானா க்யா கஹேகா' பாடல் ஆகிய இரண்டுமே இறவாப்புகழ் பெற்றவை. 'ச்சோட் தோ ஆஞ்ச்சல்', இப்போதும் பலமுறைகள் ரீமிக்ஸ் செய்யப்படுகிறது.

கிஷோர் குமார் சகோதரர்கள் நடித்த 'சல்த்தீ கா நாம் காடி' படத்தின் 'எக் லட்கி பீகீ பாகி ஸீ' பாடல் எப்படிப்பட்டது? கேட்டதுமே பிடித்துப்போய், மனதைத் துள்ளவைக்கும் பாடல் இது. கிஷோர் குமார் பிரமாதப்படுத்தியிருப்பார். கிஷோரே நடித்த பாடல் இது.

'தேரே கர் கே சாம்னே' படத்தில், 'தில் கா பவர் கரே புகார்' பாடல் அற்புதமானது. ஒரு லைட்ஹௌஸில் எடுக்கப்பட்ட பாடல்.

பிரபல எழுத்தாளர் ஆர்.கே நாராயண் எழுதிய நாவலின் பெயர் '*Guide*'. இது தேவ் ஆனந்தின் நவ்கேதன் நிறுவனத்தால் படமாகவும் எடுக்கப்பட்டது. இயக்கம், அவரது சகோதரர் விஜய் ஆனந்த் தான். இதன் பாடல்களை இன்றும் கேட்டுக்கொண்டே இருக்கலாம். 'காதா ரஹே மேரா தில்', 'தின் டல் ஜாயே', 'ஃபிர் ஜீனேகி தமன்னா ஹை', 'தேரே மேரே சப்னே', 'சைய்யன் பெய்மான்' ஆகிய பாடல்களை ஒருமுறை கேட்டுப்பாருங்கள். கட்டாயம் உங்களால் மறக்கமுடியாத பாடல்களாக அவை மாறும். இந்தப் படம் ஆங்கிலத்திலும் வெளியானது.

'அபிமான்' படத்தில், 'தேரி பிந்தியா ரே' பாடலை எவரால் மறக்கமுடியும்? அப்படமே ஒரு பின்னணிப் பாடகனின் கதைதான். அந்தப் படம் பிரம்மாதமாக ஓடியதற்கு எஸ்.டி.பர்மனின் இசையே பிரதான காரணம். க்ளைமேக்ஸில் இடம்பெறும் 'தேரே மேரே மிலன் கி ஏ ரைனா' பாடலை அக்காலத்தில் கண்ணீரோடு கேட்காத நபரே இல்லை எனலாம்.

அப்படிப்பட்ட எஸ்.டி பர்மனின் இசையில் எனக்கு மிகவும் பிடித்த ஒரு பாடல் இங்கே. 'ஷர்மிலீ' (1971) படத்தில், 'கில் தே ஹைன் குல் யஹான்' என்ற பாடல் இடம்பெற்றது. தமிழில், 'ராதையின்

நெஞ்சமே... கண்ணனுக்குச் சொந்தமே’ என்று மொழிமாற்றம் செய்யப்பட்ட பாடல் இது. மிக மிக இனிமையான ட்யூன். கிஷோர் குமார் அட்டகாசமாகப் பாடியிருப்பார். சஷி கபூர் நடித்த படம்.

பாடலைப் பாருங்கள். இன்றும் எஸ்.டி. பர்மனுக்கு ஹிந்தியில் லட்சக்கணக்கான ரசிகர்கள் உண்டு. குறிப்பாக, அவர்களில் பலர் இளைஞர்கள். அதுவே, நம்மூரில் இளையராஜாவையே தெரியாது என்று சொல்லக்கூடிய தலைமுறை ஒன்று உருவாகிவருகிறது என்பதை நாம் கவனிக்கவேண்டும். எம்.எஸ்.வி, கே.வி.எம், ஜி.ராமநாதன், பாபநாசம் சிவன் முதலிய பல பழம்பெரும் இசையமைப்பாளர்களின் இசையைக் கேட்காமல் தமிழ்த்திரைப்பட இசை ரசனை முற்றுப்பெறாது. அதற்காகத்தான் இந்தத் தொடரே எழுதவும் துவங்கினேன். நீங்கள் இசை ரசிகர் என்றால் முதலில் இவர்களின் இசையைக் கேட்டுவிட்டு வாருங்கள்.

22.தந்தையை விஞ்சிய தனயன் ஆர்.டி.பர்மன்

எஸ்.டி. பர்மனைப் பற்றி நாம் கவனித்திருக்கிறோம். அவரது புதல்வர் ஆர்.டி. பர்மன் என்ற ராகுல் தேவ் பர்மன், இந்தியாவின் புகழ்பெற்ற இசையமைப்பாளர்களில் ஒருவர். எஸ்.டி. பர்மனின் மறைவுக்குப் பின்னர் ஹிந்தி திரையுலகைப் பல வருடங்கள் அரசாண்டவர். ஐம்பத்து நான்கே வயதில் வாரிசில்லாமல் இறந்து விட்டாலும்கூட, இன்றும் பல்லாயிரக்கணக்கான இசை ரசிகர்களால் விரும்பிக் கேட்கப்படும் பல பாடல்கள் இவர் இசைத்தவையே.

ஆர்.டி. பர்மனின் முதல் ட்யூன், அவரது ஒன்பதாவது வயதில் இசையமைக்கப்பட்டது என்பது ஆச்சரியமானது. சிறுவயதில் அவர் கம்போஸ் செய்த ட்யூனை, 'ஃபந்தூரஷ்' (1956) படத்தில் எஸ்.டி. பர்மனால் 'ஆயே மெரி டோபி பலட் கே ஆ' என்ற பாடலுக்காகப் பின்னர் எஸ்.டி. பர்மன் உபயோகித்துக்கொண்டார். ஆர்.டி. பர்மன் மிகச் சிறுவயதில் இப்படி இசையமைத்ததில் ஆச்சரியமே இல்லை. அவரது தந்தை எஸ்.டி. பர்மன் எப்படியெல்லாம் இசை கற்றுக்கொண்டார் என்று நாம் ஏற்கெனவே கவனித்திருக்கிறோம். அதேபோல் ஆர்.டி. பர்மனுக்கும், தந்தையிடமிருந்தும், பின்னர்

அலி அக்பர் கான் (சரோட்), சம்தா பிரஸாத் (தப்லா) முதலிய சிறந்த இசைக்கலைஞர்களிடமிருந்தும் இசை கற்கும் வாய்ப்பு ஏற்பட்டது. அதை அவர் திறம்படவும் கற்றார்.

இசையை நன்கு கற்றுத் தேர்ந்தபின்னர், 'சொல்வா சால்' (1958), 'சல்த்தி கா நாம் காடி' (1958), 'காகஸ் கி ஃபூல்' (1957) முதலிய சில படங்களில் தந்தையிடமே உதவியாளராகவும் பணியாற்றினார் ஆர்.டி. பர்மன். இவைகளைத் தொடர்ந்து, தனது இருபதாவது வயதில், 1959ல், 'ராஸ்' என்ற படத்தில் இசையமைப்பாளராகும் வாய்ப்பு ஆர்.டி. பர்மனுக்குக் கிடைக்கிறது. ஆனால், குருதத்தை வைத்து அவரது உதவியாளர் நிரஞ்சன் இயக்க இருந்த அப்படம் கைவிடப்பட்டதைத் தொடர்ந்து, மீண்டும் தந்தையிடமே உதவியாளராக மாறினார் பஞ்ச்சம் (ஆர்.டி. பர்மனின் செல்லப்பெயர். இப்பெயராலேயே இன்றும் 'பஞ்ச்சம் தா' என்று அவரது ரசிகர்களால் அழைக்கப்பட்டு வருகிறார்).

1961ல், 'ச்சோட்டே நவாப்' என்ற படத்தை, பிரபல நகைச்சுவை நடிகர் மெஹ்மூத் தயாரிக்கிறார். இப்படத்தில் எஸ்.டி. பர்மன் இசையை நாடி அவரது வீட்டுக்குச் செல்கிறார். எஸ்.டி. பர்மன் நேரமின்மையால் இசையமைக்க மறுக்க, வீட்டில் தப்லா வாசித்துக்கொண்டிருந்த இளைஞன் பஞ்ச்சமையே இசையமைப்பாளராக ஒப்பந்தம் செய்கிறார் மெஹ்மூத். இதுதான் ஆர்.டி. பர்மனின் முதல் படம். இதன் பின்னர் 'பூத் பங்ளா', 'தீஸ்ரா கோன்' ஆகிய படங்கள் 1965ல் வெளியாகின்றன. அடுத்த ஆண்டு வெளியான 'தீஸ்ரி மன்ஸில்' (1965) படம்தான் ஆர்.டி. பர்மனை ஊரெல்லாம் அறியச்செய்தது. பூத் பங்ளாவிலேயே 'ஆவோ ட்விஸ்ட் கரே(ன்)', 'எக் சவால் ஹை' முதலிய ஹிட்கள் இருந்தன. ஆனால் தீஸ்ரி மன்ஸில்தான் அத்தனை பாடல்களும் சூப்பர்ஹிட் ஆன முதல் ஆர்.டி பர்மன் படம். ஷம்மி கபூர் நடித்திருந்த இப்படத்தின் கதாநாயகி ஆஷா பாரேக். படத்தை இயக்கியவர் தேவ் ஆனந்தின் சகோதரர் விஜய் ஆனந்த். படத்தை எழுதித் தயாரித்தவர் பிரபல இயக்குநர் நஸீர் ஹுஸைன். தீஸ்ரி மன்ஸில், தேவ் ஆனந்த் நடிக்கவேண்டிய படம். ஆனால்

தேவ் ஆனந்தும் நஸீர் ஹுஸைனும் ஒரு பார்ட்டியில் (நடிகை சாதனாவின் நிச்சயதார்த்தத்துக்கான பார்ட்டி அது) லேசாகக் குடித்துவிட்டுச் சண்டையிட்டதால் நஸீர் ஹுஸைன், தேவ் ஆனந்தை இப்படத்தில் இருந்து விலக்கி, ஷம்மி கபூரைச் சேர்த்தார்.

படம் பிரம்மாண்ட ஹிட் ஆனது. பாடல்களின் ட்யூனை ஆர்.டி. பர்மன் ஷம்மி கபூருக்குப் பாடிக்காட்டியபோதே அங்கேயே ஷம்மி கபூர் எழுந்து சந்தோஷமாக நடனமாடியிருக்கும் அளவு அவருக்குப் பாடல்கள் பிடித்துவிட்டன. அதேபோல், 'ஓ ஹஸீனா ஸுல்ஃபோவாலி ஜானே கஹா', 'ஓ மேரா சோனா ரே சோனா ரே', 'தும்னே முஜே தேகா ஹோ கர்' முதலிய பாடல்கள் இந்தியாவெங்கும் பிரபலம் ஆயின. உடனடியாக ஆர்.டி. பர்மனுக்குப் பல வாய்ப்புகள் குவிந்தன. அன்றில் இருந்து அவர் இறந்த 1994 வரை இந்தியாவின் மிகப்பிரபலமான இசையமைப்பாளராக விளங்கினார் ஆர்.டி. பர்மன். இந்தப் படத்துக்குப் பின்னர், 1985ல் நஸீர் ஹுஸைன் இயக்கிய 'ஸபர்தஸ்த்' படம் வரை அவரது அத்தனை படங்களுக்கும் ஆர்.டி. பர்மன் தான் இசை.

'தீஸ்ரி மன்ஸில்' படத்தைத் தொடர்ந்து, பதி பத்னி, சந்தன் கா பால்னா, பஹாரோ(ன்) கே சப்னே, படோசன், ப்யார் கா மௌசம், வாரிஸ் என்று வரிசையாக இசையமைக்கத் துவங்கினார் ஆர்.டி. பர்மன். 1970ல் வெளியான கடீ பதங்க் திரைப்படம், ஆர்.டி. பர்மனுக்கு ஒரு மிகச்சிறந்த ஹிட்டாக அமைந்தது. இப்படத்தின் 'யே ஜோ மொஹப்பத் ஹை', 'யே ஷாம் மஸ்தானி', 'ப்யார் திவானா ஹோதா ஹை', 'ஆஜ் ந ச்சோடேங்கே', 'நா கொயீ உமங் ஹை' ஆகிய பாடல்கள் பிரம்மாண்ட ஹிட்கள் ஆயின. இதற்கு முன்னரே இயக்குநர் ஷக்தி சமந்தா & ராஜேஷ் கன்னா ஆகியோரின் கூட்டணியில் வெளியான ஆராதனா பிரபல ஹிட் ஆகியிருந்தது (இசை, எஸ்.டி. பர்மன். ஆனாலும் படத்தின் இரண்டு பாடல்கள் ஆர்.டி. பர்மன் சையமைத்ததாகவே இன்றுவரை பேசப்படுகிறது).

இதற்குப் பிறகு, 'கேரவான்' (1971), 'புட்டா மில் கயா' (1971), 'ஹரே ராமா ஹரே கிருஷ்ணா' (1971), 'சீதா ஔர் கீதா' (1971) என்று

தடதடவென்று சூப்பர்ஹிட் இசை ஆர்.டி. பர்மன் வழியாக இந்தியாவெல்லாம் பாய்ந்தது. குறிப்பாக ஹரே ராமா ரே கிருஷ்ணா படத்தில், 'தம் மாரோ தம்' பாடல் உலக ஹிட் ஆனது. அப்பாடலின் வீச்சால் பயந்துபோன இயக்குநர்-நடிகர் தேவ் ஆனந்த், அப்பாடலைப் படத்தில் முழுதாக வைக்கவே இல்லை. வைத்தால், படத்தைப் பாடல் மிஞ்சிவிடும் என்று அஞ்சினார்.

கிட்டத்தட்ட முன்னூறு படங்களுக்கும் மேல் இசையமைத்திருக்கிறார் ஆர்.டி. பர்மன். இவரது இசையில் என்ன சிறப்பு என்றால், எழுபதுகளில் துவங்கிய டிஸ்கோ இசையைக் கச்சிதமாகத் திரைப்படங்களில் உபயோகித்ததே. நடனம் ஆடுவதற்கு ஏதுவான பல பாடல்கள் இவரால் சையமைக்கப்பட்டு இளைஞர்கள் மத்தியில் மிகப்பிரபலம் அடைந்தன. ஆனால் உண்மையில் ஆர்.டி. பர்மனுக்கு இப்படிப்பட்ட க்ளப் பாடல்களை இசையமைப்பதில் விருப்பமே இருந்ததில்லை. மெலடிகள்தான் ஆர்.டி. பர்மனின் விருப்பத்துக்கு உகந்தவை. இருப்பினும், இயக்குநர்களின் அசைக்கேற்ப டிஸ்கோ பாடல்களை இசையமைத்து, அவற்றிலும் பல சூப்பர்ஹிட்களைக் கொடுத்தார் பர்மன்.

ராஜேஷ் கன்னா - ஆர்.டி. பர்மன் - கிஷோர் குமார் ஆகியோர்களின் கூட்டணி மிகவும் பிரபலம். கிட்டத்தட்ட முப்பது படங்கள் ராஜேஷ் கன்னாவுக்கு ஆர்.டி. பர்மன் இசையமைத்திருக்கிறார். கிஷோர் குமார், எஸ்.டி. பர்மனுக்கு மட்டுமல்லாமல் ஆர்.டி. பர்மனுக்கும் உற்ற நண்பர் என்பதால் கிஷோர்குமாரே பல பாடல்களை ஆர்.டி. பர்மனின் இசையில் பாடியிருக்கிறார். அதே சமயம் முஹம்மது ரஃபிக்கும் ஏராளமான ஹிட்கள் ஆர்.டி. பர்மனின் இசையில் உண்டு.

எழுபதுகள் முழுக்க முடிசூடா மன்னனாக விளங்கிய ஆர். டி. பர்மன், எண்பதுகளில் லக்ஷ்மிகாந்த் - ப்யாரிலால், பப்பி லஹரி ஆகியோரின் வரவால் சற்றுப் பின்னடைந்தார். ஆனாலும் ஏராளமான பாடல்கள் எண்பதுகளில் இசையமைத்திருக்கிறார். 'ராக்கி' (1981), 'காலியா' (1981), 'சனம் தேரி கஸம்' (1982), 'மாஸூம்' (1983), 'ஸமீன் ஆஸ்மான்' (1984), 'சாகர்' (1985), 'இஜாஸத்' (1987),

‘தோஸ்த்’ *(1989)* முதலிய பல ஹிட்கள் இக்காலகட்டத்தில் அமைந்தவையே. இச்சமயத்தில் ஆர்.டி. பர்மனுக்கு பைபாஸ் சிகிச்சை நடக்கிறது. மீண்டு வந்து தொண்ணூறுகளின் துவக்கத்திலும் சில படங்கள் இசையமைக்கிறார். ஐம்பத்தி நாலாம் வயதில், மறுபடியும் இன்னொரு மாரடைப்பால் 1994ல் காலமானார்.

ஆஷா போஸ்லேவுக்கு ஏராளமான பாடல்கள் கொடுத்தவர் ஆர்.டி. பர்மன். ஆஷாவைத் திருமணமும் செய்து கொண்டார். லதா மங்கேஷ்கருக்கும் பல பாடல்கள் ஆர்.டியின் இசையில் உள்ளன. ஹிந்தி மட்டும் அல்லாமல், தமிழிலும் இரண்டு படங்கள் இசையமைத்திருக்கிறார். ‘பூமழை பொழியுது’ *(1987)*, ‘உலகம் பிறந்தது எனக்காக’ *(1990)* ஆகிய படங்கள். தெலுங்கில் மூன்று படங்களும் உண்டு. ‘ஷோலே’ படத்தில் ஆர்.டி. பர்மனின் இசை புகழ்பெற்றது. ‘மெஹ்பூபா’ பாடலைத் தெரியாத இந்தியனே அக்காலத்தில் கிடையாது.

தந்தை எஸ்.டி. பர்மனின் புகழையும் விஞ்சி, இந்தியாவின் மிகச்சிறந்த இசையமைப்பாளர்களில் ஒருவராகத் திகழ்ந்து மறைந்த ஆர்.டி. பர்மனின் பாடல்களைக் கேட்டுப்பாருங்கள். அவசியம் கேட்பவர்களின் மனதைக் கவரக்கூடிய தன்மை அவரது பாடல்களுக்கு உண்டு. அவரது இசையில் ஒரு அருமையான, அழகான பாடலை இங்கே பார்க்கலாம். புட்டா மில் கயா படத்தில் இடம்பெற்ற ‘ராத் கலி எக் ஹாப் மே ஆயி’ பாடலே அது. அவசியம் உங்களுக்குப் பிடிக்கும்.

23. காலத்தை வென்று நிற்கும் ‘கஸல்’கள்

ஹிந்தியில் ‘கஸல்’ என்ற இசை வடிவம் மிகவும் பிரபலம். கஸல் என்பதைவிட, ‘(க்)ஹஸல்’ என்று, ‘க’வைக் கொஞ்சம் ஹவோடு சேர்த்துத்தான் இதைச் சொல்ல வேண்டும். அரேபியாவில் உருவான கவிதை வடிவம் இது. அங்கிருந்து முகலாயர்களால் இந்தியாவில் பிரபலமானது. கஸல்கள் காதலை மையமாகக் கொண்ட கவிதைகள். காதல், காதலால் உருவாகும் வலி, பிரிவு, சோகம் ஆகியவற்றையே கஸல்கள் பேசின. பெரும்பாலும் முகலாய மற்றும் பெர்ஷியத் தொடர்பால் வட இந்தியாவில் மிகப் பிரபலமாயின.

பெர்ஷியாவைச் சேர்ந்த ரூமியின் கஸல்கள் மிகப்பிரபலம். அதேபோல் இந்தியாவில் மிர்ஸா காலிப். இவர்களுக்குப் பின்னர் பல கஸல் கவிஞர்கள் வந்து, ஹிந்தித் திரைப்படங்களில் கஸல்கள் இடம்பெற ஆரம்பித்து, தற்காலத்தில் பல கஸல் தொகுப்புகள் வந்தாகிவிட்டன. ‘கஸல்’ என்றால் எப்படி இருக்கும் என்றும் தற்போது ஒரு புரிதல் உள்ளது.

ஹிந்தி திரைப்படங்களில் கஸல்கள் துவக்க காலத்திலேயே இடம்பெறத் துவங்கிவிட்டன. அவற்றில் சில நல்ல கஸல்கள்

பற்றி இந்த வாரம் கவனிக்கலாம். உண்மையிலேயே, அமைதியான சூழ்நிலையில் இவைகளைக் கேட்டால், நமது மனதை மாற்றும் வல்லமை இந்த கஸல்களுக்கு உண்டு.

இந்தப் பாடல், 1982ல் வெளியான 'நிக்காஹ்' படத்தில் இடம்பெற்றது. படத்தை இயக்கியவர், தூர்தர்ஷன் மகாபாரதம் புகழ் பி.ஆர்.சோப்ரா. இப்படத்தில், முஸ்லிம் மதத்தில் விவாகரத்து பெறுவதற்கு உபயோகிக்கப்படும் தலாக் பற்றிய விமர்சனங்கள் உள்ளன. திருமணம் ஆன ஒருவன், மனைவியைக் கவனிப்பதில்லை. இதனால் இருவருக்கும் பிரச்னை ஏற்பட்டு, தலாக் சொல்லப்பட்டு அவளைக் கோபத்தில் விடுதலை செய்கிறான் கணவன். அப்பெண்ணை நீண்ட காலமாகக் காதலிக்கும் இன்னொருவனை அப்போது அப்பெண் புரிந்துகொண்டு திருமணம் செய்து கொள்ள விரும்புகிறாள். அப்போது, கோபத்தால் செய்த தலாக் பற்றி வருந்தும் முன்னாள் கணவன் குறுக்கே வர, இறுதியில் நடக்கும் உணர்ச்சிப் போராட்டம்தான் கதை. இது, படம் வெளியான சமயத்தில் பெரிதும் பேசப்பட்ட படம்.

இப்படத்தில் இடம்பெற்ற பாடல்தான் 'சுப்கே சுப்கே ராத் தின்'. பிரபல கஸல் பாடகர் குலாம் அலி பாடிய பாடல். பிரபல இசையமைப்பாளர் ரவியின் இசையில், ஹஸன் கமால் எழுதிய பாடல். மறக்கவே முடியாத கஸல்களில் இது முக்கியமானது.

தில் டூண்தா ஹை(Dil doondtha hai)

1975ல் வெளியான 'மௌஸம்' படத்தில் இடம்பெற்ற பாடல் இது. இயக்கியவர், புகழ்பெற்ற கவிஞர் குல்ஸார். பல விருதுகளைப் பெற்ற படம். பல வருடங்களுக்கு முன்னர் சந்தித்த பெண்ணை 25 வருடங்கள் கழித்து சந்திக்கச் செல்லும் நாயகன், அந்தப் பெண் இன்னொருவனைத் திருமணம் செய்துகொண்டு மனநலம் பதிக்கப்பட்டு இறப்பதைத் தெரிந்து கொள்கிறான். ஆனால் அவளுக்கு ஒரு மகள். இந்த மகள், அந்தப் பெண் போலவே இருக்கிறாள். இயல்பிலேயே, அந்தப் பெண்ணுக்கு ஏதேனும் செய்ய வேண்டும் என்ற எண்ணம் இவனுக்குப் பிறக்கிறது. தன்னுடன் அழைத்து வருகிறான். ஆனால், அந்தப் பெண்ணுக்கோ இவனைப் பிடிக்கத் துவங்குகிறது. இதன்பின் என்ன நடக்கும்? இதுதான்

மௌஸம். தமிழில் சிவாஜியை வைத்து, 'வசந்தத்தில் ஓர் நாள்' என்ற பெயரில் திருலோகசந்தர் இயக்கிய படம்.

இப்படத்தில், நாயகன், பல வருடங்கள் கழித்து காதலி இருந்த இடத்துக்குச் செல்கையில், அவளுடன் தான் அலைந்து திரிந்ததைப் பற்றி நினைத்துப் பார்க்கும் பாடல் இது. புபீந்தர் சிங்கும் லதா மங்கேஷ்கரும் பாடிய பாடல். இசையமைத்தவர் மதன் மோஹன்.

ஹுஸூர் இஸ் கதர் பி நா இத்ரா கே சலியே*(Huzoor is Kadar Bhi Na Itra Ke Chaliye)*

1983ல், புதிய இயக்குநர் ஒருவர், 'மாஸூம்' என்ற படம் இயக்கினார். அப்படம் பெரிதும் பேசப்பட்ட படம். நஸ்ருதீன் ஷாவும் ஷப்னா ஆஸ்மியும் நடித்தனர். திரைக்கதை எழுதியவர் குல்ஸார். மிகப்பெரிய ஹிட் ஆன படம். ஒரு கணவனுக்கு, வேறோர் காதலியுடன் பிறந்த மகன், அக்காதலி இறந்ததால் இவனிடம் வந்தால் இவனது குடும்ப வாழ்க்கை எப்படி பாதிக்கப்படும்? இதுதான் கதை. படத்தை இயக்கிய அந்தப் புதிய இயக்குநர், ஷேகர் கபூர்.

இப்படத்தில், ஒரு இனிமையான தருணத்தில் இடம்பெறும் பாடல் இது. பொதுவாகப் பெண்களின் குணங்களைப் பற்றிப் பேசும் பாடல். ஆண்களின் மனநிலையில் பெண்கள் எப்படிப்பட்டவர்களாக இருக்கிறார்கள் என்பது பற்றிய ஒரு பார்வைதான் இந்த கஸல். புபீந்தர் சிங்கும் சுரேஷ் வட்கரும் பாடிய பாடல். இசையமைத்தவர் ஆர்.டி. பர்மன்.

தும் கோ தேகா தோ யஹ் காயால் ஆயா *(Tum Ko Dekha Toh Ye Khayal Aaya)*

1982ல் 'சாத் சாத்' என்ற படம் வெளியானது. ஃபரூக் ஷேக்கும் தீப்தி நாவலும் நடித்த படம். ஃபரூக் ஷேக், ஹிந்தியில் பிரபலமான நடிகர். கலைப்படங்கள் என்று அழைக்கப்பட்ட பேரலல் சினிமாவில் முக்கியமான நபர். பல்வேறு கொள்கைகளைக் கொண்டு வாழும் இளைஞன் ஒருவன், காதலியைத் திருமணம் செய்தபின் கொள்கைகள் தனக்கு எந்த விதமான நன்மைகளும் தராததால், கொள்கைகளை விட்டுவிட்டு நேர் எதிரிடையான

மனிதனாக மாறுகிறான். இதனால் மனமுடைந்த மனைவி அவனை விட்டு வெளியேற முடிவு செய்கிறாள். இதன்பின் தன் தவறை அவன் உணர்கிறானா என்பதே கதை.

இப்படத்தில், ஜெக்ஜீத் சிங் பாடிய அருமையான கஸல் ஒன்று உண்டு. குல்தீப் சிங்கின் இசையில், என்றும் மறவாத அட்டகாசமான கஸல்களில் ஒன்று.

தும் இத்னா ஜோ முஸ்குரா ரஹே ஹோ(Tum Itna Jo Muskura Rahi Ho)

ஒரு மனிதன், இன்னொரு பெண்ணின் மீதான காதலால் தனது மனைவியைக் கைவிட்டால் என்னாகும்? 1982ல் 'அர்த்' என்ற படத்தை மகேஷ் பட் இயக்கினார். உண்மையில், நடிகை பர்வீன் பாபியுடன் மகேஷ் பட்டின் உறவு மிகவும் பிரசித்தம். அதையே ஒரு கதையாக மாற்றினார் பட். குல்பூஷன் கர்பந்தாவும் ஷபனா ஆஸ்மியும் ஸ்மிதா பாடீலும் நடித்த படம். மிகவும் உணர்வுபூர்வமானது. தமிழில் 'மறுபடியும்' படம் இப்படத்தைத் தழுவியே எடுக்கப்பட்டது. ஷபனா ஆஸ்மிக்கு தேசிய விருதைப் பெற்றுத்தந்த படம்.

படத்துக்கு இசை புகழ்பெற்ற கஸல் பாடகர்களான சித்ரா சிங்கும் ஜக்ஜீத் சிங்கும். பாடல்கள் அனைத்தும் ஹிட். இந்தப் பாடலை எழுதியவர் கைஃபி ஆஸ்மி. 'நலம் வாழ என்னாளும் என் வாழ்த்துக்கள்' என்ற பாடல் நினைவிருக்கிறதா? ஹிந்தியில் அதே சிச்சுவேஷன். பாடியவர் ஜெக்ஜீத் சிங்.

Zindagi Jab Bhi Teri Bazm Mein

1981ல் 'உம்ரோ ஜான்' என்ற படம் வெளியானது. முஸாஃபர் அலி இயக்கிய படம். பத்தொன்பதாம் நூற்றாண்டில் தனது குடும்பத்தில் இருந்து பிரிந்த ஒரு பெண்ணைப் பற்றிய கதை. அவள் சந்திக்கும் ஆண்கள் அவளை எப்படியெல்லாம் பயன்படுத்திக்கொள்ளப் பார்த்தார்கள் என்பதை மிகவும் உணர்வுபூர்வமாகவும், அற்புதமான இசையோடும் சொன்ன படம். நாயகியாக நடித்தவர் ரேகா. 'உம்ரோ ஜான்' என்ற நாவலைத் தழுவி எடுக்கப்பட்ட படம். இசையமைத்தவர் கைய்யாம். விமர்சன ரீதியில் பெரிதும்

பாராட்டப்பட்ட படம்.

இப்படத்தில் தலத் அஸீஸ் பாடிய பாடல் ஒன்று உண்டு. பாடலின் வரிகளும் இசையும் அவ்வளவு அற்புதமாக இருக்கும். எழுதியவர் ஷார்யார்.

ஆப் கி ஆங்கோன் மேன்*(Aap Ki Aankhon Mein)*

கணவன் மனைவி. அன்பான குடும்பமாக வாழ்ந்து வருகிறார்கள். ஒரு நாள், திரைப்படம் ஒன்றைப் பார்த்துவிட்டு வரும்போது ஒரு கும்பல் இவர்களைத் தாக்கி, நாயகியை வன்புணர்வு செய்து விடுகிறது. இருவரும் மருத்துவமனையில் சேர்க்கப்படுகிறார்கள். குணமாகிறார்கள். ஆனால், இந்தச் சம்பவத்துக்குப் பின்னர், இருவருக்கும் இடையே ஒரு மிகப்பெரிய சுவர் உருவாகிறது. அன்பு மறைகிறது. இந்நிலையில் இருவரும் என்ன செய்ய முடியும்? இதுதான் 'கர்'. மாணிக் சாட்டர்ஜீ இயக்கிய படம். 1978ல் வெளியானது. ஆர்.டி. பர்மன் இசையமைத்த படம்.

குல்ஸாரின் பாடல் வரிகளில், கிஷோர் குமாரும் லதா மங்கேஷ்கரும் பாடிய அற்புதமான கஸல் இது. எழுதியவர் குல்ஸார்.

இங்கே நான் கொடுத்திருப்பது, கஸல்கள் என்ற பிரிவில் எனக்குப் பிடித்த மிகச்சிறந்த பாடல்கள் மட்டுமே. இவைகளைத் தவிர, நூற்றுக்கணக்கில் ஹிந்தியில் கஸல்கள் உண்டு. இவற்றின் வரிகள் பெரும்பாலும் ஆழமான பொருளைத் தரவல்லவை. அற்புதமான பல இசையமைப்பாளர்கள், உணர்வுகளை ஆராயக்கூடிய பல அருமையான காட்சிகள் அடங்கிய படங்களில் இப்படிப்பட்ட கஸல்களைக் கொடுத்துள்ளனர். அவற்றை நாம் கேட்டுப்பார்த்தால், வாழ்க்கையின் பல ஜன்னல்கள் நமக்காகத் திறக்கும் என்பதில் சந்தேகமில்லை.

24. 'சலீல்தா' எனப்படும் அழியாத இசைக் கோலம்

ஹிந்தி திரையுலகில், பிரபலமான இசையமைப்பாளர் என்றால் கட்டாயம் அமிதாப் பச்சனுக்கு இசையமைத்திருப்பார்கள். ஆனால் புகழின் உச்சத்தில் இருந்தபோதே, அமிதாப்பின் எந்தப் பாடலுக்கும் இசையமைக்காத ஒரே இசையமைப்பாளர் சலீல் சௌதுரியாகத்தான் இருக்கமுடியும். அமிதாப் நடித்த இரண்டு படங்களுக்கு இவர் இசையமைத்திருந்தாலும், ஒன்றில் அமிதாப்புக்குப் பாடல்களே இல்லை - எல்லாப் பாடல்களும் ஹீரோ ராஜேஷ் கன்னாவுக்கே அமைந்துவிட்டன (ரிஷிகேஷ் முகர்ஜி இயக்கிய 'ஆனந்த்'). இன்னொன்றிலோ வெறும் பின்னணி இசையை மட்டுமே அமைத்தார் சலீல் சௌதுரி (காலா பத்தர்). பாடல்களுக்கு இசையமைத்தவர் ராஜேஷ் ரோஷன்).

சலீல்தா என்று அன்புடன் அழைக்கப்பட்ட சலீல் சௌதுரி, ஹிந்தித் திரையுலகின் பிரமாதமான, ஆழமான சையமைப்பாளர். Folk இசையில் தலை சிறந்தவர். நௌஷாத் போன்ற ஜாம்பவான்களே இவரை மனமாரப் பாராட்டியிருக்கிறார்கள் என்றால் சலீல்தாவின் இசையின் நேர்த்தியைப் பற்றிப் புரிந்துகொள்ளலாம். 1953ல் இருந்து 1995 வரை நாற்பது வருடங்களுக்கு மேலாகவே

திரைப்படங்களுக்கு இசையமைத்தாலும், ஒட்டுமொத்தமாக இருநூறுக்குள்ளான படங்களே இவர் இசையில் வெளிவந்துள்ளன. காரணம் இவரது செய்நேர்த்தியே. 'பம்பாய்க்கு ஐம்பதுகளின் துவக்கத்தில் சலீல்தா சென்றபோது, இவருக்குக் கீழ் பணிபுரிந்த இசைக்கலைஞர்கள், இவருக்கு வெஸ்டர்ன் இசை தெரியாது என்பதால் இவரைக் கேலி செய்ய, உடனடியாகத் திரும்பிச் சென்று, எக்கச்சக்க புத்தகங்கள் படித்து, 15-16 மணி நேரங்கள் கடுமையாக உழைத்து, இரண்டு வருடங்கள் கழித்துத் திரும்பிச் சென்று, அதே இசைக்கலைஞர்களுக்கு வெஸ்டர்ன் நோட்ஸ்கள் கொடுத்துத் தன்னைப் பற்றி நிரூபித்தவர் சலீல்தா' என்பது அவருடனேயே பல வருடங்கள் கழித்த கௌதம் சௌதுரியின் கூற்று. தற்சமயம், 'www.salilda.com' என்ற பெயரில் ஒரு இணையதளம் துவங்கி, சலீல்தாவைப் பற்றிய அத்தனை தகவல்களையும் அதில் போட்டு வைத்திருக்கிறார் கௌதம். அதேபோல், இன்னொரு ரசமான சம்பவம் என்னவென்றால், தன்னிடம் கிடார் வாசித்த ஒரு இளைஞனைப் பார்த்து, அவனது இசைத்திறமையில் மகிழ்ந்துபோய், 'கௌதம்... அவனைப் பார்த்ததுமே, இந்தியாவின் மிகச்சிறந்த இசைக்கலைஞனாக இவன் வருவான் என்று எண்ணினேன். அதேபோல் நடந்துவிட்டது' என்று இவரிடம் சொல்லியிருக்கிறார் சலீல்தா. அந்த இசையமைப்பாளர் இளையராஜா! சலீல் சௌதுரியின் இன்னொரு சிறப்பம்சம் என்னவென்றால், இந்தியாவிலேயே முதன்முறையாக, ஒரு திரைப்படத்தின் பின்னணி இசை மட்டுமே இசைத்தட்டாக வெளியிடப்பட்டது, 'காலா பத்தர்' படத்துக்குத்தான். அதன் பின்னணி இசையை அமைத்தவர் சலீல் சௌதுரி என்பதை மேலே கவனித்தோம். இதுதான் சலீல் சௌதுரி. அவரைப்போல் பின்னணி இசையை ஒரு திரைப்படத்துக்குக் கச்சிதமாக இசையமைத்தவர்கள் வெகு சிலரே.

ஹிந்தியில் இசையமைத்த எத்தனை இசையமைப்பாளர்கள், தென்னிந்திய மொழிகளில் ஜொலித்திருக்கிறார்கள் என்று பாருங்கள். ஆர்.டி. பர்மன் ஒருசில தென்னிந்தியப் படங்களுக்கு சையமைத்திருக்கிறார். அதேபோல் லக்ஷ்மிகாந்த் பியாரிலாலும். ஆனால் சலீல் சௌதுரியைப்போல் தென்னிந்தியாவில்

கொடி நாட்டிய வட இந்திய இசையமைப்பாளர்கள் யாருமே இல்லை. மலையாளத்தில் மட்டும் இருபதுக்கும் மேற்பட்ட படங்களுக்கு இசையமைத்திருக்கிறார். மலையாளத்தில் அவரது முதல் படமாக, ‘செம்மீன்’ (1965) வெளியானது. செம்மீனின் பாடல்கள் இன்றும் பிரபலம். ‘கடலினக்கர போனோரே’ பாடல் செம்மீன் என்றே தெரியாமல் அப்பாடலை முணுமுணுப்பவர்கள் இன்றும் உண்டு. செம்மீன் மட்டுமல்லாமல், இன்னும் பல மலையாளப்படங்கள் சலீல்தாவின் பெயரைச் சொல்ல உண்டு. ஒரு சில மலையாளப்படங்களுக்குப் பின்னணி இசை மட்டுமேயும் அமைத்திருக்கிறார்.

தமிழில் பாலு மகேந்திராவின் ‘அழியாத கோலங்கள்’ படமே சலீல்தாவுக்குப் பிரபல இசையமைப்பாளர் அந்தஸ்தை அளித்த முதல் படம். 1971-ல் ‘உயிர்’ படத்துக்குப் பின்னணி இசை அமைத்திருக்கிறார். அதேபோல் வெளியாகி, வெகுசில நாட்களே ஓடிய ‘கரும்பு’ (1973) படத்துக்கும் இசை அமைத்திருக்கிறார் சலீல்தா. இப்படம் இன்னும் வெளியிடப்படவில்லை என்ற கருத்து நிலவுகிறது. அது உண்மையில்லை. வெளிவந்து மிகச்சில நாட்களே ஓடிய படம் இது. இயக்கியவர் ராமு காரியத். இப்படத்தில் மூன்று பாடல்கள் உண்டு. அதில் இன்று, சிலப்பதிகாரத்தில் இருந்து எடுக்கப்பட்ட ‘திங்கள் மாலை வெண்குடையான்’ என்ற பாடல்! இந்தத் தகவல்களை, நாம் மேலே பார்த்த கௌதம் சௌதுரி பதிவு செய்திருக்கிறார்). அழியாத கோலங்களில், ‘நான் என்னும் பொழுது... ஏதோ சுகம் என்றே தினம் செல்லும் மனது’ என்ற பாடலைக் கேட்டிருக்கிறீர்களா? மிக அருமையான ட்யூன் அது. கட்டாயம் கேட்பவர்கள் அனைவருக்கும் பிடிக்கும். சலீல்தாவின் முத்திரையான ஹிந்துஸ்தானி இசையின் சில கூறுகள் இப்பாடலில் உண்டு. அதேபோல், ‘பூவண்ணம் போல மின்னும்’ பாடல் இப்போதும் பலராலும் மறக்கப்படாதது. இதன்பின்னர், ‘தூரத்து இடிமுழக்கம்’ (1980) படத்துக்கு இசையமைத்தார் சலீல்தா. இதுதான் அவரது கடைசித் தமிழ்ப்படம். இப்படத்திலும் ‘உள்ளமெல்லாம் தள்ளாடுதே’ பாடல் மிகவும் பிரபலம் அடைந்தது. அப்படத்தில் ‘இன்றோ...மனம் கலங்கி வலையில் விழுந்த மான் ஆனாளே’ பாடலைக் கேட்டுப் பாருங்கள். எளிதில் இது சலீல்தாவின்

இசை என்று சொல்லிவிடலாம். இதேபோல்தான் அப்படத்தின் 'செவ்வல்லிப் பூவே' பாடலும்.

கல்லூரிப் பருவம் முடிந்ததுமே, கம்யூனிஸ்ட் கட்சியில் சேர்ந்தவர் சலீல்தா. வங்காளத்தின் மிகப்பிரபலமான *'Peasant Movement'* அமைப்பில் சேர்ந்து ஆங்கில அரசுக்கு எதிராகப் போராடியவரும்கூட *(1944)*. இதன்பின்னர் கம்யூனிஸ்ட் கட்சியின் கலை அமைப்பான *'Indian Peoples Theatre Association'* என்று அழைக்கப்பட்ட மிறிஜிகி அமைப்பில் சேர்ந்து, கிராமம் கிராமமாகச் சுற்றி, ஆங்கில அரசுக்கெதிரான கருத்துகளையும், மக்களிடம் நிலவிய ஏற்றத்தாழ்வுகளையும், விழிப்புணர்ச்சிக் கருத்துக்களையும் பற்றிய பல பாடல்களை இசையமைத்திருக்கிறார். ஒரு புல்லாங்குழல் கலைஞனாகச் சேர்ந்து, பின்னர் பாடல்களை எழுதி இசையமைத்துப் பாடும் அளவு அந்த அமைப்பில் முன்னேறினார். இதனாலேயே ஒரு சில வருடங்கள் தலைமறைவு வாழ்க்கையையும் வாழ்ந்திருக்கிறார். இதன்பின்னர் வங்காளத் திரைப்படங்களுக்கு இசையமைக்கத் துவங்கினார். இப்படித்தான் சலீல்தாவின் திரைவாழ்க்கை துவங்கியது. பின்னர் வங்காளத்தில் இருந்து ஹிந்திப்படங்களுக்குள் நுழைந்தார்.

பிமல் ராய் இயக்கிய 'தோ பீகா ஸமீன்' *(1953)* படம்தான் சலீல்தாவின் முதல் ஹிந்திப்படம். இந்தப்படம் கான் விருது விழாவில் *Prix International* விருதும் வாங்கியது. இப்படத்தைத் தொடர்ந்து, வரிசையாக ஹிந்தி மற்றும் பெங்காலிப் படங்களுக்கு இசையமைத்தார் சலீல்தா. அப்படி இசையமைக்கும்போது, இவருக்கும் பிரபல பாடகர் ஹேமந்த் குமாருக்கும் ஏற்பட்ட பிரச்னை உலகப்பிரசித்தம். ஒரு கட்டத்தில் இருவரும் முற்றிலுமாகப் பிரிந்துவிட்டனர். பின் நாட்களில் சேர்ந்தாலும், முன்பு போன்று இருவராலும் அட்டகாசமான பாடல்கள் தர இயலவில்லை. ஹேமந்த் குமாரின் மறைவின்போது, சலீல்தா அவரது இரங்கல் அறிக்கையில், இருவரைப் பற்றியும் இருவரிடமும் தவறாகப் பேசியவர்களால்தான் இப்படி ஆனது என்று எழுதியிருக்கிறார். இதுபோல் சலீல்தாவைப் பற்றிப் பல கதைகள் உண்டு.

எது எப்படி ஆனாலுமே, அறுபதுகளில் இசையமைத்த படங்களை

விடவும், எழுபதுகளில் இசையமைத்த ஹிந்திப்படங்களே சலீல்தாவுக்குப் பெரும் புகழ் சேர்த்தன. ‘ஆனந்த்’ (1971) படத்தில் இது துவங்கி, ‘மேரே அப்னே’ (1971- குல்ஸார் இயக்கிய முதல் படம்), ‘அன்னதாதா’ (1972), ‘ரஜனிகந்தா’ (1974 - இயக்கம் பாஸு சட்டர்ஜீ. இன்றும் புகழ்பெற்ற படம்), ‘மௌஸம்’ (1975 - பின்னணி இசை மட்டும். குல்ஸார் இயக்கம்), ‘ச்சோட்டி ஸி பாத்’ (1975 இயக்கம் பாஸு சட்டர்ஜீ பாடல்களுக்காகவே ஓடிய படம். சென்னையில் மிகப்பிரபலம்), ‘ம்ரிகயா’ (1976 இயக்கம் ம்ருணாள் சென்) ஆகிய படங்கள் மூலம் சலீல்தாவின் பெயர் பல இடங்களிலும் பரவியது.

இவற்றைத் தவிர, பல ஹிந்திப்படங்களுக்கும் மலையாளப் படங்களுக்கும் பின்னணி இசை மட்டுமே கூட அமைத்திருக்கிறார் சலீல்தா. பின்னணி இசைக்கோர்ப்பில் அவரது கூர்த்த கவனமும் செய்நேர்த்தியும் புகழ்பெற்றவை. இவர் அளவு பின்னணி இசை மட்டும் அமைத்த இசையமைப்பாளர்கள் இந்தியாவில் யாரேனும் உண்டா என்று கேட்டால், இல்லை என்றே சொல்லிவிடலாம்.

யேசுதாஸின் மீது சலீல்தாவுக்கு இருந்த பிரியம் குறிப்பிடத்தக்கது. அவரை ஹிந்திக்கு அழைத்து வந்தவர் சலீல்தாவே. ஆனந்த் மஹால் (1972) படத்துக்காகவே முதலில் யேசுதாஸைப் பாட வைத்தார் சலீல்தா. ஆனால் முதலில் வெளியான படமோ ‘ச்சோட்டி ஸி பாத்’ தான். இப்படத்தில் யேசுதாஸ் பாடிய ‘ஜானேமன் ஜானேமன் மிலே தோ நயன்’ பாடல் தமிழ்நாட்டிலும் பிரம்மாண்ட ஹிட் ஆனது. சலீல்தாவுக்குப் பின்னர் யேசுதாஸை ஹிந்தியில் பிரபலப்படுத்தியவர் ரவீந்த்ர ஜெய்ன் (இவரைப் பற்றியும் பின்னால் வேறொரு கட்டுரையில் கவனிக்கலாம். கண்கள் இல்லாத நிலையில் ஹிந்தியின் பிரபல இசையமைப்பாளராக உயர்ந்தவர் ரவீந்த்ர ஜெய்ன். இவரது கதை பலருக்கும் தன்னம்பிக்கையை ஏற்படுத்தக்கூடியது).

இந்தியாவின் குறிப்பிடத்தக்க ஜீனியஸ்களில் ஒருவர் சலீல்தா என்றால் அது அவசியம் மிகையான அறிக்கையே அல்ல. சலீல்தாவின் பாடல்களைக் கேட்டுப் பாருங்கள், உங்களுக்கே புரியும்.

25.ஜிப்ரான்

தமிழில் கடந்த சில வருடங்களில், தற்காலத் தலைமுறைக்கு ஏற்றபடி, இசையில் நீர்த்துப் போகாமல் தொடர்ந்து பல வித்தியாசங்கள் காட்டி வரும் இசையமைப்பாளர்கள் யார்? யோசித்துப் பார்த்தால், எப்படி எம்.எஸ்.விக்குப் பின் இளையராஜா, அவருக்குப் பின்னர் ரஹ்மான் என்ற வரிசையில், ரஹ்மானுக்குப் பின்னர் யார் என்ற கேள்வி பலராலும் எழுப்பப்பட்டு வருகிறது. இதில் யுவன், ஹேரிஸ் ஜெயராஜ் உட்படப் பலரும் போட்டியில் இருந்தாலும், அவர்கள் அனைவருமே ரஹ்மானுடன் இணைந்தே சமகாலத்தில் இசைமைத்து வருகின்றனர். எனவே, சந்தோஷ் நாராயணன் அந்த இடத்துக்குச் சரியாக வருவார் என்று பலரும் கணித்துள்ளனர் (நானும்). ஆனால், சமீப காலத்தில் சந்தோஷின் இசை ஒரே போன்ற வார்ப்புருக்குள் மாட்டிவிட்டது என்று கட்டாயம் சொல்லமுடியும்.

இந்த நிலையில், தனது முதல் படத்தில் இருந்தே இசையில் குறிப்பிடத்தக்க, தனக்கே உரிய பாணியில் தொடர்ந்து இசையமைத்து வருகிறார் ஜிப்ரான். சந்தோஷ் நாராயணன், அநிருத் ஆகியோர் கவனிக்கப்பட்ட அளவுக்கு ஜிப்ரான் பலராலும் கவனிக்கப்படவில்லை. ஆனாலும், இவர்களுக்குக் குறையாமல், இவர்களை விடவும் செய்நேர்த்தி மிகுந்த பல பாடல்களைத்

தொடர்ந்து கொடுத்து வருகிறார் ஜிப்ரான் என்ற வகையில், ரஹ்மானுக்கு அடுத்து யார் என்ற போட்டியில் ஜிப்ரானுக்கும் கட்டாயம் ஒரு இடம் உண்டு.

எட்டு வயதில், கோவையில், ஒரு சிறிய போட்டியில் வென்றதுதான் ஜிப்ரானுக்கு இசையில் கிடைத்த முதல் பரிசு. அந்தப் போட்டியில், பாடல்களைப் பாடி வென்றான் சிறுவன் ஜிப்ரான். உடனடியாக அவனது பெற்றோர்கள் கர்நாடக இசையைக் கற்றுக்கொள்ள அவனை ஒரு இடத்தில் சேர்த்துவிட்டனர். இரண்டு வருடங்கள் கர்நாடக இசையைப் பயின்றான் சிறுவன் ஜிப்ரான். அப்போது, புகழ்பெற்ற இசைக்கலைஞர் யானி இந்தியா வருகை புரிந்தார். தாஜ் மஹாலில் அவரது நிகழ்ச்சியைத் தொலைக்காட்சியில் கண்ட ஜிப்ரான், அசந்து போனான். அன்றில் இருந்து யானி தாஜ் மஹாலில் வாசிக்கும் காட்சி அவனது மனதில் பதிந்து போனது. அப்போதில் இருந்து பியானோ வகுப்புகளுக்கும் சிறுவன் ஜிப்ரான் போகத் துவங்கினான்.

அதன்பின் அவனது குடும்பம் சென்னைக்குக் குடிபெயர்ந்தது. சில பணச்சிக்கல்களால், அப்போது ஜிப்ரானால் தொடர்ந்து இசை கற்க முடியாமல் போனது. இருந்தும், பியானோ கற்பதை மட்டும் ஜிப்ரான் விடவில்லை. அப்போது, இரண்டு வருடங்கள் லாட்டரி டிக்கெட்கள் கூட விற்றதாக ஜிப்ரான் ஒரு பேட்டியில் சொல்லியிருக்கிறார். இதன்பின் பியானோவில் ஐந்தாவது க்ரேட் முடிக்கிறார் ஜிப்ரான் தனது 17வது வயதில். அந்த நேரத்தில், சொந்தமாக ஒரு ஸ்டுடியோ அமைத்தே ஆகவேண்டும் என்று முயன்று, வெறும் நானூறே சதுர அடியில் ஒரு ஸ்டுடியோவை அமைக்கிறார். அந்தக் காலகட்டத்தில் விளம்பரங்கள் தயாரிக்கும் ஒரு மென்பொருள் நிறுவனத்தில் கம்போஸராகவும் பணியாற்றியிருக்கிறார்.

இதன்பின் சில வருடங்கள் விளம்பரத் துறையில் ஈடுபட்டுப் பல்வேறு விளம்பரங்களுக்கு இசையமைத்திருக்கிறார். இது 2005 வரை தொடர்ந்தது. ஒருநாள் தொலைக்காட்சியில் ஒரு விளம்பரம் ஓடிக்கொண்டிருக்க, அவரது சவுண்ட் இஞ்சினியர், 'இது நமது பாடலாயிற்றே!' என்று ஜிப்ரானிடம் சொல்லியிருக்கிறார். ஆனால்

ஜிப்ரானுக்கு அது அவருடையது என்றே நினைவில்லை. அந்த அளவு அந்தச் சமயத்தில் இயந்திர கதியில் பல்வேறு விளம்பரங்களுக்குத் தொடர்ந்து இசையமைத்துக் கொண்டிருந்திருக்கிறார். இதை உணர்ந்ததுமே, எதுவும் வேலைக்காகாது என்று புரிந்துகொண்டு, விளம்பரங்களுக்கு மூட்டை கட்டிவிட்டு, வீட்டை விற்றுவிட்டு, இருந்த பணத்தையெல்லாம் எடுத்துக்கொண்டு சிங்கப்பூர் கிளம்பி விடுகிறார்.

சிங்கப்பூரில், மேற்கத்திய க்ளாஸிக் இசையைக் கற்கத் துவங்குகிறார் ஜிப்ரான். அங்கே, லிண்ட்ஸே விக்கரி *(Lindsay Vickery)* என்ற ஆஸ்த்ரேலிய இசையமைப்பாளரிடம் பயில்கிறார். இது ஒரு சில வருடங்கள் தொடர்ந்தது. அங்கே நன்றாக மேற்கத்திய இசையைப் பயின்ற பின்னர் சென்னை வருகிறார். அந்த நேரத்தில், அவரது பழைய க்ளையண்ட்கள் எல்லாமே வேறு இசையமைப்பாளர்களிடம் சென்றுவிட்டனர்.

அப்போதுதான், சற்குணம் என்ற இயக்குநர் ‘வாகை சூடவா’ என்ற படம் எடுக்கப்போவதாக ஜிப்ரானுக்குத் தெரியவருகிறது. ஜிப்ரான் விளம்பரங்களுக்கு இசையமைத்துக் கொண்டிருந்தபோது, இயக்குநர் விஜய் எடுக்கும் விளம்பரங்களுக்கு சற்குணம் தான் ஸ்க்ரிப்ட் எழுதுவது வழக்கம். எனவே, சற்குணத்துக்கு ஜிப்ரானை நன்கு தெரியும். இப்படித்தான் தனது முதல் படமான ‘வாகை சூடவா’வுக்கு இசையமைக்கிறார் ஜிப்ரான்.

அந்தப் படத்தின் பாடல்கள் இன்றும் பிரபலம். தமிழகமெங்கும் பலராலும் முணுமுணுக்கப்பட்ட ‘சர சர சாரைக்காத்து’ பாடல் உட்பட, எல்லாப் பாடல்களும் ஹிட் ஆயின. தொடர்ந்து ஜிப்ரான் பிரபலமடைய ஆரம்பித்தார். அப்போதும் கூட, அவரது பாடல்களைப் பல எஃப்.எம் சேனல்கள் ஒலிபரப்ப மறுத்திருக்கின்றன. புதிய இசையமைப்பாளர் என்பதே காரணம். அப்போது வாகை சூடவா பாடல்களைக் கேட்ட ரஹ்மானிடம் இருந்து ஜிப்ரானைப் பாராட்டி ஒரு செய்தி வர, அதனைத் தொடர்ந்தே ஜிப்ரானின் இசை எஃப்.எம்களிலும், தொடர்ந்து பல இடங்களிலும் பிரபலம் அடைந்தது என்று ஜிப்ரான் ஒரு பேட்டியில் சொல்லியிருக்கிறார். வாகை சூடவாவின் இசை, அந்த

வருடத்திய ஃபிலிம்ஃபேர் விருதுக்குப் பரிந்துரைக்கப்பட்டது. மேலும் பல விருதுகள் (விகடன் நம்பிக்கை நட்சத்திரம் விருது உட்பட) ஜிப்ரானுக்குக் கிடைத்தன.

வாகை சூடவாவைத் தொடர்ந்து வத்திக்குச்சி, குட்டிப்புலி, நைய்யாண்டி என்று படங்கள் ஜிப்ரானுக்கு வெளியாக ஆரம்பித்தன. அவற்றின் பாடல்களும் பரவலாகக் கவனிக்கப்பட்டன.

இதன்பின் வெளியான 'திருமணம் என்னும் நிக்காஹ்' படத்தின் பாடல்கள் பெரிதாகப் பேசப்பட்டன. படம் பற்றித் தெரியாதவர்களுக்கும், இப்படத்தின் பாடல்கள் தெரிந்திருந்தன. இப்படத்துக்குப் பின் வெளியான 'அமரகாவியம்' படத்தின் பாடல்களுமே ஜிப்ரானுக்கு ஹிட்களாகவே அமைந்தன.

ஜிப்ரானின் பாடல்கள் எஃப்.எம் சேனல்களில் ஒலிபரப்பாகத் துவங்கின என்று படித்தோம் அல்லவா? அப்போது ஜிப்ரானுக்கு ஒரு மிகப்பெரிய ஆச்சரியம் காத்துக்கொண்டிருந்தது. கமல்ஹாஸனிடம் இருந்து வந்த அழைப்புதான் அது. சர சர பாடல் கமல்ஹாஸனுக்கு மிகவும் பிடித்துவிட, உடனடியாகத் தனது மூன்று படங்களுக்கு (விஸ்வரூபம் 2, உத்தம வில்லன் மற்றும் பாபநாசம்) இசையமைக்கச் சொல்லியிருக்கிறார். இது ஜிப்ரானுக்கு மாபெரும் பரிசாக அமைந்தது. சர சர பாடலைக் கேட்டதுமே, சிடியை வாங்கிவந்து, விஸ்வரூபம் படத்தின் ஒட்டுமொத்தக் குழுவினருக்கும் கமல்ஹாஸன் போட்டுக்காட்டியிருக்கிறார். உடனடியாக ஜிப்ரானைத் தனது மூன்று படங்களுக்கு ஒப்பந்தமும் செய்துவிட்டார்.

கமல்ஹாஸனின் உத்தம வில்லன் படத்துக்காக, லாஸ் ஏஞ்சலஸ் மற்றும் ரஷ்யன் இண்டர்னேஷனல் ஃபிலிம் ஃபெஸ்டிவல் விருதுகள் உட்படப் பல விருதுகளை அள்ளினார் ஜிப்ரான். உண்மையில் சமீபகாலத்தில் வெளியான குறிப்பிடத்தக்க ஆல்பங்களில் ஒன்று உத்தம வில்லன். படத்தில் பல்வேறு வகைகளிலும் பாடல்கள் உண்டு. Comtemporary, folk, theatre மற்றும் பல்வேறு தனிப்பட்ட காட்சிகளுக்கான இசைக்கோர்வைகள் என்று ஒரு மிக வித்தியாசமான ஆல்பம் அது. படத்தில் 'லவ்வா லவ்வா', 'காதலாம் கடவுள் முன்', 'இரணியன் நாடகம்', 'முத்தரசன் கதை'

உட்பட அனைத்து இசைக்கோர்ப்புகளும் பிரபலம் அடைந்தன.

பாபநாசம் படத்தில் இரண்டே பாடல்கள்தான். அவை இரண்டுமே ஜிப்ரானின் பெயர் சொல்லும் பாடல்களாக அமைந்தன. குறிப்பாக, 'ஏய்யா என் கோட்டிக்காரா' பாடல் எவ்வளவு முறை கேட்டாலும் அலுக்காத பாடல்.நா. முத்துக்குமாரின் அட்டகாசமான வரிகளில், கறாரான கருமி ஒருவருக்கும் அவரது மனைவிக்கும் இடையே நிகழும் பாடல் இது

பாடல் வரிகள் முழுக்க, நாயகனின் பணத்தை சேமிக்கும் குணம் பற்றி மனைவி கேட்கும் வரிகளும், அதற்கு நாயகனின் பதில்களும் நிரம்பிய பாடல். பாடலில் நடித்த கமல்ஹாஸனும் கௌதமியும் இப்படத்துக்குப் பின்னர் பிரிந்துவிட, அவர்களின் உறவை நினைவுபடுத்தும் பாடலாகவும் இது விளங்குகிறது.

இவ்வருடத்திலும், வரும் வருடத்திலும் ஜிப்ரானின் பல்வேறு படங்கள் வெளியாக இருக்கின்றன. கட்டாயம் அப்படங்களின் இசையும் குறிப்பிடத்தக்கதாகவே இருக்கும் என்பதில் சந்தேகம் இல்லை.

ஜிப்ரானின் இசையில் என்ன புதிய அம்சம்? சந்தோஷ் நாராயணன் போலவே, ஜிப்ரானின் இசையுமே கேட்டதும் ஜிப்ரான் என்று கண்டுபிடித்துவிடலாம். நவீன இசைக்கருவிகளை வைத்துக்கொண்டு ஒருவிதமான மெல்லிசை கலந்த *classical* இசை அவருடைய பாணி. அவருடைய பாடல்களில், பல்வேறு *layer*களில் இசை பயணிக்கும். கூடவே, குரல் சார்ந்த பின்னணி இசை ஜிப்ரானின் தனிப்பட்ட அம்சம். அழகான, ஆழமான குரல்கள் ஹம்மிங் செய்யும். பாடும் குரல்களுமே நன்றாக நம் மனதில் பதியும் இசை அவருடையது. இதனாலேயே அவருடைய பாடல்கள் எளிதில் கண்டுபிடிக்கத்தக்கவையாக இருக்கின்றன. இதேபோல், படங்களுக்குப் பின்னணி இசையிலும் ஜிப்ரான் சிறந்தே விளங்குகிறார். தூங்காவனம் பார்த்தவர்கள் அதன் இசையை மறக்க முடியாது. பல படங்களில், பாடல்கள் நன்றாக இருக்கும் அளவு பின்னணி இசை நன்றாக இருக்காது. ஆனால் தூங்காவனத்தில் பின்னணி இசை நன்றாக நம் நினைவில் நிற்கும் (இதற்குக் கட்டாயம் கமல்ஹாஸனின் இசை பற்றிய கருத்துகளும்

காரணமாக இருக்கும் என்றே நம்புகிறேன். தனக்குத் தேவையான சையை இசையமைப்பாளர்களிடம் இருந்து வரவழைப்பதில் கமல்ஹாஸன் கைதேர்ந்தவர்).

ஒருவேளை ஜிப்ரானின் பாடல்களை நீங்கள் கேட்டதில்லை என்றால் கேட்கத் துவங்கலாம். கட்டாயம் உங்களுக்கு இசையில் ஒரு நல்ல அனுபவம் கிடைக்கும் என்று என்னால் உறுதியாகச் சொல்லமுடியும்.

எனக்கு மிகவும் பிடித்த ஜிப்ரானின் பாடல் இங்கே. கார்த்திக் நேதாவின் அற்புதமான, வித்தியாசமான வரிகள் இப்பாடலுக்கு அவசியம் அழகு சேர்க்கின்றன. குறிப்பாக இவ்வரிகள்:

‘தண்ணீரைக் கூசிக்கொண்டே மெல்லச் செல்லும் பிம்பங்கள் நீயாகிறாய் எதிரே’

கேட்டுப் பாருங்கள்.

26. இசை என்னும் கண்ணால் இதயம் தொட்ட ரவீந்த்ர ஜெய்ன்

உடலில் ஏதேனும் குறைபாடு இருந்தால், ஒரு இசையமைப்பாளரை அது பாதிக்குமா? இதை ஏன் கேட்கிறேன் என்றால், பீத்தோவன் பற்றி அனைவருக்குமே தெரியும். இருபத்து ஆறு வயதில் இருந்தே சிறுகச்சிறுக அவரது கேட்கும் திறன் அவரை விட்டுப் போய்விட்டது. அவரது சிறந்த சிம்ஃபனிகளை (உதாரணம்- *Ninth Symphony*), காது அறவே கேட்கும் திறன் இழந்தபின்னர்தான் அவர் உருவாக்கினார். அவரைப்போலவே, புகழ்பெற்ற பாடகரான ரே சார்லஸ், ஏழு வயதில் இருந்தே பார்வையற்றவர். ஆனாலும் பல இசைக்கருவிகளைக் கற்றுக்கொண்டு, உலகம் முழுக்கப் பேசப்பட்ட இசைக்கலைஞராக மாறினார். அவரைப் பற்றிய திரைப்படமே உண்டு. இவர்கள் இருவரைப்போல், இன்னும் பலர் - ஜாங்கோ ரெய்ன்ஹார்ட், ஸ்டீவீ வொண்டர், ஹாங்க் வில்லியம்ஸ், ரிக் ஆலன் என்று ஒரு மிகப் பெரிய பட்டியலே உண்டு.

கண்பார்வையற்ற குழந்தையாக, 1944 ஃபிப்ரவரி 28ம் தேதி இந்த்ரமணி ஜெய்ன் மற்றும் கிரண் ஜெய்ன் ஆகிய தம்பதிகளுக்கு அலிகரில் பிறந்தவர் ரவீந்த்ர ஜெய்ன். சிறிய வயதில் இருந்தே இசையில் ஆர்வம் கொண்ட குழந்தை. இதனைக் கண்ட

பின்னர், ரவீந்த்ர ஜெய்னின் தந்தை, பண்டிட் ஜனார்த்தன் ஷர்மா, பண்டிட் நாதுராம் மற்றும் பண்டிட் ஜி.எல்.ஜெய்ன் ஆகியோரிடம் இசைப்பயிற்சிக்கு அனுப்ப, இசையையும் நன்கு கற்றுத் தேர்ந்தான் அந்தச் சிறுவன். அலிகரிலேயே, அலிகர் முஸ்லிம் பல்கலைக்கழகத்தின் பார்வையற்றோர் பள்ளியில் படித்தான் சிறுவன் ரவீந்த்ர ஜெய்ன். படித்துமுடித்த பின்னர், இசையையும் நன்கு கற்றுக்கொண்ட பின்னர், அப்போதைய பம்பாய்க்கு வந்து, சிறிய குழுக்களில் பாட ஆரம்பித்தார். இதனால் அவருக்கு சிறுகச்சிறுகப் புகழ் கிடைக்க, அந்தப் புகழால் திரைப்படங்களில் வாய்ப்பு கிடைத்தது. நௌஷாத் போன்ற ஜாம்பவான்களுக்கு இசையில் உதவி செய்ய வாய்ப்புகள் வந்தன. ஆனால் ரவீந்த்ர ஜெய்ன் எவற்றையும் ஏற்றுக்கொள்ளவில்லை. இவற்றுக்குப் பதில், சொந்தமாகவே இசையமைக்க வேண்டும் என்ற உறுதியான எண்ணம் அவருக்கு இருந்தது.

ரவீந்த்ர ஜெய்னின் முதல் திரைப்படம் 'காஞ்ச் ஔர் ஹீரா'. இந்தப் படத்தில் முஹம்மது ரஃபி பாடிய 'நஸர் ஆதீ நஹி மன்ஸில்' எனும் பாடல் இன்றும் பிரபலம். ஆனால் இதற்கு முன்னரே வேறொரு படத்தில் முஹம்மது ரஃபியை வைத்து இசையமைத்திருந்தாலும் (அந்தப் பாடல் இன்றுவரை வெளிவரவில்லை), இதுதான் அவரது முதல் படமாக அமைந்தது. இந்தப் படத்துக்குப் பின்னர், 'சோர் மசாயே ஷோர்' என்ற படம் 1974ல் வெளியானது. அந்தப் படத்தில் 'லே ஜாயேங்கே ஜே ஜாயேங்கே தில்வாலே துல்ஹனியா லே ஜாயேங்கே' என்ற பாடல் சூப்பர்ஹிட் ஆனது (அதை வைத்து ஷா ருக் கான் நடித்த பிரபல DDLJ படத்துக்கும் அதே பெயர் வைக்கப்பட்டது). அதேபோல் 'குங்ரூ கி தரா பஜ்தா ஹி ரஹா ஹூ மெய்ன்' என்ற பாடல் இன்றும் கிஷோர் குமாருக்கு மறக்க இயலாத பாடலாக விளங்குகிறது. சஷி கபூரும் மும்தாஜும் நடித்த இந்தப் படம் இன்று வரை தொடர்ந்து பல தொலைக்காட்சிகளில் ஒளிபரப்பாகிக் கொண்டும் இருக்கிறது. இதுதான் ரவீந்த்ர ஜெய்னின் முதல் சூப்பர்ஹிட் படம்.

இந்தப் படத்துக்கு முன்னரே, 1973ல் 'சௌதாகர்' என்ற திரைப்படத்துக்கு இசையமைத்துக் கொண்டிருந்தபோது ரவீந்த்ர

ஜெய்னின் வாழ்க்கையில் ஒரு சோகம் நிகழ்ந்தது. அவரது இசைத்திறமையைக் கண்டுகொண்டு அவருக்கு இசையைப் பயிற்றுவித்த அவரது தந்தை மறைந்துவிட்டார். ஆனால், அந்தப் படத்தில் 'தேரா மேரா சாத் ரஹே' என்ற பாடலைப் பதிவு செய்து கொண்டிருந்தபோது இந்தத் தகவல் தெரியவர, முழுப் பாடலின் ஒலிப்பதிவையும் முடித்துவிட்டுத்தான் ஸ்டுடியோவை விட்டே வெளியே வந்தார் ரவீந்த்ர ஜெய்ன். அதுதான் அவரது அர்ப்பணிப்பு. இசையின்மீது மிகுந்த மரியாதையும் பிரியமும் வைத்திருந்தவர் அவர்.

'சோர் மசாயே ஷோர்' படத்தைத் தொடர்ந்து, 'கீத் காதா சல்' (1975) என்ற படமும் ரவீந்த்ர ஜெய்னின் பெயரை உரக்கச் சொல்லிய படமாக அமைந்தது. அந்தப் படத்தில் சச்சின் தான் ஹீரோ. அப்போதைய காலகட்டத்தில் மிகப் பிரபலமாக விளங்கிய இளம் ஹீரோ அவர். இந்தப் படத்தைத் தயாரித்த ராஜ்ஷ்ரீ தயாரிப்பு நிறுவனம், அதைத் தொடர்ந்து அவர்களின் பல படங்களுக்கு ரவீந்த்ர ஜெய்னையே இசையமைக்க வைத்தது. அப்படங்கள் மிகவும் பிரபலமும் அடைந்தன.

கீத் காதா சல் படத்துக்குப் பிறகுதான் ரவீந்த்ர ஜெய்னின் வாழ்க்கையில் ஒரு குறிப்பிடத்தக்க சம்பவம் நிகழ்ந்தது. தென்னிந்தியாவில் பாடிக்கொண்டிருந்த கே.ஜே. யேசுதாஸ் என்ற பாடகரைக் கண்டுகொண்டு, அவரை ஹிந்திக்கு அழைத்து வந்தார் ரவீந்த்ர ஜெய்ன். இது ஒரு சாதாரணமான சம்பவமாகத் தோன்றலாம். ஆனால் அவருக்கும் யேசுதாஸுக்கும் இடையே உருவான உறவு என்பது இசை ரசிகர்களுக்குப் பல பொக்கிஷங்களை வழங்கியிருக்கிறது. போலவே, ரவீந்த்ர ஜெய்னுமே, 'எனக்குப் பார்வை வரவேண்டும் என்று நான் விரும்புவதே, யேசுதாஸை ஒருமுறையேனும் பார்த்துவிடவேண்டும் என்பதற்காகத்தான்' என்று சொல்லும் அளவு, யேசுதாஸின் மீது அளவு கடந்த பிரியம் வைத்திருந்தார். அதற்கேற்றவாறு, யேசுதாஸும் அற்புதமான பல பாடல்களை ரவீந்த்ர ஜெய்னின் இசையில் பாடினார். 'சித்சோர்' படம் வெளியானது 1975. அந்தப் படத்தில், 'கோரி தேரா காவ் படா ப்யாரா' பாடலை யேசுதாஸ் பாட, இந்தியாவே

யேசுதாஸை அரவணைத்துக்கொண்டது. யேசுதாஸுக்கு ஹிந்தி பாடலுக்கான தேசிய விருது அந்தப் பாடலுக்குக் கிடைத்தது.

அப்படத்தை இயக்கியவர், பிரபல இயக்குநர் பாஸு சட்டர்ஜீ. இந்தியாவில் *offbeat* படங்கள் என்ற அற்புதமான வகையைப் பிரமாதமாக வழிநடத்திய சில இயக்குநர்களில் ஒருவர். இவர், பாஸு பட்டாச்சார்யா, ரிஷிகேஷ் முகர்ஜீ ஆகிய மூவரும் இந்த வகைப் படங்களுக்குச் செய்த சேவையைப் பற்றி அவசியம் ஒரு புத்தகம் எழுத முடியும். அமோல் பாலேகர் மற்றும் ஸரீனா வஹாப் நடித்த சித் சோர், இந்தியா முழுதும் பேசப்பட்டது, பிரமாதமாக ஓடியது. ரவீந்த்ர ஜெய்ன் இந்தியா முழுக்கப் புகழடைந்தார். அந்தப் படத்தில் நான்கு பாடல்கள். நான்கையும் யேசுதாஸே பாடினார். 'ஆஜ் செ பெஹ்லே... ஆஜ் செ ஸ்யாதா', 'ஜப் தீப் சலே ஆனா... ஜப் ஷாம் டலே ஆனா' மற்றும் 'து ஜோ மெரே சுர் மே' என்ற மூன்று பாடல்களும், 'கோரி தேரா காவ் படா ப்யாரா' பாடலுடன் சேர்ந்து இன்றும் பலராலும் நினைவு கூறப்படுகின்றன. சித்சோர் படத்தைத் தொடர்ந்து, ஏராளமான படங்கள் இசையமைத்தார் ரவீந்த்ர ஜெய்ன். அத்தனையும் சூப்பர்ஹிட்கள். அவரது 'பஹேலி', 'அகியோங்கே ஜரோகோ ஸே', 'நதியா கே பார்', 'பதி பத்னி ஔர் வோ', 'இன்ஸாஃப் கா தாராஸு', 'தபஸ்யா', 'விவாஹ்', 'சலாகேன்', 'தீவாங்கீ', 'சாசுரால்' ஆகியவை அவரது சில பிரபல படங்கள்.

எப்படி யேசுதாஸ்-ரவீந்த்ர ஜெய்ன் கூட்டணி மிகப் பிரபலமோ, அப்படியே ராஜ் கபூருடன் ரவீந்த்ர ஜெய்னின் கூட்டணியும் பிரபலம். 'ராம் தேரி கங்கா மெய்லி' படத்தின் பாடல்களை யாராலும் மறக்க இயலாது. இதன்பின் 'தோ ஜாஸுஸ்' மற்றும் 'ஹென்னா' படங்களுக்கும் ராஜ் கபூரின் தயாரிப்பில் ரவீந்த்ர ஜெய்ன் இசையமைத்தார். இதேபோல் கிஷோர் குமார் மற்றும் முஹம்மது ரஃபிக்கும் அவர் பல பிரமாதமான பாடல்கள் கொடுத்திருக்கிறார்.

ஒரு காலகட்டத்துக்குப் பிறகு தொலைக்காட்சிக்குள்ளும் நுழைந்து, அங்கும் பிரமாதமாக இசையமைத்தார். தூர்தர்ஷனில் வெளியான ராமானந்த் சாகரின் 'ராமாயணம்' இவரது இசைவண்ணம்தான்.

இதுமட்டும் இல்லாமல், பல்வேறு ஜெய்ன் பஜன் ஆல்பங்கள், இறை ஆல்பங்கள் என்று ரவீந்த்ர ஜெய்ன் இசையில் நுழைந்து பார்க்காத இடமே இல்லை.

ரவீந்த்ர ஜெய்ன் இசை எப்படிப்பட்டது? இந்திய க்ளாஸிகல் இசையின் பாதிப்பை இவரது பல பாடல்களில் கவனிக்க முடியும். சிறுவயதில் கற்றுக்கொண்ட ஹிந்துஸ்தானி சங்கீதத்தின் பாதிப்பு அது. இதனுடன், கேட்டாலே மனம் உருகும் வகையினால் ஆன அருமையான பஜன் வகையில் ஆன பாடல்கள் இவரது முத்திரை. பஜன் என்றதும் ஆன்மீகம் என்று நினைத்துவிடாதீர்கள். ‘கோரி தேரா காவ் படா ப்யாரா’ பாடலையே உதாரணமாக எடுத்துக்கொண்டால், அதன் ட்யூன் இப்படிப்பட்டதே. கேட்டாலே மனம் மயங்கும் பஜன் போன்ற ட்யூன். இதுவேதான் அவரது ‘அகியோங்கே ஐரோகோ ஸே’ பாடலுக்கும் பொருந்தும். இந்தப் பாடலையும், வெறும் ட்யூனை மட்டும் கேட்டால் ஒரு பஜன் என்று தயங்காமல் சொல்லிவிடலாம். எவ்வளவோ இனிமையான பாடல்களை அனாயாசமாக இப்படி இசையமைத்தவர் அவர். அதேபோல், தனது எல்லாப் பாடல்களுக்கும் இவரேதான் பாடல் வரிகளையும் எழுதினார். அதுவும் அவ்வளவும் ஆழமான வரிகள்.

‘உடலில் மட்டும்தான் குறைபாடு- மனதில் அல்ல’ என்று இறக்கும் வரை உறுதியாக நம்பி வாழ்ந்தவர் ரவீந்த்ர ஜெய்ன். அவரது இசை கேட்டவுடன் மனதை சாந்தப்படுத்தும் தன்மை வாய்ந்தது. இன்றும் இந்தியாவில் நினைவு கூறப்படும் முக்கிய இசையமைப்பாளர்களில் ஒருவராக ரவீந்த்ர ஜெய்ன் இருப்பதற்கு, அவரது இந்த உறுதியான இரும்பு மனமே காரணம்.

27. விருவிருமாண்டி விருமாண்டி...

எனக்கு ஒரு எண்ணம், கடந்த பல வருடங்களாக இருந்து கொண்டே இருந்தது. அதனை இப்போது முற்றிலுமாக *confirm* செய்து, உணர்ந்து கொண்டே இந்தக் கட்டுரையை எழுதுகிறேன். நான் எண்பதுகளின் திரைப்படங்களுக்கு — குறிப்பாக, சத்யராஜ், ரஜினி & கமல் நடித்தவை ரசிகன் என்பது நண்பர்களுக்குத் தெரிந்திருக்கும். அதேபோல், அப்படங்களின் பாடல்களுக்கும் நான் ரசிகன். இதற்கு முதன்மையான காரணம், '85லிருந்து, கிட்டத்தட்ட 2000 வரை, எனது தாய்மாமாவின் இசைத்தட்டு நூலகத்தில் 24 மணி நேரமும் நான் குடியிருந்ததே. ஆகவே, இயற்கையாகவே, இளையராஜாவின் அப்போதைய பல பாடல்களுக்கும் ரசிகன். தொண்ணூறுகளில் இளையராஜா ரிடையர் ஆக ஆரம்பித்தபின், மிகச்சில பாடல்களையே அந்தக் காலகட்டத்தில் நான் ரசித்திருக்கிறேன். காரணம், ரஹ்மானின் எழுச்சி. அதன்பின் ரஹ்மானின் ரசிகன் ஆனேன். ஆனால், 80களில் இளையராஜா இசையமைத்த பல பாடல்களை எப்போதும் மறக்க முடியாது.

இந்தக் கட்டுரையை நான் எழுதக் காரணம், கடந்த பல நாட்களில், 2000க்குப் பிறகு இளையராஜா இசையமைத்த பாடல்கள் பலவற்றை மறுபடி கேட்டதுதான். அதிலிருந்து, எனது பழைய எண்ணம் உறுதிப்பட்டது. அது என்ன எண்ணம்? அதற்கு முன்,

இளையராஜாவை அவரது *capacity* தெரிந்து, மிகத்துல்லியமாக, கனகச்சிதமாக உபயோகப்படுத்திக்கொண்ட இன்னொருவரைப் பற்றியும் பார்க்கவேண்டும்.

அவரது பெயர் கமல்ஹாசன்.

இதுவரை கமல்ஹாசன் தயாரித்துள்ள படங்களை எடுத்துக்கொண்டால், அவற்றில் ஐந்து படங்கள் நீங்கலாக (கடமை கண்ணியம் கட்டுப்பாடு - இளையராஜா இசையமைத் திருந்தாலும், பாடல்கள் இல்லை, பாசவலை - மரகதமணி, *Chachi*-விஷால் பரத்வாஜ், நள தமயந்தி-ரமேஷ் விநாயகம், உன்னைப்போல் ஒருவன்- ஷ்ருதி ஹாசன்), மற்ற அத்தனை படங்களுக்கும் இளையராஜாதான் இசையமைத்திருக்கிறார். இவற்றில், 80கள் மற்றும் தொண்ணூறுகளில் வந்துள்ள படங்களை நாம் இப்போது கணக்கில் எடுத்துக்கொள்ளப்போவதில்லை. மாறாக, 2000த்தில் வந்த ஒரு படத்தையும், 2004ல் வந்த மற்றொரு படத்தையும் எடுத்துக்கொண்டு, அவற்றில் இருந்து சில பாடல்களைப் பார்த்து, அதன்மூலம் நான் சொல்லவந்த விஷயத்தை எழுதுவதே நோக்கம். தமிழ்த்திரையுலகைப் பொறுத்தவரை, பாடல்களின் முக்கியத்துவத்தை சொல்லவே வேண்டியதில்லை. குறிப்பிட்ட காட்சியின் அழுத்தத்தையும், உணர்வு சார்ந்த தாக்கத்தையும், படம் பார்க்கும் ஆடியன்ஸின் மனதில் புகுத்த, பாடல்கள் பெரிதும் பயன்படுகின்றன. உதாரணத்துக்கு, நாயகன் படத்தின் 'தென்பாண்டிச் சீமையிலே' பாடலை எடுத்துக்கொள்ளலாம். படத்தில், மூன்று விதமான இப்பாடலின் வடிவங்கள் உபயோகப்படுத்தப்படுவதைப் பார்க்கலாம். இளையராஜா பாடியுள்ள வடிவம், கமல்ஹாசன் பாடியுள்ள இசையில்லாத வடிவம், இசையுடன் கூடிய கமல்ஹாசனின் இறுதி வடிவம் ஆகியவை இவை. இந்த மூன்று பாடல்களுமே, மணிரத்னத்தால் கச்சிதமாகப் படத்தில் பயன்படுத்தப்பட்டிருக்கும். ஆடியன்ஸின் மனதை நெகிழவைக்கும் முக்கியமான தருணங்களிலெல்லாம் இப்பாடல்கள் ஒலிப்பதை மறக்கமுடியாது. அதேபோல், அபூர்வ சகோதரர்கள் படத்தின் புல்லாங்குழல் தீம் இசை. இதைப்போல் பல உதாரணங்கள் சொல்லமுடியும்.

அப்படி, கச்சிதமான பாடல்கள், முக்கியமான காட்சிகளின்

பின்னணியில் உபயோகப்படுத்தப்பட்டால், காட்சிகளின் அழுத்தமும் தாக்கமும் மிக அதிகமாகவே கூடி, படம் பார்க்கும் ஆடியன்ஸை உன்மத்த நிலைக்கு எடுத்துச் செல்லும் என்பதைத் துல்லியமாக அறிந்துவைத்திருப்பவராக, நான் அறிந்தவரையில், கமல்ஹாசன் மட்டுமே இருந்து வருகிறார் (உன்மத்த நிலை என்பதை மனதில் வையுங்கள்). வேறு பலரும் இப்படிக் காட்சிகளை வைக்கும்போதிலும், கமல் வடிவமைக்கும் காட்சிகள், நான் இனிமேல் கூறப்போகும் உதாரணங்களில் தனித்துத் தெரிவதை நண்பர்கள் உணர முடியும் என்று நம்புகிறேன்.

சரி. இப்போது, உதாரணங்களைப் பார்ப்போம்.

இரண்டே உதாரணங்கள் தான் பார்க்கப்போகிறோம். அதாவது, இரண்டு படங்கள். அவற்றில் முதல் படம், 2000ல் வெளிவந்த ஹே ராம்.

ஹே ராம் திரைப்படம் சொல்ல வரும் கருத்து என்ன, அதில் கமல்ஹாசன் நமக்குப் புரியவைக்கும் விஷயம் என்ன என்பதெல்லாம் மறப்போம். ஒரே ஒரு சிச்சுவேஷனை மட்டும் நோக்குவோம்.

படத்தின் கதாநாயகன், தனது மனைவியுடன், தீபாவளி அன்று, ‘பாங்’ குடித்துவிட்டு, நேரம் செலவழிக்கிறான். அப்போது, பின்னணியில் ஒரு பாடல் ஒலிக்கிறது.

மதுவோ, கஞ்ஜாவோ அடித்துவிட்டு, *trance music* கேட்டிருக்கிறீர்களா? குறிப்பாக, கஞ்ஜாவை அடித்துவிட்டு இந்த இசையைக் கேட்டால், பைத்தியம் பிடிக்கும். இதில் சிறிது கூட அதிசயோக்தியாக சொல்லப்படவில்லை.

இதை ஏன் சொன்னேன் என்றால், படத்தில் கதாநாயகன், பாங் அடித்துவிட்டு என்னென்ன மனப்பிறழ்வுகளை அனுபவிக்கிறானோ, அவற்றை, அந்தப் பாடலைக் கேட்பதன் மூலம், நாமும் அனுபவிக்கமுடியும். அதுதான் அப்பாடலின் விசேஷம். இளையராஜா இசையமைத்ததில், நாடி நரம்புகளை ஒரு ஆட்டு ஆட்டி, கேட்பவர்களை உன்மத்தம் கொள்ளவைக்கும் வெகுசில பாடல்களில், இப்பாடலும் ஒன்று.

இப்படியொரு பாடலை, தானாகவே இளையராஜா கொடுத்திருக்க

மாட்டார். ஏனெனில், திரைப்பட ரசிகர்களுக்குத் தெரிந்திருக்கும். ஹேராம் படத்துக்கு ஆரம்பத்தில் ஒப்பந்தம் செய்யப்பட்டவர் எல். சுப்ரமண்யம். அத்தனை பாடல்களையும் இசையமைத்துக் கொடுத்துவிட்டு, பாடல்கள் படமாகவும் ஆக்கப்பட்டபின், கமலுக்கும் சுப்ரமண்யத்துக்கும் மனக்கசப்பு ஏற்பட்டு (அந்தக் காரணம் இப்போது வேண்டாம்) சுப்ரமணியத்தை நீக்கினார் கமல். அதன்பின் கமல் வந்தது, நேராக இளையராஜாவிடம். இசையமைக்கச் சம்மதித்த இளையராஜாவிடம், படத்தின் பாடல்கள் ஏற்கெனவே படமாக்கப்பட்ட விபரம் தெரிவிக்கப்பட்டது. அதன்பின், அந்தக் காட்சிகளைப் பார்த்த இளையராஜா, அவற்றுக்குத் தக்கவாறு கச்சிதமாக (ஸீன் சீக்வென்ஸுக்கு எந்தக் குந்தகமும் ஏற்படாதவாறு) இசையமைத்துக்கொடுத்த பாடல்கள்தாம் ஹே ராமின் இறுதியான பாடல்களாக வெளியிடப்பட்டன.

ஆக, கமலின் கருத்துகள் இல்லாமல் இப்படிப்பட்ட ஒரு பாடல் வெளிவர சாத்தியமில்லை. எந்த இசையமைப்பாளராக இருந்தாலும், அவர்களின் படைப்பாற்றலின் அடியாழம் வரை அவர்களை விரட்டி, அவர்களின் அற்புதமான இசைத்திறமையை முழுதாக வெளிக்கொணர, அந்த ஆற்றல் உள்ள இயக்குனர்கள் தேவை. அந்தத் திறமை, கமலுக்கு வெகுவாகவே இருக்கிறது என்பதும் எனக்கு மிக நன்றாகவே தெரியும்.

அந்தப் பாடல்தான், அஜய் சக்ரவர்த்தியால் அற்புதமாகப் பாடப்பட்ட 'இசையில் தொடங்குதம்மா' என்ற அற்புதம். ஒருமுறை கேட்டாலே, கேட்பவர்கள் அத்தனைபேரையும் சந்நதம் கொண்டு ஆட வைக்கும் பாடல் இது.

அந்தப் பாடலை இங்கே காணலாம்.

காட்சிகளின் பின்னணியில்தான் இந்தப் பாடல் தொடங்குகிறது. ஆனால், போகப்போக, கதாநாயகன் பாங் குடித்த பின், பாடல் மெதுவாக முன்னணிக்கு வருகிறது. அப்போது ஒலிக்கும் பாடலின் இசையை கவனித்துப் பாருங்கள்.

கூடவே, இந்த அற்புதத்தை *compliment* செய்யும் காட்சிகளும் முக்கியமில்லையா? அவையும் கச்சிதமாக கமல்ஹாசனால் வடிவமைக்கப்பட்டிருக்கும் (பாங் குடித்தபின், க்ளோஸப்பில்

காண்பிக்கப்படும் ஷெனாய், பிரம்மாண்டமான பொம்மை வீழ்த்தப்படுவது, மனைவியின் அருகாமை இத்யாதி).

ஆக, என் தனிப்பட்ட கருத்தின்படி, பாடலும் சரி, இசையும் சரி, காட்சிகளும் சரி - கச்சிதமாகக் கலந்து, திரையில் காண்பிக்கப்பட்ட உன்மத்தம் கொள்ளவைக்கும் பாடல்களில், இது முதலிடம் பெறுகிறது.

இந்தப் பாடலை வைத்திருக்கும் நண்பர்கள், ஹெட்ஃபோன் அல்லது இயர்ஃபோன் அல்லது கார் ஸ்டீரியோ மூலமாக, அட்லீஸ்ட் ஒரு முறை, தனிமையில் நல்ல வால்யூமோடு கேட்டுப்பாருங்கள். மெய்மறப்பீர்கள் என்பது ஒரு *understatement.*

(பாடலின் ஆரம்ப கணம். தடால் தடாலென்று ஒலிக்கும் பேரிகை. அதன் பின்னணியில் தட்டப்படும் மற்றொரு சிறிய பேரிகை (என் பாஷையில் டமாரம்). முதல் செகண்டின் இறுதியில் இருந்து மூன்றாம் செகண்டின் பாதிவரை, ஐந்து முறை 'தட் தட் தட் தட் தட்' என்று பின்னணியில் தட்டப்படும் அந்த சிறிய டமார ஒலி, அதன்பின் பாடலின் எந்த கணத்திலும் அதே போன்ற தாளலயத்துடன் வரவே வராது. பாடலின் ஆரம்பத்தை ஒரு தூக்கு தூக்கும் அந்த ஒலி, அட்டகாசம்! பொதுவாக, இதைப்போன்ற சிறிய ஒலிகள், ரஹ்மானின் இசையில் பளிச்சிடும் (அவற்றைப் பற்றியும் ஸ்டடி செய்து வைத்திருக்கிறேன். முடிந்தால் விரைவில் எழுதுகிறேன்). சொல்லவந்த விஷயம், இளையராஜாவின் இசையில் அப்படிப்பட்ட டக்கரான பின்னணி ஒலிகள் கொஞ்சம் குறைவுதான். ஆனால், அந்த ஏக்கத்தை இப்பாடல் தீர்த்துவைத்துவிட்டது. அதேபோல், பாடலின் முதல் சரணத்துக்கு முன் வாசிக்கப்படும் அந்த ஷெனாய் *Genius!!* அந்த ஒலியில் வழிந்து ஓடும் தாபமும் ஏக்கமும், எழுத்தினால் சொல்ல முடியாதது. அதேபோல், இரண்டாவது சரணத்தில் வரும் வரிசையான, ஒரே சீரான டமார ஒலிகள். அதனைத் தொடர்ந்த ஸாரங்கி இசை. 'பூந்து விளையாடுறது' என்பது இதுதான்!)

இது முதல் உதாரணம். அடுத்த உதாரணமாக, 2004ல் வெளிவந்த மற்றொரு படம். அதன்பெயர் - விருமாண்டி.

படத்தில் ஒரு குறிப்பிட்ட சிச்சுவேஷன். கதாநாயகன்,

அவனது கிராமத்துச் சாமியான விருமாண்டியை, அவனது நண்பர்களுடன், விருமாண்டி கிணற்றில் நுழைந்து மூடப்பட்ட நாளில் வழிபடுகிறான். இந்த இடத்தில், பின்னணியில் ஒலிக்கிறது ஒரு பாடல்.

கர்ணகடூரமான குரலில், தடதடவென்ற இசையமைப்புடன், இப்பாடலைப் பாடியவர் இளையராஜாவேதான் என்பது நண்பர்களுக்குத் தெரிந்திருக்கும்.

'விருவிருமாண்டி விருமாண்டி' என்ற இப்பாடல்தான் அந்தப் படத்திலேயே எனக்குப் பிடித்தமான இரண்டு பாடல்களில் ஒன்று (மற்றொரு பாடல் கருமாத்தூர் காட்டுக்குள்ளே). இந்தப் பாடலையும், காட்சிக்குத் தேவையான வேகத்துடன் படமாக்கியிருப்பார் கமல்ஹாசன். ஆனால், இந்தப் பாடலின் முழு உபயோகமும், படத்தின் இரண்டாம் பாதியின் கடைசியில் - க்ளைமேக்ஸில் தான் வருகிறது. அதைப்பற்றித்தான் பார்க்கப் போகிறோம். க்ளைமேக்ஸ். கதாநாயகன் விருமாண்டி, சூப்ரின்டென்ட்டின் போலீஸ் உடையை அணிந்துகொண்டு வெளியேறுகிறான். காரணம்? கொத்தாளத் தேவனைத் தடுப்பதே. இந்த நேரத்தில், வெளியே கொலைவெறி பிடித்த பிற கைதிகள் தப்பித்து ஆட்டம் போட்டுக் கொண்டிருக்கின்றனர். விருமாண்டி வெளியேறுவதை படம் பார்க்கும் ஆடியன்ஸின் மனதில் பதியவைக்க என்ன செய்ய வேண்டும்?

இங்கேதான் 'விருவிருமாண்டி விருமாண்டி' பாடலின் ஹைஸ்பீட் வெர்ஷன் உதவுகிறது.

'கர்ப்பக்கெரகம் விட்டு சாமி வெளியேறுது... இது நியாயத் தீர்ப்பு கூறும் நாளுடா... தர்மம் பூட்டுப்போட்டா உள்ள அடங்காதுடா... அத்த தடுக்குறவன் இப்ப ஆருடா' என்று தொடங்கும் இப்பாடல், படத்தின் சிச்சுவேஷனோடு சேர்த்து, பார்ப்பவர்களை உடனடியாக வெறிகொள்ளவைப்பதில் பெருவெற்றி அடைகிறது. யோசித்துப் பாருங்கள். எங்கு பார்த்தாலும் கைதிகளின் வெறியாட்டம். திடீரென்று, பெரிய கம்பிக்கதவை தலைக்குமேல் தூக்கிக்கொண்டு விருமாண்டியும் பிற கைதிகளும் ஓடிவருகின்றனர். எல்லோருக்கும் முன்னால், அலறிக்கொண்டு ஓடிவருகிறான் விருமாண்டி. அவன்

தோற்றமே பழைய விருமாண்டி சாமி போலவே இருக்கிறது. மிகச்சரியாக அந்தச் சூழ்நிலையை ஒரே கணத்தில் மனதில் பதியவைக்கக்கூடிய பாடலாக இது இருக்கிறது.

(இதே படத்தில், கமலின் அறிமுகக்காட்சியில், ஆடியன்ஸின் கரகோஷமா அல்லது பாடலில் வரும் கரகோஷமா என்றே பிரித்தறிய முடியாதவாறு, கமல் வந்து குதிக்கும் 'கொம்புல பூவச்சுத்தி' பாடலையும் இந்த லிஸ்ட்டில் சேர்த்துக்கொள்ளலாம்).

கமல்ஹாசன், பாடல்களின் முக்கியத்துவத்தையும், காட்சிகளின் பின்னணியில் அவை மக்களின் மனதில் விளைவிக்கும் மாற்றங்களையும் பற்றி நன்றாகத் தெரிந்தவராகவே இருக்கிறார் என்பதற்கு இவை சில உதாரணங்கள். திரைக்கதை அமைக்கும்போது, இப்படிப்பட்ட பாடல் - காட்சி ஒத்திசைவு, வெகுமுக்கியம்.

பின்குறிப்பு - இந்தக் கட்டுரை எழுதப்பட்டுப் பல வருடங்கள் ஆகிவிட்டன. எனது வலைத்தளத்தில் எழுதியிருந்த கட்டுரை இது. ஆனால், சென்ற வாரம் (டிசம்பர் 2017) வெளியான ஆனந்த விகடனில், ஹேராம் பற்றிய கமல்ஹாஸனின் கட்டுரை வந்திருக்கிறது. அதில், உண்மையில் 'இசையில் தொடங்குதம்மா' பாடல் பற்றி அவராக எதுவும் சொல்லவில்லை என்றும், அந்த இடத்தில் வெறும் இசை மட்டுமே இருந்ததாகவும், ஏற்கெனவே எல். சுப்ரமணியம் போட்டு வைத்திருந்த இசைக்குத் தக்கபடி எடுத்திருந்த அத்தனை பாடல்களையும் பார்த்துவிட்டு, பாடல் வரிகளுக்கு இவராகவே கச்சிதமாகப் படத்தில் பொருந்தும்படி இசையமைத்ததை கமல்ஹாஸன் சொல்கையில், 'இசையில் தொடங்குதம்மா' பாடலின் சிச்சுவேஷனில், 'நான் எல்லாப் பாடல்களையும் முடித்தாகிவிட்டது. இப்போது எனக்காக ஒரு பாடல் சுயமாக இசையமைக்கப்போகிறேன். அது இந்த இடம்தான்' என்று சொல்லிப் போட்டுக்கொடுத்த பாடல்தான் இது என்று சொல்லியிருக்கிறார். மிகவும் அருமையான கட்டுரை அது. எனவே, கமல்ஹாஸன் அதைத் தெளிவுபடுத்தியதை இந்தக் கட்டுரையின் இறுதியில் தருவதே இந்தக் கட்டுரைக்கு நான் செய்யும் நியாயம் என்பதால் அதை இங்கே பின்குறிப்பாக எழுதியிருக்கிறேன்.

28.அநிருத்

தமிழ்த்திரைப்படங்களில் தற்போதைய இளைஞர்களுக்குப் பிடித்த இசையமைப்பாளர் யார்? யோசித்துப் பார்த்தால், அநிருத்தைத் தவிர வேறு யாரையும் சொல்ல இயலவில்லை. அநிருத் இசையமைத்திருக்கும் திரைப்படங்கள் அப்படிப்பட்டவை. இன்றுவரை அண்மைக் காலத்தில் தமிழின் பிரம்மாண்ட ஹிட்களில் பல, இவரது இசைதான். உலகமெல்லாம் சுற்றிய 'வொய் திஸ் கொலவெறி கொலவெறி டி' பாடலை இசையமைத்தபோது அநிருத்துக்கு 20-21 வயது இருக்கலாம். அப்போதில் இருந்து இன்றுவரை தமிழின் முதன்மையான இசையமைப்பாளர்களில் ஒருவராக இருந்து வருகிறார். Chart topping numbers என்ற, கேட்டதும் பிடித்து விடும் ஹிட்களை ஒவ்வொரு படத்திலும் ஒன்றிரண்டு பாடல்களிலாவது கொடுத்து விடுகிறார். அநிருத்தின் மேல் இருக்கும் ஒரே குற்றச்சாட்டு வெளிநாட்டுப் பாடல்களில் இருந்து சுடுவது. இருப்பினும் இதைத் தமிழின் கிட்டத்தட்ட அனைத்து இசையமைப்பாளர்களுமே செய்து வருவதால், இதில் அநிருத்தை மட்டும் குற்றம் சாட்டிவிட முடியாது.

'மூணு' படம்தான் அநிருத்தின் முதல் படம். அதற்கு முன்னர், லயோலாவில் பி.காம் படித்துக்கொண்டிருந்தபோது, ஐஷ்வர்யா ரஜினிகாந்த்தின் பத்துப் பனிரண்டு குறும்படங்களுக்கு

இசையமைத்துக் கொடுத்திருந்ததாக அநிருத் பேட்டிகளில் சொல்லியிருக்கிறார். இதனால்தான் 'மூணு' படமும் அநிருத்துக்கு வாய்த்தது (அநிருத்தின் குடும்பமும் ரஜினி குடும்பமும் நெருங்கிய உறவினர்கள் என்பது உலகம் அறிந்தது). தனது பத்தாவது வயதில் இருந்தே கம்போஸ் செய்து வந்திருப்பதாக அநிருத் சொல்லியிருக்கிறார். தமிழின் பல இசையமைப்பாளர்கள் இசை கற்றுக்கொண்ட அதே லண்டன் ட்ரினிடி இசைக்கல்லூரியில்தான் அநிருத்தும் பியானோ படித்திருக்கிறார். சிறுவயதில் இருந்தே இசையில் ஈடுபாடு இருந்ததால் அவரால் ஒரு வெற்றிகரமான இசையமைப்பாளராக வர முடிந்தது. இருப்பினும், அநிருத்தின் குடும்பப் பின்னணியுமே அவர் 21 வயதிலேயே இசையமைப்பாளராக ஆனதற்கும் காரணம் என்பதை மறுக்க முடியாது. அதேசமயம், அப்படி இசையமைப்பாளராக ஆனதற்குப் பிறகு, அவரது திறமையினால்தான் இத்தனை தூரம் பயணித்திருக்கிறார் என்பதும் உண்மையே.

'மூணு' படத்தின் பாடல்கள் அப்படம் வெளிவந்தபோது பெரிதாகப் பேசப்பட்டன. 'கண்ணழகா' பாடலும், 'நீ பார்த்த விழிகள்' பாடலும் அனைவருக்கும் பிடித்திருந்தன. அதேபோல் 'போடி நீ போ' பாடலும். ஆனால் கொலவெறி பாடலே இவைகளை விடவும் உலகம் முழுக்கச் சுற்றியது. அதன் எளிமையான ட்யூனும், உடைந்த ஆங்கிலத்தில் அமைந்திருந்த வரிகளுமே காரணம். அந்தப் பாடல் அநிருத்தின் இசை வாழ்க்கையில் மறக்க முடியாத பாடலாக அமைந்தது.

இதற்குப் பின் அநிருத் இசையமைத்தது, துரை செந்தில்குமார் இயக்கிய 'எதிர்நீச்சல்'. சிவகார்த்திகேயன் நடித்து, நன்றாக ஓடிய படங்களில் ஒன்று. இந்தப் படத்தின் 'பூமி என்னை சுத்துதே', 'வெளிச்சப்பூவே', 'லோக்கல் பாய்ஸ்', 'நிஜமெல்லாம் மறந்துபோச்சு' ஆகிய பாடல்கள் இன்றுமே தொலைக்காட்சியில் ஒளிபரப்பப்பட்டுக் கொண்டே இருக்கின்றன. எதிர்நீச்சல் ஆல்பம் அநிருத்துக்கு நல்ல பெயர் வாங்கிக் கொடுத்தது.

இதற்குப் பிறகு, 'டேவிட்' படத்தின் கனவே கனவே' பாடல் அநிருத்துக்குப் புகழ் சேர்த்தது. இளைஞர்கள் மத்தியில் பெரிதும்

பிரபல மடைந்த பாடல் இது. அந்தப் பாடலை அநிருத்தே பாடியும் இருந்தார். அந்த ஒரு பாடல் மட்டுமேதான் அப்படத்தில் அவர் இசையமைத்த பாடலும் கூட. இப்படத்துக்குப் பின்னர் அவர் இசையமைத்த ‘வணக்கம் சென்னை’ படம் ஓடாமல் போனாலும் கூட, பாடல்களால் புகழடைந்தது. ‘ஓ பெண்ணே’ மற்றும் ‘ஓசாகா ஓசாகா’ ஆகியவை அநிருத்தின் இசையமைப்புக்கு உதாரணம். அதற்குப் பிற்கு, செல்வராகவனின் ‘இரண்டாம் உலகம்’ படத்தின் இரண்டு பாடல்களுக்கு இசையமைத்து, படத்தின் பின்னணி இசையையும் அநிருத் கவனித்துக்கொண்டார்.

இதற்குப் பிறகு வந்த 2014 தான் அநிருத்தின் இசை வாழ்க்கையில் இன்றுவரை மறக்க முடியாத ஆண்டு என்று சொல்லலாம். ‘வேலையில்லா பட்டதாரி’, ‘மான் கராத்தே’, ‘கத்தி’, ‘காக்கி சட்டை’ ஆகிய நான்கு படங்களுக்கு அந்த வருடத்தில் அநிருத் இசையமைத்தார். இந்த நான்கு படங்களிலுமே பாடல்கள் சூப்பர்ஹிட்கள் ஆயின. குறிப்பாக, வேலையில்லா பட்டதாரி மற்றும் கத்தி ஆகிய இரண்டு படங்களுமே பிரமாதமாகவும் ஓடின. அந்த வருடம் முழுதும் ஒலித்துக் கொண்டிருந்த சூப்பர்ஹிட் பாடல்களான ‘போ இன்று நீயாக’, ‘வாட் எ கருவாட்’, ‘வேலையில்லா பட்டதாரி’, ‘மாஞ்சா போட்டுதான்’, ‘டார்லிங் டம்பக்கு’, ‘உன் விழிகளில்’, ‘செல்ஃபி புள்ள’, ‘ஆத்தீ என்ன நீ’, ‘பாலம்’, ‘காதல் கண் கட்டுதே’ ஆகியவை அநிருத்தின் கைவண்ணமாக 2014 எங்கும் சக்கைப்போடு போட்டன. வேலையில்லா பட்டதாரியின் ‘அம்மா அம்மா’ பாடல், தமிழின் மிகச்சிறந்த அம்மா செண்டிமெண்ட் பாடல்களில் ஒன்றாகவும் மாறியது.

அதேபோல் 2015 ஆம் ஆண்டு, 2014ஐ விடவும் பிரம்மாண்டமான ஆண்டாக அநிருத்துக்கு அமைந்தது. அந்த வருடத்தின் முதல் படமே ‘மாரி’. படம் சரியாகப் போகாவிட்டாலும், அப்படத்தின் பாடல்கள் இன்றுமே சூப்பர்ஹிட்களே. அப்படத்தின் ‘டானு டானு டானு’, ‘மாரி’, ‘ஒரு வித ஆசை’ ஆகிய பாடல்கள் இன்ஸ்டண்ட் ஹிட்களாக மாறின. மாரி படத்துக்கு அடுத்து வெளியான ‘நானும் ரௌடிதான்’ படமோ சூப்பர்ஹிட்டாக

மாறியது. அந்தப் படத்தின் அத்தனை பாடல்களுமே மிகப்பெரிய ஹிட்களாக மாறின. 'தங்கமே உன்னத்தான்', 'என்னை மாற்றும் காதலே', 'கண்ணான கண்ணே', 'நானும் ரௌடிதான்', 'நீயும் நானும்' ஆகிய பாடல்களை மறக்க முடியுமா? கண்ணான கண்ணே பாடலுக்குப் பின்னால் இருக்கும் கதை (விஜய் சேதுபதி ஒரு விழாவில் நயன்தாராவைக் கடத்த விரும்பியதாகச் சொன்னது — அதை வைத்து விக்னேஷ் சிவன் அந்தப் பாடலை எழுதியது) பலருக்கும் தெரிந்திருக்கும்.

அதே வருடத்தில் அஜீத்குமார் நடித்த 'வேதாளம்' படமும் அநிருத்துக்கு ஒரு ஹிட் படமாக அமைந்தது. மாரி & நானும் ரௌடிதான் அளவு அத்தனை பாடல்களும் ஹிட்டாக இல்லாவிட்டாலும், 'ஆலுமா டோலுமா' தமிழகத்தைக் கலக்கியது. வெறித்தனமான ஹிட் ஆகியது. அந்த வருடம் வெளியான 'தங்க மகன்' படம் தோல்வி. ஆனால் வழக்கப்படி பாடல்கள் ஹிட். 'என்ன சொல்ல' பாடல் மிகவும் இனிமையானது.

இதன்பிறகு 'ரெமோ', 'ரம்' ஆகிய இரண்டு படங்கள் இதுவரை வெளிவந்துள்ளன. தற்போது 'விவேகம்' படத்துக்கு இசையமைத்திருக்கிறார்.

அநிருத்துக்கு இப்போது வெறும் 26 வயதுதான் ஆகிறது. இதற்குள் தமிழின் முக்கியமான இசையமைப்பாளராக அவர் எப்படி ஆனார்? யோசித்துப் பார்த்தால், அநிருத் குறிவைப்பது இளைஞர்களை மட்டுமே என்பது தெரியும். இங்கு முதலிலிருந்து நான் குறிப்பிட்டிருக்கும் அத்தனை பாடல்களையும் அவர்களுக்காகவே இசையமைத்திருக்கிறார். கல்லூரிகளிலும் பல்வேறு இசை நிகழ்ச்சிகளிலும், விழாக்களிலும், பார்ட்டிகளிலும் தொடர்ந்து இசைக்கப்படுபவை இந்தப் பாடல்களே. இதுதான் பிரதான காரணம். கூடவே, கேட்டதும் நம்மை ஆடவைக்கும் பாடல்கள் அநிருத்தின் விசேடம். அது மட்டும் இல்லாமல், அற்புதமான மெலடிக்களையும் இந்தக் குறுகிய காலகட்டத்தில் அவர் கொடுத்திருக்கிறார் என்பதை மறுக்கவே முடியாது. அதேபோல், அநிருத்தின் இன்னொரு விசேடம், EDM. எலக்ட்ரானிக் டான்ஸ் ம்யூஸிக் என்ற இந்த வகையான இசையைப் பரவலாக

உபயோகிப்பதே இளைஞர்களுக்கு அது பிடித்திருப்பதற்குக் காரணம். பொதுவாக நட்சத்திர ஹோட்டல்களின் பார்ட்டிகளிலும் டான்ஸ் ஃப்ளோர்களிலுமே அதிகமாக உபயோகப்படுத்தப்படுவது இந்த *EDM.* மூணு படத்தில் இருந்தே இதை அநிருத் அதிகமாக உபயோகித்துக்கொண்டிருக்கிறார் *(Come on Girls, Chennai City Gangsta,* செஞ்சிட்டாளே, அள்ளாதே சிறகையே, ஆலுமா டோலுமா, *Surviva, Don't you mess with me* ஆகியவை ஒரு சில உதாரணங்கள்).

கொண்டாட்டத்துடன் கூடிய பிரம்மாண்டமான, நினைவு கொள்ளத்தக்க பாடல்கள் வேண்டும் என்றாலேயே 'கூப்பிடு அநிருத்தை' என்ற ட்ரெண்ட் இப்போதைய காலகட்டத்தில் அதிகரித்துக்கொண்டிருக்கிறது. உண்மையிலேயே பல்வேறு இசைக்கருவிகள், அவற்றில் ஒரு பிரம்மாண்டம், மகிழ்ச்சியோடு கேட்டுவிட்டு ஆடுவது என்ற இளைஞர்களின் உலகத்தில் அநிருத் இன்றியமையாத அம்சமாக ஆகிவிட்டதற்கு இதுவே அடையாளம்.

அநிருத்தின் இன்னொரு சிறப்பம்சம் — அவரது குரல். அருமையான மெலடியாக இருந்தாலும் சரி — தரை ரேட் குத்துப் பாடலாக இருந்தாலும் சரி — அவரது குரல், நன்றாக முதிர்ந்து, சிறப்பாகப் பொருந்திவிடக்கூடிய குரல். தனது இசையில் மட்டும் இல்லாமல், வேறு இசையமைப்பாளர்களின் இசையிலும் ஹிட் பாடல்களை அநிருத் பாடியிருக்கிறார். 'மெர்சலாயிட்டேன்', ரஹ்மான் இசையில் ஒரு உதாரணம். 'ரோமியோ ஜூலியட்' படத்தில் டண்டணக்கா, 'ஜில் ஜங் சக்'-ஷூட் த குருவி, 'சேதுபதி'- ஹேய் மாமா, 'போகன்' -டம்மாலு டும்மீலு ஆகியவை இன்னும் சில உதாரணங்கள்.

அறிமுகமாகி சில வருடங்களே ஆனாலும், அநிருத்தைச் சுற்றியுள்ள சர்ச்சைகள் கொஞ்சநஞ்சம் இல்லை. பீப் சாங், போலி வீடியோ என்று ஏராளமான சர்ச்சைகள். இன்னும் முழுமையாக இவற்றில் இருந்து அவரால் வெளியே வர இயலவில்லை.

தனது இசையை ஒன்றிரண்டு விஷயங்களுக்குள் சுருக்கிக்கொள்ளாமல், வெளிநாட்டுப் பாடல்களிலிருந்து உருவாமல், ஓரிஜினாலிடியுடன் கூடிய நல்ல இசையை அநிருத் வழங்க வேண்டும் என்பது எனது ஆசை. அது அவரால் முடியும்.

யோசித்துப் பார்த்தால், 3, நானும் ரவுடிதான், எதிர்நீச்சல் ஆகிய படங்கள் போல, அவற்றையும் மிஞ்சிய இசையை அநிருத் கொடுக்கவேண்டிய காலகட்டம் நெருங்கிவிட்டது. அதேபோல், பாடல்களால் புகழடைந்த அளவு பின்னணி இசையால் அநிருத் இன்னும் பிரபலம் ஆகவில்லை. பாடல்கள்- பின்னணி இசை ஆகிய இரண்டையும் ஒப்பிட்டுப் பார்த்தால், ஜிப்ரானே தமிழில் மிகப்பெரிய திறமைசாலி என்பது என் எண்ணம். ஆனால் அநிருத்துக்கு அமைந்த படங்கள் போல ஜிப்ரானுக்கு இளமையான, குறும்பான படங்கள் இன்னும் அமையவில்லை.

தனது இசையில் பல்வேறு பரிசோதனைகளை அநிருத் செய்வாரா என்பதைப் பொறுத்துப் பார்ப்போம்.

29.மோஸார்ட்

இத்தனை அத்தியாயங்கள் இந்திய இசையைப் பற்றிக் கவனித்தோம். இம்முறை, உலக இசையில் ஒரு மிக முக்கியமான நபராகக் கருதப்படும் ஒருவரையும், அவரைப் பற்றிய திரைப்படம் ஒன்றையும் கவனிக்கலாம். இது ஏன் என்றால், இவரது பாதிப்பு இல்லாத இசையமைப்பாளர்களை விரல் விட்டு எண்ணி விட முடியும். இவரது இசையை நீங்கள் கேட்டால் மெய்மறந்து போவது உறுதி. அது மட்டும் இல்லாமல், இசையைப் பற்றிய புத்தகத்தில், இவர் இடம்பெறாவிட்டால் அந்தப் புத்தகமே முழுமை பெறாமல் போய்விடும். இதனால்தான்.

வுல்ஃப்கேங் அமேடியுஸ் மோஸார்ட். இந்த முழுப்பெயரைச் சொன்னால் பலருக்கும் அவரை அடையாளம் தெரிவது கடினம், ஆனால், 'மோஸார்ட்' என்று சொன்னால், குறைந்தபட்சம் நமது 'மோஸார்ட் ஆஃப் மெட்ராஸ்' என்று அழைக்கப்படும் ரஹ்மானாவது நினைவில் வரும். உலக அளவில் இன்றும் உச்சரிக்கப்படும் ஒரு பெயர் இது. 250 வருடங்களாகக் கேட்கப்படும் இசை இவருடைய படைப்பு. இந்த உலகம் கண்ட ஜீனியஸ்களில் ஒருவர். 35 வயதில் இறந்த ஒரு மேதை. தனது ஐந்தாவது வயதில் இருந்து இசையமைக்க ஆரம்பித்தவர். இன்றும் பிரபலமான பல சிம்ஃபனிகளையும் ஓபராக்களையும் எழுதியவர் (நமது டைட்டன்

விளம்பரத்தில் வந்த இசை கூட இவருடையதுதான்).

இத்தகைய உலக இசை மேதையைப் பற்றிய அற்புதமான படம், *'Amadeus'* என்ற பெயரில் 1984ல் வெளிவந்திருக்கிறது. மிலோஸ் ஃபோர்மேன் இயக்கத்தில், எட்டு ஆஸ்கர் விருதுகளை அள்ளிய படம் இது. இந்தப் படத்தை அனைவரும் பார்க்க வேண்டும் என்று விருப்பப்படுகிறேன். படம் முழுக்க மோஸார்ட்டின் இசை பொங்கி வழியும். படம் பார்ப்பவர்களுக்கு அற்புதமான அனுபவத்தை அள்ளி வழங்கும் படம் இது. இதன் இயக்குநர் மிலோஸ் ஃபோர்மேன். *'One Flew Overa Cuckoo's Nest'* படத்திற்காக ஆஸ்கர் வென்ற அதே இயக்குநர். இப்படத்துக்கும் ஆஸ்கர் வென்றார் .

உலக இசையில், மோஸார்ட்டுக்கு மட்டும் அப்படி என்ன முக்கியத்துவம்? அவர் என்ன பெரிய கொம்பரா? போன்ற கேள்விகள் பல எழுப்பப்பட்டுள்ளன இதுவரையில். இதற்குப் பதில் தேடி நாம் பயணித்தால், பல அட்டகாசமான தகவல்கள் கிடைக்கின்றன. அத்தனையையும் இப்போது பார்ப்போம்.

தனது மிகச்சிறு வயதிலிருந்து இசையமைக்க ஆரம்பித்தவர் மோஸார்ட் என்று சரித்திரம் சொல்கிறது. சரியாகச் சொல்லப்போனால், ஐந்து வயதிலிருந்து. இவரது தந்தை, ஒரு வயலின் கலைஞராக இருந்தவர். ஐரோப்பிய நகரமான சால்ஸ்பெர்க்கின் ஆர்ச் பிஷப்பின் ஆர்க்கெஸ்ட்ரா குழுவில் இருந்தவர். தனது மகனான மோஸார்ட்டுக்கு விளையாட்டாக சை கற்றுக்கொடுக்க ஆரம்பித்த நிகழ்ச்சியிலிருந்து மோஸார்ட்டின் இசைப்பயணம் துவங்கியது எனலாம்.

நான்காவது வயதில் இவ்வாறு பியானோ வாசிக்கக் கற்றுக்கொள்ள ஆரம்பித்த மோஸார்ட், வெகுவிரைவிலேயே கற்றுக்கொடுக்கப்பட்டதைப் பிழைகளின்றி அப்படியே வாசிக்க ஆரம்பித்தார். அத்தோடு கூடவே, சிறிய இசைக் கோர்ப்புகளையும் சொந்தமாகவே வாசிக்க ஆரம்பித்தார். அவர் தனது ஐந்தாவது வயதில் எழுதிய இசைக்கோர்ப்புகள், இன்றும் காணக்கிடைக்கின்றன.

அன்றிலிருந்து, தனது தந்தையோடு அவர் மேற்கொண்ட உலகப்பயணங்கள் பல. உலகப்பயணங்கள் என்று சொன்னாலும், பெரும்பாலும் ஐரோப்பாவுக்குள்ளேயே அமைந்த பயணங்களே அவை. இந்தப் பயணங்களில், பல நாடுகளிலும் தனது திறமையை சிறுவன் மோஸார்ட் காட்ட, தங்களது ஏழ்மை நிலையை இதில் வந்த பணத்தின் மூலம், மோஸார்ட்டின் தந்தையால் சமாளிக்க முடிந்தது.

மோஸார்ட், தனது சிறுவயதில் சந்தித்த ஒரு முக்கியமான இசையமைப்பாளர், ஜொஹான் க்ரிஸ்டியன் பாக்ஹ். இவர், உலகம் முழுக்கத் தெரிந்த மிகப்பிரபலமான இசை விற்பன்னர் ஜொஹான் செபாஸ்டியன் பாக்ஹின் மகன். லண்டனில் இருந்த பாக்ஸை சிறுவன் மோஸார்ட் சந்தித்தது, அவனது வாழ்வின் ஒரு முக்கியமான நிகழ்ச்சியாக அமைந்தது.

தனது பதினைந்தாவது வயதில், ரோம் நகரத்தின் ஸிஸ்டைன் சேப்பலில் (மைக்கலாஞ்சலோ, நான்கு ஆண்டுகள் தொங்கிக்கொண்டே அதன் விதானத்தில் வரைந்த ஓவியங்கள், இன்றும் அப்படியே உள்ளன), வாடிகனின் இசையமைப்பாளராக இருந்த க்ரெகோரியோ அல்லெக்ரியின் ஒரு ஸிம்ஃபனியை ஒருமுறை கேட்க நேர்ந்த மோஸார்ட், அதனை அப்படியே அடித்தல் திருத்தல் இல்லாமல் முழுமையாக எழுதி, அதில் இருந்த சிறிய இசைப் பிழைகளையும் சரி செய்து கொடுத்த சம்பவம் நடந்திருக்கிறது. யோசித்துப் பாருங்கள். ஒரு பெரிய ஸிம்ஃபனி. ஒரு சிறுவன் ஒரே முறைதான் அதனைக் கேட்க நேர்கிறது. கேட்ட உடனேயே அதனை கடகடவென்று அவன் எழுதிக் கொடுத்தால், எப்படி இருக்கும்? வாடிகன் நிர்வாகிகள், அரண்டுவிட்டனர் என்று சொல்லப்படுகிறது.

இதே போன்ற ஒரு விஷயம், படத்திலும் வருகிறது. ஸாலியேரி, மோஸார்ட்டின் இசைக்கோர்ப்புகளைப் படித்துப் பார்க்கும்போது. ஒரு இடத்தில் கூட எங்குமே எந்த விதமான அடித்தல் திருத்தலும் இல்லாமல், மிக நேர்த்தியாக எழுதப்பட்டிருக்கும் அந்த இசையைப் படிக்கையிலேயே, கண்ணீர் அவரது கண்களிலிருந்து தாரை தாரையாகப் பெருகுகிறது. இசையின் உச்சத்தை அடைந்த ஒரு

மனிதனின் பொக்கிஷத்தைக் கண்டேன் என்று ஸாலியேரியின் குரல், பின்னணியில் ஒலிக்கிறது. இசையை உள்ளபடி புரிந்துகொண்ட ஒரு மனிதனின் கதறல் அது.

இவரது கதை, அப்படியே நம்மிடை வாழும் ஒரு இசையமைப்பாளரின் கதையை ஒத்திருப்பதைக் கவனியுங்கள். மொஸார்ட் ஆஃப் மெட்ராஸ் என்றே பெயர் பெற்ற அவருக்கு, அந்தப் பெயர் வெறும் குருட்டாம்போக்கில் வைக்கப்படவில்லை என்பது, மோஸார்ட்டின் கதையைப் பார்க்கும்போது தெரிகிறது.

மொஸார்ட்டின் அருமையான, மனதை உருகவைக்கும் இசைக்கு ஒரு உதாரணமாக, இதோ இந்த இசைக்குறிப்பைக் கேட்டுப் பாருங்கள். இடையே வரும் ஒரு ஒலிக்குறிப்பு, எங்கேயோ கேட்டதுபோல் இருக்கிறதா? இது ஒரு மிகப்பிரபலமான இந்திய இசை. 1:50யிலிருந்து 2:20 வரை உன்னிப்பாகக் கேட்கவும்.

இவ்வளவு மேதையாக விளங்கிய மோஸார்ட் பார்ப்பதற்கு எப்படி இருந்தார்? ஒல்லியாக, குள்ளமாக, வெளுத்துப்போய், தெருவில் நாம் பார்க்கும் ஒரு சாதாரண ஆளாகத்தான் மோஸார்ட் இருந்திருக்கிறார். அவரது உருவத்தை மட்டும் பார்த்தால், இவர் ஒரு ஜீனியஸ் என்று யாராலும் கணிக்கவே முடியாது என்று இவரது காலத்தில் வாழ்ந்த சிலரது குறிப்புகள் கூறுகின்றன.

மோஸார்ட்டின் இசை எப்படிப்பட்டது? இதற்கு, அவர் வாழ்ந்த காலத்தையும் நாம் சற்றுக் கவனிக்க வேண்டும். பதினெட்டாம் நூற்றாண்டு ஐரோப்பா. பெருமளவில் பழமையையும் பாரம்பரியத்தையும் கட்டிக்காத்து வந்த ஒரு பூமி. எப்பொழுதும், பழமையை எதிர்க்கும் ஒரு புதிய அலை அவ்வப்போது எழுமல்லவா? அக்காலத்தில் பொதுவாக வழங்கி வந்த இசை முறையானது, பரோக் *(Baroque)* என்ற வகை. இந்த பரோக்கை எதிர்த்து, கேலண்ட் *(Galant)* என்ற புதிய அலை மேலெழும்பிய நேரம். மோஸார்ட்டின் இசையோ, பழைய பரோக்கை மீண்டு எடுத்துவந்தது என்று விமர்சகர்கள் சொல்கின்றனர். ஆனால், இந்தப் பழைய இசையையே, மிகப் புதியதாக, தெளிவாக, பல நுணுக்கங்களுடன் மோஸார்ட்டால் வெளிக்கொணரமுடிந்தது.

மோஸார்ட்டின் சமுத்திரம் போன்ற இசையில் மிகச்சில அலைத் துணுக்குகளைத்தான் இதுவரை கேட்டிருக்கிறேன். ஆனால், அதிலேயே, சில விஷயங்களை என்னால் அவதானிக்க முடிந்தது. அவை சரியா தப்பா என்று இசை விமர்சகர்கள் தான் சொல்ல வேண்டும். மோஸார்ட்டின் இசையில், ஒரு துள்ளல் இருந்தது. புதுமை என்று சொல்ல, இசையை நன்கு படித்தவனாக நான் இருக்க வேண்டும். ஆனால், இசையைப் பற்றி ஒன்றும் தெரியாதவன் நான். எனவே, இனிமை, மகிழ்ச்சி, மனமார்ந்த நிம்மதி ஆகிய உணர்வுகள் எனக்குக் கிடைத்தன என்று மட்டும் சொல்லிவிடுகிறேன்.

மோஸார்ட் இறந்தது, அவரது முப்பத்தைந்தாம் வயதில். காரணம்? கடும் நோய். காய்ச்சல் என்று மட்டும் பரவலாக சொல்லப்படும் காரணத்தை விட, அவர் சதியால் கொல்லப்பட்டார் என்பதே எல்லா இடங்களிலும் பரவியிருக்கும் விஷயம். அது எவ்வளவு உண்மையோ தெரியாது. ஆனால், இந்த விஷயத்தை வைத்துத்தான் அமேடியஸ் படம் எடுக்கப்பட்டிருக்கிறது. அதேபோல், இறக்கும் நேரத்தில், ஒரு ரெகீம் *(Requiem இரங்கல் இசை)* அமைக்கும் வேலையில் அவர் மும்முரமாக ஈடுபட்டிருந்ததும் உண்மை. அவரால் முடிக்க முடியாமலே போன ஒரு அருமையான இசைக்கோர்ப்பு அது.

மோஸார்ட்டின் அருமையான பல இசைக்குறிப்புகள் ணையத்திலேயே கிடைக்கின்றன. அவற்றை உள்ளது உள்ளபடி கேட்டுப் பார்த்தீர்கள் என்றால், வாழ்க்கையின் மறக்க முடியாத பேரானந்தத்தை அனுபவிக்க இயலும் என்பதை, என் அனுபவத்தில் இருந்து என்னால் சொல்ல முடியும்.

இறந்து ஏராளமான வருடங்கள் ஆனாலும், இன்றும் உயிர்ப்புடன், கேட்பவர்களை வேறொரு உலகத்துக்கு அழைத்துச்செல்லக்கூடிய இசை மோஸார்ட்டினுடையது என்பதை, அவரது இசையைக் கேட்டதும் நீங்களும் ஒத்துக்கொள்வீர்கள்.

30.நதீம் – ஷ்ரவண்

நதீம் ஷ்ரவண். நதீம் அக்ஹ்தர் ஸைஃபி மற்றும் ஷ்ரவண் குமார் ரதோட் ஆகிய இருவரின் கூட்டணி.

ஹிந்தி திரையுலகின் மாபெரும் இசையமைப்பாளர்களில் இவர்களை மறந்துவிடவே முடியாது. 1990 முதல் 1997 வரை அட்டகாசமான பல பாடல்களை அளித்திருக்கிறார்கள். பிரம்மாண்ட ஹிட் படங்கள் பலவற்றுக்கும் இசை அமைத்திருக்கிறார்கள். அந்தக் காலகட்டத்தில், இவர்களின் புகைப்படம் காஸெட்டில் இருந்தால் அந்தக் காஸெட் பல்லாயிரம் பிரதிகள் விற்பனை ஆகும் என்ற நிலையும் இருந்தது. குமார் சானு, உதித் நாராயண், அனுராதா பௌத்வால், அபிஜீத், அல்கா யானிக் ஆகிய பாடகர்கள் இவர்களாலேயே பெரிதும் பிரபலம் அடைந்தார்கள். இவர்கள் இசையமைத்துப் பிரபலமடைந்த காலகட்டத்தில், வேறு எந்த இசையமைப்பாளருக்கும் இத்தனை ரசிகர்கள் சேர்ந்திருக்கவில்லை. அத்தனை பேரையும் அனாயாசமாக ஓரம் கட்டிவிட்டுப் புகழின் உச்சத்தில் பிரகாசித்தவர்கள் இவர்கள். ஆனால், எல்லாமே, ஒரு கொலைவழக்கில் நாசமாகப் போனது.

எண்பதுகளின் துவக்ககாலத்திலேயே ஹிந்திப் படங்களுக்கு இசையமைக்க ஆரம்பித்துவிட்ட கூட்டணி இது. 1982வில் இருந்து 1990 வரை இவர்கள் பிரபலம் அடையவில்லை.

இந்தக் காலகட்டத்தில் பத்தொன்பது படங்களுக்கு இசையமைத்திருக்கிறார்கள். அவை எதிலும் கிடைக்காத புகழ், இவர்களின் இருபதாவது படத்தில் இவர்களுக்குக் கிடைத்தது. அந்தப் படம் இந்தியாவெங்கும் வெற்றிகரமாக ஓடிய படமும் கூட. இசைக்காகவே பெரிதும் புகழடைந்த படம். ஆஷிA *(Aashiqui)* நினைவிருக்கிறதா? இயக்குநர் மகேஷ் பட்டின் படம். அந்தப் படத்துக்காக ஃபிலிம்ஃபேர் விருதுகளும் நதீம் ஷ்ரவண் கூட்டணிக்குக் கிடைத்தது. இந்தப் படத்தில் இருந்து, இவர்களின் இறுதிப் படமான தோஸ்தி படம் வரை, மிக வெற்றிகரமான இசையமைப்பாளர்களாகவே திகழ்ந்தார்கள்.

ஆஷிகி படத்தில் மொத்தம் பனிரண்டு பாடல்கள். அத்தனை பாடல்களும் சூப்பர்ஹிட்கள். இவற்றின் பாடல்களை, ஒரு ஆல்பத்துக்காக நதீம் ஷ்ரவண் இசையமைத்து வைத்திருந்ததாகவும், அவற்றைத் தற்செயலாகக் கேட்ட மகேஷ் பட், அவற்றால் கவரப்பட்டு, பாடல்களை வைத்திருந்த குல்ஷன் குமாரிடம் கேட்டு வாங்கிப் பயன்படுத்தியதாகவும் ஆஷிகியின் இசை பற்றிய கதை உண்டு. 'சாசோங்கீ ஸரூரத் ஹை ஜைஸே', 'நஸர் கே சாம்னே', 'தில் கா ஆலம்', 'தீரே தீரே ஸே மெரி ஸிந்தகீ மே ஆனா' ஆகிய பாடல்களை இன்றும் பல எஃப். எம் சானல்களில் கேட்கலாம். தொலைக்காட்சிகள், ரேடியோ ஆகியவற்றில் இன்றுவரை தொடர்ந்து ஒலிக்கும் பாடல்கள் இவை. இக்காலகட்டத்தில் பள்ளி/கல்லூரிகளில் படித்தவர்களுக்கு ஆஷிகி நன்றாக நினைவிருக்கும். இசை மற்றும் பாடல்களுக்கான அத்தனை ஃபிலிம்ஃபேர் விருதுகளையும் 1991ல் ஆஷிகியே கைப்பற்றியது. ராஹுல் ராய் மற்றும் அனு அகர்வால் ஆகியோர் இந்த ஒரே படத்தில் இந்தியா முழுக்கப் பிரபலமானார்கள்.

ஆஷிகி படத்துக்கு அடுத்து நதீம் ஷ்ரவணின் வெற்றிப்படங்கள் பற்றி எழுத ஒரு கட்டுரை போதாது. எனவே, சுருக்கமாக, அவர்களின் படங்கள் பற்றியும் இசை பற்றியும் கவனிக்கலாம்.

ஆஷிகி வெற்றிக்குப் பின் நதீம் ஷ்ரவணுக்கு வாய்ப்புகள் குவிய ஆரம்பித்தன. அவற்றில் மிகப் பிரபலமான அடுத்த படம் - தில் ஹை கி மான்தா நஹீன் (1991). ஆஷிகி படத்தின்

வெற்றிக்கூட்டணியான தயாரிப்பாளர் குல்ஷன் குமார், இயக்குநர் மகேஷ் பட் ஆகியோர் மறுபடியும் இணைந்த படம். பிரபல ஹிந்தித் திரைப்படமான *'It Happened One Night'* (1934) படத்தின் தழுவலான 'சோரி சோரி' (1956) படத்தைத் தழுவி எடுக்கப்பட்ட படம் இது. மகேஷ் பட்டின் மகளான பூஜா பட்தான் ஹீரோயின். ஆமீர் கான் ஹீரோ. இதுவும் ஒரு வெற்றிப்படமே. இப்படத்தின் பாடல்களுமே ஆஷிகியைப் போலவே சூப்பர்ஹிட் ஆயின. 'தில்ஹை கி மான்தா நஹீன்' என்ற இதன் பாடலை உங்களால் மறக்கவே முடியாது. ஆஷிகியில் பனிரண்டு பாடல்கள் என்றால், இதிலோ பதினான்கு பாடல்கள்! படத்தில் பெண் குரலாக அத்தனை பாடல்களையும் அனுராதா பௌத்வால் பாட, குமார் சானுவும் அபிஜீத்தும் ஆண் குரல் ஆனார்கள்.

அதே வருடத்தில் வெளியான 'சாஜன்' படத்தின் பாடல்களும் இந்தியாவெங்கும் பிரபலம் அடைந்தன. சல்மான் கான், மாதுரி தீட்சித், சஞ்சய் தத் ஆகியவர்கள் நடித்த படம். பிரம்மாண்ட வசூல் சாதனை படைத்த படம். 'தும் ஸே மில்னே கி தமன்னா ஹை', 'மேரா தில் பீ கித்னா பாகல் ஹை', 'தேகா ஹை பெஹ்லீ பார்', 'பஹுத் ப்யார் கர்தே ஹை', 'ஜியே தோ ஜியே கைஸே', 'தூ ஷாயர் ஹை... மை தேரி ஷாயரி' ஆகிய பாடல்களை மறக்கவே முடியாது. தமிழ்நாட்டில் ஹிந்தி பாடல்கள் பரவிய தொண்ணூறுகளின் ஆரம்பகட்டத்தில், அதற்கு இப்படத்தின் பாடல்களும் ஒரு முக்கியமான காரணம். சாஜன் பாடல்களின் இன்னொரு விசேடம், எஸ்.பி. பாலசுப்ரமணியம் அதில் சில பாடல்களைப் பாடியதே. அக்காலகட்டத்தில், சல்மான் கானுக்கு எஸ்.பி.பியின் குரல்தான் பல படங்களில் இடம்பெற்றுக்கொண்டிருந்தது. அந்த வருடத்தின் ஃபிலிம்ஃபேர் விருதுகளில் இசை, சாஜனுக்கே கிடைத்தது.

இந்தக் காலகட்டத்திலேயே, சாத்தி, பூல் ஔர் காண்டே, சடக் (தமிழில் பிரசாந்த் நடிக்க அப்பு என்ற படம் வந்ததே...அதன் ஒரிஜினல் படம்), தில் கா க்யா கஸூர், ஜான் தேரே நாம் (இதன் பாடல்களை அக்காலத்தில் தூர்தர்ஷனில் தொடர்ந்து ஒளிபரப்பிக்கொண்டே இருந்தனர்), தீவானா போன்ற படங்களை இசையமைத்து, ஹிந்தியின் நம்பர் ஒன் இசையமைப்பாளர்களாக

விளங்கினர் இந்த ஜோடி. இவற்றில், தீவானா, மறுபடியும் சிறந்த இசையமைப்பாளர்களுக்கான ஃபிலிம்ஃபேர் விருதை இவர்களுக்குப் பெற்றுத் தந்தது. தீவானாதான் ஷாருக் கானின் முதல் படமும் கூட.

நதீம் ஷ்ரவணின் அடுத்த மிகப்பெரிய ஹிட், ஹம் ஹைன் ராஹி ப்யார் கே படம். 1993யில் வெளியானது. ஆமீர் கானும் ஜூஹி சாவ்லாவும் நடித்த படம். ஜூஹி சாவ்லாவுக்கு சிறந்த நடிகைக்கான தேசிய விருதையும், சிறந்த படத்துக்கான தேசிய விருதையும் வாங்கிய படம். இயக்கியவர் அதே மகேஷ் பட்.

அடுத்து, ஏராளமான படங்கள். அவற்றில் தில்வாலே போன்ற சூப்பர்ஹிட்களும் அடக்கம். பர்ஸாத், ராஜா, ஜங், ஜீத் ஆகிய தொடர்ச்சியான ஹிட்கள். பின்னர் 1996ல் நதீம் ஷ்ரவணின் அடுத்த பிரம்மாண்ட ஹிட் வெளியானது. ராஜா ஹிந்துஸ்தானி. நதீம் ஷ்ரவணின் இசையின் விசேடம் என்ன தெரியுமா? வேறெந்த இசையமைப்பாளர்களின் பாடல்களையும் இன்றும் தொடர்ச்சியாக மக்கள் கேட்பதில்லை. வட இந்தியாவுக்கு நீங்கள் சென்றால் தெரியும். பல இடங்களில் நதீம் ஷ்ரவணின் இசைதான் பெரும்பங்கு வகிக்கிறது என்பதைப் புரிந்துகொள்வீர்கள். அதுதான் ராஜா ஹிந்துஸ்தானிக்கும் நடந்தது. இன்றும் கேட்கப்படும் பாடல்கள் இதன் சிறப்பம்சம். அந்த வருடத்துக்கான ஃபிலிம்ஃபேர் விருதுகளும் இவர்களுக்கே கிடைத்தது. இதன் பர்தேசி பர்தேசி பாடலைப் பற்றி, அப்பாடலில் கண்களில் ஒளிரும் தீ பற்றி, ஆனந்த விகடனில் அப்போது கட்டுரை ஒன்றும் வெளிவந்திருந்தது.

இதற்கு அடுத்து, நதீம் ஷ்ரவணின் மிகப்பெரிய ஹிட்டாக, 1997ன் ‘பர்தேஸ்’ படத்தையே சொல்லவேண்டும். சுபாஷ் கை எடுத்த படம். ஷாருக் கான், மஹிமா செளத்ரி ஆகியவர்கள் நடித்த படம். படத்தின் பாதிக்கதை யுனைடட் ஸ்டேட்ஸில் நடக்கும். இந்தப் படத்தின் இசையின் சிறப்பம்சம் என்ன தெரியுமா? அதுவரை ஹிந்துஸ்தானி இசை மற்றும் கஸல்களின் சாயலிலேயே இசையமைத்துக்கொண்டிருந்த நதீம் ஷ்ரவண், முதன்முறையாக பல்வேறு இசைவகைகளில் கவனம் செலுத்தியதுதான். இதில் ஆங்கிலப் பாடலும் ஒன்று உண்டு. பர்தேஸின் இசை மிகப்பெரிய

ஹிட் ஆனது. அதில் இடம்பெற்ற 'மேரி மெஹ்பூபா', 'திவானா தில்', 'தோ தில் மில்ரஹே ஹைன்', 'ஐ லவ் இண்டியா' ஆகிய பாடல்கள் மறக்கவே முடியாதவை.

இந்த வருடத்தில்தான் இவர்களின் இசைவாழ்வில் கொடூரமான சம்பவம் ஒன்று நடந்தது. டி சீரீஸ் நிறுவனர் குல்ஷன் குமார் கொல்லப்பட்டார். அந்தக் கொலையில் நதீமுக்குத் தொடர்பிருப்பதாக சந்தேகம் எழுப்பப்பட, நதீம் லண்டன் தப்பிச்சென்றார். அதன்பின் பல வருடங்கள் அவர் இந்தியா வரவே இல்லை. அங்கிருந்துகொண்டே இசைக்குறிப்புகளை அவர் அனுப்ப, இந்தியாவில் இருந்த ஷ்ரவண் அக்குறிப்புகளை வைத்து இசையமைத்தார். அப்படி வெளியாகி, மறுபடியும் அத்தனை பாடல்களும் பெரிதாகப் பேசப்பட்ட படம் தட்கன். மிகப்பெரிய வசூல் சாதனை நிகழ்த்தியது. 'தும் தில் கி தட்கன் மேய்ன்', 'தில் நே யே கஹா ஹை தில்ஸே', 'நா நா கர்தே ப்யார்', 'அக்ஸர் இஸ் துனியா மேய்ன்', 'தூல்ஹே கா செஹ்ரா சுஹானா லக்தா ஹை' ஆகிய பாடல்களுக்காகவே இப்படம் பிரமாதமாக ஓடியது.

இப்படத்துக்குப் பின்னர் கஸுர், ஏக் தா ரிஷ்டா, ஹம் ஹோகயே ஆப்கே, ஹா மைனே பி ப்யார் கியா, ராஸ் தும் ஸே அச்சா கௌன் ஹை, தில் கா ரிஷ்டா, அந்தாஸ், கயாமத், தும்ஸா நஹி தேகா ஆகிய படங்கள் வெளிவந்தன. அவற்றில் பல பாடல்களும் ஹிட்கள் ஆயின. இருந்தாலும், இந்தப் புதிய காலகட்டத்தில் இந்தக் கூட்டணியின் (ஓரளவு பழகிவிட்ட) இசை எடுபடாமலேயே போய்விட்டது. இதன்பின் இந்தக் கூட்டணி பிரிந்தும் விட்டது.

இவர்களின் விசேடம், ஹிந்துஸ்தானி இசையோடு, கஸல்களின் மெட்டுகளில் ஆங்காங்கே சூஃபி சாயலில் இடம்பெற்ற மெட்டுக்களே. அதில் தப்லா, டோலக், ஷெனாய் ஆகிய கருவிகளின் அருமையான ஜுகல்பந்தியே. ஆனால் இவர்களின் இசை, ஒரு குறிப்பிட்ட காலகட்டத்துக்கு மட்டுமே உரியது. தொண்ணூறுகளுக்கானது. ஏனெனில், இவர்கள் உச்சத்தில் இருக்கும்போதுதான் ரஹ்மான் ஹிந்தியில் நுழைகிறார். அவரது இசை, இவர்களின் இசையை அனாயாசமாகப் பின்னுக்குத் தள்ளிவிட்டது. போலவே, ஜதின் லலித் கூட்டணியின் இசையுமே

இவர்களின் இசையைவிடவும் பிரபலம் அடையத் துவங்கி, குல்ஷன் குமாரின் கொலையோடு இவர்களின் சகாப்தம் பெரிதும் முடிவடைந்துவிட்டது.

இருப்பினும், ஹிந்தி இசையின் மிக முக்கியமான இசையமைப் பாளர்களில் இவர்களும் அடங்குவார்கள். தொண்ணூறுகளின் ரொமாண்டிக் ஹிந்திப் படங்கள் மக்களின் மனதில் இருக்கும்வரை நதீம் ஷ்ரவணின் இசையும் அவற்றுடன் கலந்தே இருக்கும் என்பதில் சந்தேகம் இல்லை.

31. இயக்குநர்களால் விரும்பித் தேடப்படும் இசையமைப்பாளர் – இமான்

தமிழ்த் திரையுலகின் மிகவும் சீனியர் இசையமைப்பாளர்களில், தற்போது வேலை செய்துகொண்டிருப்பவர்களில் யாரெல்லாம் இருக்கிறார்கள் என்று யோசித்தால், இளையராஜாவே மிகவும் சீனியர். அடுத்ததாக, ரஹ்மான். பின்னர் யுவன் ஷங்கர் ராஜா. அடுத்து ஹேரிஸ் ஜெயராஜ் என்று வந்து, பின்னர் பிற இசையமைப்பாளர்களின் பெயரெல்லாம் பட்டியல் இடப்படும். ஆனால், இந்தப் பட்டியலில் ஒரே ஒரு பெயர் மட்டும் சில சமயங்களில் விடுபட்டாலும் பட்டுவிடும். நமக்கும் அது தெரியாமல் இருக்கவும் வாய்ப்பு உண்டு. டி. இமான். 2002-இல் தமிழ்த்திரைப்படங்களில் அறிமுகமான நபர். கடந்த பதினைந்து வருடங்களாக இசையமைத்து வருகிறார். அண்மைக்காலங்களில் இயக்குநர்களால் மிகவும் தேடப்படும் இசையமைப்பாளராகவும் இருக்கிறார்.

திரைப்படங்களுக்குள் வருமுன்னரே தொலைக்காட்சித் தொடர்களில் வேலை செய்திருக்கிறார் இமான். கிருஷ்ணதாசி

நினைவிருக்கிறதா? சன் டி.வி.யில் 2000ல் மிகப் பிரபலமாக விளங்கிய தொடர். இதன் டைட்டில் பாடல் இன்றும் பலருக்கும் நினைவிருக்க வாய்ப்பு உண்டு. 'சிகரம் பார்த்தாய்...சிறகுகள் எங்கே...' என்ற பாடலை, நித்யஸ்ரீயுடன் சேர்ந்து இமானே பாடியிருப்பார். இது மட்டும் அல்லாமல், இன்னும் பல சீரியல்களிலும் டைட்டில் பாடல் & பின்னணி இசையில் வேலை செய்திருக்கிறார் (மந்திர வாசல் ஒரு உதாரணம். கோலங்கள் இன்னொரு உதாரணம். மொத்தம் 70க்கும் மேற்பட்ட சீரியல்கள் மற்றும் ஐந்தாயிரத்துக்கும் மேற்பட்ட எபிஸோட்கள் என்று இமானே ஒரு பேட்டியில் சொல்லியிருக்கிறார். இது எல்லாமே 17-18 வயதில்!).

கிருஷ்ணதாசி போன்ற தொடர்களில் இமானின் திறமையைக் கண்டுதான் குட்டி பத்மினி எடுத்த 'காதலே சுவாசம்' (2002) திரைப்படத்தில் இசையமைப்பாளராக இமான் முதன்முறையாக அறிமுகமானார். அது அவரது பத்தொன்பதாம் வயது. ஆனால் அந்தத் திரைப்படம் வெளியாகவே இல்லை. இதைத் தொடர்ந்து, விஜய் நடித்த 'தமிழன்' திரைப்படத்தில் இசையமைப்பாளராக ஒப்பந்தம் செய்யப்பட்டார். தமிழனின் பாடல்கள் நன்றாகவே பிரபலம் ஆயின. அதில்தான் பிரியங்கா சோப்ரா முதன்முதலில் அறிமுகம் ஆனார். அதில் அவரும் விஜய்யும் பாடிய பாடல் ஒன்றும் மிகவும் பிரபலம் (உள்ளத்தைக் கிள்ளாதே கிள்ளிவிட்டுச் செல்லாதே). அப்படத்தில் இடம்பெற்ற 'மாட்டு மாட்டு நீ மாட்டேன்னா சொல்லப்போற' பாடல் அக்காலத்தில் எல்லாப்பக்கமும் பிரபலம் அடைந்தது. 'ஹாட்டு பார்ட்டி' பாடலும்.

தமிழன் படத்துக்குப் பின்னர், அடுத்த வருடம் 'விசில்' வெளிவருகிறது. அதில் 'அழகிய அசுரா' பாடல் பிரபலம் அடைகிறது. பின்னர் அதற்கடுத்த வருடத்தில் 'கிரி' வெளியாகிறது. கிரியிலும் ஒரு சில பாடல்கள் பிரபலம் அடைகின்றன. அதன்பின்னர் குறிப்பிடத்தகுந்த படம் என்றால் அது மூன்று வருடங்கள் கழித்து 2006ல் வெளியான 'திருவிளையாடல் ஆரம்பம்' படம்தான். அதன் பின்னர் 'ரெண்டு' வெளியானது. பின்னர் 'நான் அவனில்லை', 'மருதமலை' என்று ஹிட்கள் வந்தாலும்,

இவற்றுக்கும் மூன்று வருடங்கள் கழித்து 2010ல் வெளியான ‘மைனா’ படம்தான் இமானுக்குத் திருப்புமுனை. அந்தப் படத்தின் அத்தனை பாடல்களும் பெரிதாகப் பேசப்பட்டன. அதன்பின்னர் வெளியான ‘மனம் கொத்திப் பறவை’, இமானை ஒரு முன்னணி இசையமைப்பாளராக முன்னிறுத்தியது. பிறகு, மறுபடியும் பிரபு சாலமன் & இமான் கூட்டணி, ‘கும்கி’ திரைப்படத்தை வெளியிட, கும்கியின் பாடல்களும் மிகுந்த பிரபலம் அடைகின்றன. உடனடியாக அடுத்த வருடமே ‘வருத்தப்படாத வாலிபர் சங்கம்’ வெளியாகி, இமானைப் புகழுச்சியில் நிறுத்துகிறது. பின்னர் மறுபடியும் விஜய் படமாக, ‘ஜில்லா’. இதன்பின் இன்றுவரை ஏராளமான படங்கள். இன்றைய தேதியில், தமிழ்நாடெங்கும் பிரபலமடையக்கூடிய ஜனரஞ்சகமான ட்யூன்கள் வேண்டும் என்றால் கூப்பிடு இமானை என்றுதான் இயக்குநர்கள் எண்ணுகின்றனர். அதேபோல் இமானின் கைபட்ட படங்களின் பாடல்கள் எல்லாப் பக்கங்களிலும் பிரபலம் அடையவே செய்கின்றன.

இமானின் கதை எப்படிப்பட்டது? சிறிய வயதிலேயே இசை கற்றுக்கொண்ட கதைதான். என்றாலும், பிற இசையமைப்பாளர்களிடம் இருந்து எங்கே மாறுபடுகிறார் என்றால், அவர்கள் பிற இசையமைப்பாளர்களிடம் வேலை செய்துவிட்டு நேரடியாகத் திரைப்படங்களில் வேலை செய்ய, இமானோ தொலைக்காட்சி சீரியல்கள் பக்கம் சென்றுவிட்டார். பதினைந்து வயதில் மகேஷ் மற்றும் ஆதித்யனிடம் கீபோர்ட் ப்ரோக்ராமராக வேலை செய்து கொண்டிருந்தார் இமான். இந்தச் சமயத்தில்தான் தொலைக்காட்சி வாய்ப்புகள். பின்னர் திரைப்படம். ஒரு காலகட்டத்தில், கிட்டத்தட்ட ஒன்பது படங்களுக்கு, வரிசையாக ஒன்றிரண்டு பாடல்களை இசையமைத்துக்கொடுத்ததும் படப்பிடிப்பு நின்றுவிடும். இப்படியே தொடர்ந்துகொண்டிருக்க, பேசாமல் ஏதாவது இசையமைப்பாளரிடம் கீபோர்ட் ப்ரோக்ராமராகச் சென்று சேர்ந்துவிடலாமா என்றெல்லாம் யோசித்திருப்பதாக இமான் சொல்லியிருக்கிறார்.

இதன்பின்னர்தான் கிரி நிகழ்ந்தது. 'ஏய் கைய வெச்சிகிட்டு சும்மா இருடா' ஹிட் ஆனது. ஓரளவாவது தன் இசை பரவாயில்லை என்று இமானே தன்னைப் பற்றி நினைக்கத் துவங்கியது அதன்பின்னர்தான். இதன்பின்னர் அர்ஜுனோடும் சி.சுந்தரோடும் இமான் வேலை செய்த படங்களின் பாடல்கள் ஹிட் ஆயின. இமான் ஓரளவு நிமிர்ந்து அமர்கிறார்.

பின்னர்தான் மைனா நிகழ்கிறது.

பிரபு சாலமனிடம் இமானுக்குப் பிடித்தது அவரது இறைச்சிந்தனை என்று சொல்கிறார் இமான். 'நாங்கள் இருவரும் உடனடியாக ஒன்று சேர்ந்தது இந்த விஷயத்தால்தான்' என்பது அவரது கருத்து. கூடவே, மைனாவின் பாடல்கள் எப்படி ஹிட் ஆயின? பிற இயக்குநர்கள், ஒரு பாடலின் சிச்சுவேஷன் மட்டுமே சொல்லிவிட்டு, பின்னர் பாடல் ஹிட் ஆகவேண்டும். அப்படிப் போட்டுக்கொடுங்கள் என்று சொல்வது வழக்கம். ஆனால் பிரபு சாலமனோ, பாடல் நிகழும் இடம், அங்கே இருக்கும் சூழல், யாரெல்லாம் பாடலில் வரப்போகிறார்கள் என்பதில் இருந்து, பாடலில் நிகழும் சம்பவங்கள், உணர்வுகள் வரை மிகத்தெளிவாக எல்லாவற்றையும் சொல்வது வழக்கம் என்கிறார் இமான். இது சமயத்தில் அதிகபட்சமான தகவலாக இருந்தாலும், பாடல்களைக் கவனித்து இசையமைக்க அது உதவியது என்பது அவர் கருத்து. இதனால்தான் மைனா இன்றும் அதன் பாடல்களுக்காகப் பேசப்படுகிறது. மைனாவுக்குப் பிறகு இமானின் வாழ்க்கை மாறியது. அதிலிருந்து இன்றுவரை இமான் இசையமைத்த பாடல்களின் வீச்சுக்குத் தொலைக்காட்சியும் எஃப்.எம்மையும் கவனித்தாலே போதும். ஒவ்வொரு நாளும் அதிக அளவில் இமானின் பாடல்களே போடப்படுகின்றன என்பது என் கருத்து.

இமானின் இசை எப்படிப்பட்டது?

துவக்க காலத்தில் இமான் இசையமைத்த தமிழன், விசில், கிரி, ரெண்டு போன்ற படங்களின் பாடல்களைக் கேட்டாலேயே, அவரது இப்போதைய மெலடிக்களின் சாயல் தெரியும். உதாரணமாக, 'அழகிய அசுரா' பாடலுக்கும் 'செந்தூரா' பாடலுக்கும் ஒருசில

தொடர்புகள் உள்ளன. 'மொபைலா மொபைலா' பாடலுக்கும் 'ஓம்மேல ஒரு கண்ணு', 'பார்க்காத என்னைப் பார்க்காத' பாடல்களுக்கும் கட்டாயம் சம்மந்தம் உண்டு. அப்போது போட்டுக்கொண்டிருந்த இசையின் மிகவும் *refined* வடிவம்தான் இப்போதைய இமானின் இசை என்று நினைக்கிறேன். அதேபோல், குத்துப் பாடல்கள் என்ற வகையிலுமே, 'மாட்டு மாட்டுன்னு நீ' பாடலையும், இப்போதைய 'டண்டணக்கா', 'என்னம்மா இப்பிடிப் பண்றீங்களேம்மா' பாடலையும் கேட்டுப்பாருங்கள். தனது பூர்வஜென்மத்தில் இசைக்கருவிகளின் அடர்த்தி இமானின் இசையில் சற்றே குறைவு. இப்போது அழகாக, பல்வேறு கருவிகளை உபயோகப்படுத்தி, அருமையான ஒரு *medley* இசையை இமானால் கொடுக்கமுடிகிறது.

கூடவே, மெலடியும் இல்லாமல் குத்தும் இல்லாமல், இடைப்பட்ட இடத்தில் நிகழும் பாடல்கள் இமானின் தனித்துவம். 'ஊதா கலரு ரிப்பன்', 'குக்குரு குக்குரு', 'ஆவி பறக்கும் டீக்கட', 'அடியே இவளே' போன்ற பாடல்களையே சொல்கிறேன். இத்தோடு சேர்ந்து, முழுக்க முழுக்கக் குத்துப் பாடல்களையும் சரமாரியாக அளிக்கிறார் இமான். அவையும் ஹிட்கள் ஆகின்றன.

இப்போதைய தமிழ் இசையமைப்பாளர்களில், தமிழ் மக்களின் விருப்பத்துக்கேற்ற பாடல்களை மிகவும் அட்டகாசமாக அளிப்பவர்களில் இமானுக்கே முதலிடம் என்று தோன்றுகிறது. அவரது இசை அலுப்பதில்லை. நமது மனதுக்குத் தேவையான அற்புதமான உணர்வுகளைக் கிளப்புவதில் அவர் எப்போதும் முதலிடம் வகிக்கிறார் என்றே தோன்றுகிறது. எத்தனை பாடல்கள் இமானால் இறவாப்புகழ் அடைந்திருக்கின்றன என்று யோசித்துப் பாருங்கள்? 'மைனா மைனா', 'கையப்புடி', 'அய்யய்யோ ஆனந்தமே', 'சொல்லிட்டாளே', 'அம்மாடி அம்மாடி', 'பார்க்காத என்னைப் பார்க்காத', 'ஒவ்வொன்றாய்த் திருடுகிறாய்', 'எம்புட்டு இருக்குது ஆசை', 'கண்ணக் காட்டு போதும்', 'கண்ணம்மா கண்ணம்மா அழகுப் பூஞ்சிலை', முதலிய பல பாடல்கள் உண்டு. அண்மைக்காலத்தில் எத்தனை இசையமைப்பாளர்களுக்கு இப்படிப்பட்ட ஹிட்கள் அமைந்திருக்கின்றன? இவையெல்லாம்

மெலடிக்கள். குத்துகள் என்று கணக்கெடுத்தால் இன்னும் பல பாடல்களை எழுதலாம்.

மொத்தத்தில், இமானின் வாழ்க்கையில் அட்டகாசமான வசந்தகாலம் இன்று நிகழ்ந்துகொண்டிருக்கிறது. அவருடன் சேர்ந்து நாமும் அதனை அனுபவித்து மகிழ்வோம்.

32. குல்ஸார்

ஹிந்தி திரையுலகில் மட்டுமல்லாமல், இந்தியத் திரையுலகிலேயே, மிகச்சிறந்த பாடலாசிரியர்களில் ஒருவர் குல்ஸார். பாடலாசிரியராக மட்டும் இல்லாமல், ஒரு கைதேர்ந்த இயக்குநராகவும் இருந்திருக்கிறார். பல்வேறு வித்தியாசமான களங்களில் பல படங்கள் எடுத்திருக்கிறார். வழக்கமான மசாலாக்களாக இல்லாமல், பார்வையாளனின் மனதில் மாற்றங்களைப் புரியக்கூடிய படங்கள் இவருடையது. குல்ஸாரின் விசேடம் என்னவென்றால், மனித மனத்தில் எழும் வெவ்வேறு உணர்வுகளின் அடியாழம் வரை பயணிக்கக்கூடிய திறமைதான். இதே திறமையால்தான் அவரது பாடல் வரிகள் எப்போது படித்தாலும் பல்வேறு சிந்தனைகளை நமக்குத் தரவல்லவையாக இருக்கின்றன. அப்படிப்பட்ட குல்ஸார் எழுதியிருக்கும் சில பாடல்களை இந்த அத்தியாயத்தில் பார்க்கலாம். இவரது ஸூஃபி பாடல் வரிகளை இதே புத்தகத்தின் துவக்கத்தில் ரஹ்மானின் ஸூஃபி இசையைப் பற்றிய கட்டுரைகளில் கண்டிருக்கிறோம்.

சம்பூரண் சிங் கால்ரா என்பதே குல்ஸாரின் இயற்பெயர். பாகிஸ்தானின் ஜீலத்தில் 1934 ஆகஸ்ட் 18ல் பிறந்தவர். 'பந்தினி' (1963) படத்தில் பாடல்கள் எழுதத் துவங்கியவர். இதன்பின்னர் பல படங்களில் பாடல் எழுதி, பின்னர் திரைக்கதை வசனமும் எழுதி,

அதன்பின்னர் படங்கள் இயக்கத் துவங்கி, பெரும் புகழ் அடைந்து, இப்போது மறுபடியும் பாடல்களின் பக்கம் வந்துவிட்டவர். குல்ஸாரின் உவமைகளுக்கு ஈடு இணையே இல்லை. இதுதான் அவரது மிகப்பெரிய பலம். 'தில் ஸே' படத்தில், சைய்ய சய்யா பாடலில், உர்தூ மொழியின் மிருதுவான தன்மைக்குக் காதலியின் வார்த்தைகளை ஒப்பிட்டிருப்பார். அந்தப் படத்தின் அத்தனை பாடல்களிலும் உவமைகளில் புகுந்து விளையாடியிருப்பார். 'எவரின் தலை காதலில் நனைந்துள்ளதோ, அவரது பாதம் சொர்க்கத்தில் நிலைபெற்றிருக்கிறது' என்று அதே பாடலில் அவர் எழுதிய வரிகள் மறக்கமுடியாதவை.

முதல் பாடலாக, 'ஆந்தி' (1975) என்ற படத்தின், 'தேரே பினா ஸிந்தகி ஸே கோயி ஷிக்வா நஹி' என்ற பாடலை எடுத்துக் கொள்வோம். இப்படத்தில், பிரிந்த இருவர், ஒன்பது வருடங்களுக்குப் பின் மறுபடியும் சந்தித்துக் கொள்வார்கள். ஆனால் என்ன பிரச்னை என்றால், அந்தப் பெண் இப்போது இந்திரா காந்தி போல நாடெங்கும் பெரும்புகழ் வாய்ந்த அரசியல்வாதி. ஒருநாள் எதேச்சையாக, ஒரு ஹோட்டலில் தங்க, அந்த ஹோட்டலை வைத்திருப்பவன் தன்னுடன் பல வருடங்களுக்கு முன்னர் வாழ்ந்தவன் என்று புரிந்துகொள்வாள். இருவரும் மறுபடியும் இழந்த காதலையும் வாழ்க்கையையும் எண்ணிப் பார்ப்பார்கள். இப்படம் குல்ஸாரே எழுதி இயக்கிய படம். நாடெங்கும் பெரும்புகழ் அடைந்தது. இதில், தேரே பினா பாடலில், இருவரும் உருகுவதை உணர்வுபூர்வமாக எழுதியிருப்பார்.

> 'நீயில்லாமல் என் வாழ்க்கையில் எனக்குப் பிரச்னைகளே இல்லை...
> ஆனால், நீ இல்லாத வாழ்க்கை என்பது வாழ்க்கையே இல்லை...'

என்று துவங்கும் பாடலில்,

> 'உன்னுடைய காலடித் தடங்களில் நமது பயணத்தை நாம் ஏன் மேற்கொள்ளக்கூடாது?
> தொலைதூரத்தில் உள்ள ஏதோ ஒரு இடத்துக்குச் சென்றுவிடலாம்.

நீ என்னுடன் நடக்கையில் அப்படிப்படிப்பட்ட இடங்களுக்குப் பஞ்சமே இல்லை தெரியுமா?
உன்னுடனே இருந்து கொண்டு, உனது மடியில் என் கண்ணீர்த்துளிகளைச் சிந்த விரும்புகிறேன்...
உனது கண்களின் ஈரத்தில் அதே துளிகளைக் கண்டுகொள்கிறேன்
நீ சொன்னால் இன்று இரவு நிலா அஸ்தமிக்காது. இந்த இரவு அப்படியே நின்றுவிடும்
சொல். இந்த இரவை நீடித்து நிறுத்து
இந்த இரவைப் பற்றிய விஷயங்கள் இவை. இனி வாழ்க்கையில் வேறு எதுவும் பாக்கி இல்லை

என்று பாடல் விரிந்து முடியும். பாடலைப் பார்த்தால், இவ்வரிகளின் உணர்ச்சிகள் உங்கள் மனதிலும் எழும். இசையமைத்தவர் ஆர். டி. பர்மன்.

ஒரு குழந்தை, திடீரென்று ஒருவனின் வாழ்க்கையில் நுழைகிறது. அவனுக்கும் இன்னொரு பெண்ணுக்கும் பிறந்த குழந்தை அது. தாய் இறந்ததால், வேறு வழியின்றி, இவனிடம் வந்து சேர்கிறது. மனைவியுடன் நிம்மதியாக வாழும் இவன் இதை எதிர்பார்க்கவில்லை. முதலில் குழந்தையை வெறுக்கிறான். பின்னர் அக்குழந்தையுடன் பழகத் துவங்குகிறான். அப்படிப் பழகும்போது வரும் பாடல் இது. 'மாஸூம்'(1983) என்ற படத்தில் வரும் பாடல் இது. இயக்கியவர் ஷேகர் கபூர். இது அவரது முதல் படம். நஸ்ருதீன் ஷாவும் ஷபனா ஆஸ்மியும் பிரம்மாதமாக நடித்திருப்பார்கள். இப்படத்தின் திரைக்கதையும் பாடல்களும் குல்ஸாரே எழுதியவை. 'துஜ் ஸே நாராஸ் நஹி ஹை ஸிந்தகி' என்ற பாடல்.

'வாழ்க்கையே... உன்மீது எனக்குக் கோபம் இல்லை...
உனது அப்பாவித்தனமான கேள்விகள் என்னைக் குழம்ப மட்டுமே செய்கின்றன...
வாழ்க்கையை வாழ, வலிகளைப் பற்றிக்கொண்டே ஆகவேண்டும் என்று எனக்குத் தெரியவில்லை..
ஒவ்வொரு புன்னகைக்கும், ஒவ்வொரு விலையை வாழ்க்கை நிர்ணயிக்கும் என்பது எனக்குத் தெரியவில்லை..

இப்போதெல்லாம் நான் சிரிக்க நினைக்கையில், தீராக் கடனில் எனது உதடுகள் அழுந்தியே இருக்கின்றன என்று உணர்கிறேன்...
வாழ்க்கையே... நீ என்னை நோக்கி வீசும் ஒவ்வொரு துன்பத்திலும், உறவுகளைப் பற்றிப் புதிதாக அறிகிறேன்...
சுட்டெரிக்கும் வெய்யிலில்தான் வாழ்க்கையில் தேவைப்படும் நிழல்களைப் பற்றி அறிந்துகொண்டேன்...
இன்று என் கண்கள் கண்ணீரால் வீங்கியிருக்கின்றன... விரைவில் அவை வெடிக்கவும் செய்யலாம்.
ஆனால், நாளை, பழுதடைந்த என் கண்கள், புதிய காட்சிகளைக் காண ஏங்கக்கூடும் என்றே நினைக்கிறேன்...
என் கண்களில் இருந்து ஒரு கண்ணீர்த்துளியை மட்டும் பத்திரமாக எங்கோ வைத்திருந்தேன்...
அந்தத் துளி எங்கே?

'இஜாஸத்' என்று ஒரு படத்தை குல்ஸார் 1987ல் எழுதி இயக்கினார். ஒருவன், ஒரு பெண்ணை மணந்து கொள்கிறான். ஆனால் அதற்கு முன்னர் இன்னொரு பெண்ணை அவன் விரும்புகிறான். இதனாலேயே திருமணத்தையும் தள்ளிப் போட்டுக்கொண்டே இருக்கிறான். இம்முறை திருமணம் நடந்து விடுகிறது. மனைவியை நேசிக்கத் துவங்குகிறான். ஆனால் காதலி திரும்ப வருகிறாள். இருவரும் சேர்ந்து வாழ்ந்த நினைவுகள் அவனைத் தாக்குகின்றன. காதலி தற்கொலைக்கு முயல்கிறாள். எப்படியாவது அவளைச் சமாதானப்படுத்தி, பேசி, அவளை மாற்றலாம் என்று மனைவியிடம் சொல்கிறான் காதலன். ஆனால் மனைவியோ முற்றிலும் இதை மறுக்கிறாள். காதலியினால் தன்னை இவன் ஏமாற்றுவதாக அழுகிறாள். சீறுகிறாள். ஆனாலும் காதலி எந்நேரமும் தற்கொலை செய்து கொண்டு இறக்கும் அபாயம் இருப்பதால் அவன் அவளைச் சந்திக்கக் கிளம்புகிறான். ஆனால் அங்கே அவள் இல்லை. திரும்ப வெறும் கையுடன் வருகிறான். ஆனால் வீட்டில் மனைவியும் இல்லை. திருமணத்தை முறித்துக்கொண்டு அவள் சென்று விடுகிறாள்.

அவன் என்ன செய்வான்? கடும் அதிர்ச்சியில் மாரடைப்பு வருகிறது. பழைய காதலி திரும்ப வருகிறாள். கவனித்துக்

கொள்கிறாள். ஆனால் இவனுக்கு மனைவியின் நினைவுகள் எழுகின்றன. மனைவியைத்தான் இப்போது அவன் அதிகமாகக் காதலிப்பதை அவள் அறிகிறாள். அவனை விட்டுச் சென்று விடுகிறாள். ஆனால் அப்படிச் செல்லும் வழியில் இறந்து போகிறாள்.

சில வருடங்கள் கழித்து, ஒரு ரயில் நிலையத்தில் பிரிந்த மனைவியைச் சந்திக்கிறான் அவன். சந்திக்கையில் பல சம்பவங்கள் நேர்கின்றன.

இதுதான் இஜாஸத். 'இஜாஸத்' என்ற வார்த்தைக்கு, அனுமதி என்று பொருள். அவனை விட்டுவிட்டுச் சென்றதற்கு மனைவி அவனிடம் அனுமதி இதுவரை கேட்கவில்லை. ஆனால் இறுதியில் அவனிடம் அந்த அனுமதியை வேண்டுகிறாள். இதுதான் கதை.

இப்படத்தில், 'மேரா குச் சாமான்... துமாரி பாஸ் படா ஹை' என்று ஒரு பாடல் பாடலைப் பாடிய ஆஷா போஸ்லேவுக்குத் தேசிய விருதைப் பெற்றுத்தந்த பாடல். சிறந்த பாடலாசிரியருக்கான விருதை குல்ஸாருக்குக் கொடுத்த பாடல் இது.

'எனது சில பொருட்கள் உனது வசம் இருக்கின்றன..
அந்த மழைக்காலத்தில் நனைந்து ஈரமான சில நாட்களும் உன்வசமே..
எனது கடிதத்தால் அரவணைக்கப்பட்ட அந்த இரவும் உன்னுடன் தான் இருக்கிறது..
அந்த இரவை மறையவை. என் பொருட்களைத் திருப்பிக் கொடுத்துவிடு.
இலையுதிர்காலத்தில் உதிரும் இலைகளின் கிசுகிசுப்பு நினைவிருக்கிறதா?
அந்தக் கிசுகிசுப்புகளை மறுபடியும் நான் என்னுடனே கொண்டுவந்துவிட்டேன்
ஆனால், இலைகள் உதிர்ந்த மரத்தின் அந்தக் கிளை மட்டும் இன்னும் நடுங்கிக்கொண்டுதான் இருக்கிறது
அந்தக் கிளையை வெட்டிவிடு. எனது பொருட்களைத் திருப்பிக்கொடுத்து விடு.
ஒரு குடையின் கீழ், மழையில் நாம் இருவரும் பாதிப்பாதி

நனைந்தோமே
அந்த நனைதலின் உலர்ந்த பகுதியை நான் எடுத்துவந்துவிட்டேன்
நனைதலின் ஈரமான பகுதி, எனது இதயம். அது நமது படுக்கையின் அருகே இருக்கக்கூடும்
அதை மட்டும் தயவுசெய்து என்னிடம் திருப்பி அனுப்பிவிடு...
நிலவின் பல்வேறு இரவுகள்... உனது தோளில் இருக்கும் மச்சம்
ஈரமான மருதாணியின் மணம்... நாம் போலியாக சண்டையிட்டுக்கொண்ட கணங்கள்
அந்தப் போலியான சத்தியங்களை நான் நினைவுபடுத்த விரும்புகிறேன்...
உன்னுடன் இருக்கும் எனது அத்தனையையும் தயவுசெய்து திருப்பி அனுப்பி விடு...
எனது ஒரே ஒரு ஆசையை மட்டும் நிறைவேற்றிவிடு...
நீ அனுப்பியவைகளையெல்லாம் நான் ஆழமாகப் புதைக்கையில்...
எனது இறுதி மூச்சை நான் விட்டுவிடவேண்டும்.

எத்தனை அருமையான வரிகள்? இவையெல்லாம் ஒரு பெண் பாடுகையில் எப்படி இருக்கும்? உள்ளத்தை உருகவைத்துவிடும். அதுதான் இப்பாடலின் சிறப்பு.

குல்ஸாரின் கவிஞானத்துக்கு இவையெல்லாம் ஒரு சில உதாரணங்கள் மட்டுமே. இன்னும் குல்ஸார் பற்றி ஏராளமாக எழுத முடியும். அவரது பாடல்களையும் கவிதைகளையும் படித்துப் பாருங்கள். அவசியம் நமது மனம் நனைவதை நம்மால் உணரமுடியும்.

33.

28 வருடங்களில் ஆறு படங்கள்; தளராத ஒரு இசைப்பயணம்...!

தமிழ்த் திரைப்படங்களில் மிகக்குறைவான பாடல்களுக்கு இசையமைத்திருந்தாலும், அந்தப் பாடல்களின் தரத்தால் என்றும் பலரது நினைவுகளிலும் இருந்து கொண்டிருக்கும் மிகச்சிலரில் ரமேஷ் விநாயகம் முக்கியமானவர். தமிழில் 'ஏய் நீ ரொம்ப அழகா இருக்கே', 'நள தமயந்தி', 'அழகிய தீயே', 'ஜெர்ரி', 'ராமானுஜன்' மற்றும் 'மொசக்குட்டி' ஆகிய படங்களுக்கு மட்டுமே இசையமைத்திருக்கிறார். இருப்பினும், இவரது பாடல்களை அவ்வப்போது நாம் கேட்டுக் கொண்டுதான் இருக்கிறோம். எங்காவது நமது காதுகளில் இவரது பாடல்கள் ஒலிக்காமல் இருந்ததே இல்லை.

இசையைப் பொறுத்தவரையில் எப்போதோ - 1986லேயே ரமேஷ் விநாயகத்தின் முதல் தொகுப்பு வெளியாகிவிட்டது. ப்ரதித்வனி என்ற பெயரில். கடவுட்களைப் பற்றிய பாடல்களின் தொகுப்பு. இதன்பின் இயக்குநர் மௌலியின் 'பைலா பட்சிசு' என்ற தெலுங்குப் படத்தில் முதல் அறிமுகம் (1989). சிறுவயதில்

கிரிக்கெட்டின் மீது அதிகப் பற்றுள்ளவராகவே ரமேஷ் விநாயகம் இருந்திருக்கிறார் என்று தெரிகிறது. ஆனால் ஒரு ஆசிரியர் அந்தக் கனவுக்கு வேட்டு வைத்த பின், இசையின் மீது ஆசை உருவானது என்று சொல்லியிருக்கிறார். அவர் படித்த ஏ.எம். ஜெயின் கல்லூரியில், நண்பர்களுக்கு மத்தியில் பாடல்களைப் பாடிப் பிரபலம் ஆகியிருக்கிறார். இந்தப் பாடல்கள் இவரது சொந்தப் பாடல்கள். ஆனால் அவைகளைத் திரைப்படப் பாடல்கள் என்று சொல்லி நம்பவும் வைத்திருக்கிறார். ஆனால் அதையே நம்பியும் இருக்க இயலாது என்பதால், தந்தையின் நண்பரின் நிறுவனத்தில் வேலைக்குச் சேர்ந்திருக்கிறார். ஒருநாள், அவரது மேஜையில் அமர்ந்து, ஒரு குறிப்பிட்ட இசைக்குறிப்பை எழுதிக்கொண்டிருக்கையில், பத்து நிமிடங்களுக்கும் மேலாக வந்து எதிரில் அமர்ந்து கொண்டிருந்த நபரை திடீரென்று பார்க்க நேர்கிறது. ‘அப்போதுதான் இசையைப் பற்றிய தீவிரமான ஆசை மனதில் உதித்தது’ என்று ஒரு பேட்டியில் சொல்லியிருக்கிறார். ரமேஷ் விநாயகம்.

இதன் பின்னர்தான் அவரது முதல் ஆல்பமான ‘பிரதித்வனி’ நிகழ்கிறது. எஸ்.பி. பாலசுப்ரமணியத்துக்கு ட்ராக் பாடும் பாடகராக இசையுலகில் அறிமுகமாகிறார். பிரதித்வனியில் பத்துப் பாடல்களும் எஸ்.பி. பாலசுப்ரமணியமே பாடுகிறார். அதன்பின் அவருடன் ரமேஷ் விநாயகம் மொத்தமாக நான்கு ஆல்பங்கள் வெளியிட்டாயிற்று. எல்லாமே தெய்வீகப் பாடல்கள். கூடவே, பல தொலைக்காட்சி சீரியல்களுக்கும் க்ரேஸி மோகனுடன் வேலை செய்திருக்கிறார்.

அதன்பின்புதான் இயக்குநர் மௌலியின் தெலுங்குப் படத்தில் முதன்முதலில் அறிமுகம். பின்னர் 1995ல் ‘ஆண்ட்டி’ என்ற மௌலியின் படம். அதில் இருந்து ‘ஆண்ட்டி ரமேஷ்’ என்று மாறுகிறார்.

அதன் பின்னர் பலரிடம் வாய்ப்பு தேடியிருக்கிறார். ஆனால் பலனில்லை. ஒரு நாள் க்ரேஸி க்ரியேஷன்ஸைச் சேர்ந்த காந்தன் (பின்நாட்களில் ஜெர்ரி படம் இயக்கியவர். ஜெர்ரிக்கும் இசை ரமேஷ் விநாயகமே) சொல்லி, இயக்குநர் வஸந்த்தின் அலுவலகம்

சென்றிருக்கிறார். அங்கே தினமும் ஒரு ட்யூனை கம்போஸ் செய்து, வீடு திரும்புவார். இப்படி ஒரு மாதம் சென்றபின்னர், ஒரு நாள் வஸந்த் இவரை அழைத்து, ஐந்து இசையமைப்பாளர்களைத் தனது அடுத்த படத்தில் அறிமுகம் செய்யப்போவதாகச் சொல்ல, அப்படித்தான் 'ஏய் நீ ரொம்ப அழகா இருக்கே' படத்தில் 'தொட்டுத் தொட்டுத் தொட்டுச் செல்லும் ஐஸ் காற்றிலே' பாடலுக்கு இசையமைக்கும் வாய்ப்பு ரமேஷ் விநாயகத்துக்கு வருகிறது. அந்தப் பாடல் மிகவும் பிரபலமும் அடைகிறது. அந்தப் பாடலை ரமேஷே பாடியிருந்தார்.

இதன்பின்னர் 'யூனிவர்ஸிடி' திரைப்படத்துக்கு இசையமைக்கிறார் ரமேஷ் விநாயகம். ஜீவன் அறிமுகமான படம். அந்தப் படத்தின் 'நெஞ்சே துள்ளிப்போ' பாடல் அப்போது மிகவும் பிரபலம். பாடியிருந்தது கார்த்திக். படம் ஓடாவிட்டாலும், பாடல்கள் பிரபலம் அடைந்ததால் ரமேஷ் விநாயகத்தின் பெயர் வெளியே தெரிய ஆரம்பிக்கிறது. உடனடியாக, கமல்ஹாஸனின் ராஜ்கமல் நிறுவனத்தின் தயாரிப்பில் 'நள தமயந்தி' திரைப்படத்துக்கு இசையமைக்கும் வாய்ப்பு தேடி வருகிறது. இன்றுவரை நள தமயந்தியின் பாடல்கள் பிரபலம். அந்தப் படத்தின் அத்தனை பாடல்களும் நன்றாக இருந்தாலும், குறிப்பாக இரண்டு பாடல்கள் பற்றி எழுதவேண்டும். முதல் பாடல் - 'என்ன இது என்ன இது என்னைக் கொல்வது. இப்போதுவரை பல எஃப்.எம். சேனல்களில் இப்பாடலை நீங்கள் கேட்க முடியும். படம் வந்ததில் இருந்து இன்று வரை இந்தப் பாடலை அடிக்கடி கேட்கும் பலரையும் எனக்குத் தெரியும். எனக்கு மிகப்பிடித்தமான பாடல்களில் இதுவும் ஒன்று. ரமேஷ் விநாயகமே பாடியிருக்கும் பாடல். உடன் சேர்ந்து பாடியிருப்பவர் சின்மயி. தமிழில் வெளியான அற்புதமான மெலடிக்களில் இதுவும் ஒன்று என்பது பாடலைக் கேட்டதும் தெரிந்துவிடும். இந்தப் பாடலில் வரும் இசைக்கருவிகள், பாடலில் ஆங்காங்கே இழையும் மௌனம், இசைக்கருவிகளின் இசையைத் தழுவிச்செல்லும் கிறங்கிய குரல்கள் என்று முதலில் இருந்து இறுதி வரையிலும் மிக இனிமையான இசையை வழங்கும் பாடல் இது. கேட்டதும் பிடிக்கும் தன்மை உடையது.

அடுத்த பாடல், '*Stranded on the Streets*' என்ற ஆங்கிலப் பாடல். 'கல்யாண சமையல் சாதம்' பாடலின் ட்யூனில் அமைந்த பாடல் இது. பாடியிருப்பவர் கமல்ஹாஸன். முழுக்க முழுக்க ஆங்கிலத்தில் கமல்ஹாஸனாலேயே எழுதப்பட்ட பாடல். ஒரு பாடகராக கமல்ஹாஸன் பற்றி ஒரு விரிவான கட்டுரை எழுதவேண்டும் என்ற எண்ணம் உடையவன் நான். அவரது குரல் மிகவும் வித்தியாசமானது. ஓரளவு இளையராஜாவின் குரலோடு ஒத்தது. இயல்பாகவே நன்றாக இருந்தாலும், வேண்டுமென்றே அந்தக் குரலை மாற்றி மாற்றிக் கஷ்டப்படுத்துவதால் ஒருசில பாடல்கள் மோசமாக மாறிவிட்டாலும், இந்தக் குறிப்பிட்ட பாடலில் அற்புதமாக ஆங்கிலத்தில் பாடியிருப்பார் கமல். பாடல் ஹிட் ஆகவில்லை என்றாலும், கேட்டுப் பார்த்தால் உங்களுக்கும் பிடிக்கக்கூடும். படத்தில் இதன் தமிழ் வடிவமே உபயோகப்படுத்தப்பட்டது.

நள தமயந்தியின் இசை ஹிட் ஆனதுமே, ரமேஷ் விநாயகம் இசையமைத்தது ராதாமோகனின் 'அழகிய தீயே'. இந்தப் படத்தின் 'விழிகளின் அருகினில் வானம்' பாடல் காதலர்களின் தேசிய கீதமாகவே இருந்தது. இப்போதும் எண்ணற்ற முறைகள் அவ்வப்போது ஒலிபரப்பப்படும் பாடல் இது. தமிழில் மறக்கமுடியாத இன்னொரு பாடல். இதையும் ரமேஷ் விநாயகமே பாடியிருக்கிறார். அதன்பின் காந்தன் இயக்கத்தில் 'ஜெர்ரி' படம் ரமேஷ் விநாயகத்துக்கு அமைகிறது. இப்படத்தின் 'என் சுவாசத்தில் காதலின் வாசம்' பாடல் ஹிட் ஆகிறது. மது பாலகி கிருஷ்ணன் மற்றும் கல்யாணி பாடிய பாடல் இது.

இதன் பின்னர் சில வருடங்கள் கழித்து, 'ராமானுஜன்' படம் ரமேஷ் விநாயகத்துக்கு அமைகிறது. அந்தப் படத்தின் பாடல்கள் பெரிய கவனம் எதுவும் பெறவில்லை என்றாலும், அத்தனை பாடல்களும் இனிமையானவையே. அவசியம் அவை பெரிதும் மக்களிடம் சேர்ந்திருக்கவேண்டும். ஆனால் படம் துளிகூட ஓடாமல் போனதால் அவரது பாடல்கள் பிரபலம் அடையவில்லை. உதாரணமாக, ரமேஷ் விநாயகமும் வினயாவும் பாடியிருக்கும் 'துளித்துளியாய்.. பனித்துளியாய்' பாடலைக் கேட்டுப் பாருங்கள்.

ராமானுஜன் பாடல்களில் உபயோகப்படுத்தப்பட்டிருக்கும் அத்தனை இசைக்கருவிகளுமே அக்காலத்தியவை. இந்தப் பாடலில் அவை கொடுக்கும் அனுபவம், கேட்டுப் பார்த்தால் தெரியும். இதே பாடலை, கௌஷிகி சக்ரவர்த்தியுடனும் ரமேஷ் விநாயகம் பாடியிருக்கிறார். அதேபோல், உன்னிகிருஷ்ணன் நீண்ட இடைவெளிக்குப் பின் பாடியிருக்கும் 'விண்கடந்த ஜோதியாய்' என்ற பாடலின் பின்னணி இசையைக் கவனித்துப் பாருங்கள். இதே போல் சில இசைக்குறிப்புகளும் படத்தின் இசையில் உண்டு. என்னைப் பொறுத்தவரையில் ராமானுஜன் ஒரு குறிப்பிடத்தகுந்த ஆல்பம்தான். அவசியம் பிரபலம் அடைந்திருக்கவேண்டிய உழைப்பு இதில் உண்டு.

அறிமுகமாகி கிட்டத்தட்ட இருபத்தெட்டு ஆண்டுகள் ஆனாலும் ரமேஷ் விநாயகத்துக்கு உரிய புகழ் கிடைக்கவில்லை என்ற வருத்தம் எனக்கு உண்டு. ஆனால், துளிகூட இளைப்பாறிவிடாமல் இன்னும் அதிகமான முயற்சிகளை அவர் செய்துகொண்டேதான் இருக்கிறார். அந்த உழைப்புக்கான பலன் அவசியம் அவருக்குக் கிடைக்கும் என்பதிலும் எனக்குச் சந்தேகம் இல்லவே இல்லை.

கருந்தேள் ராஜேஷ் ஒரு திரை விமர்சகராக 2009ல் அவரது karundhel.com என்ற வலைதளத்தில் பல்வேறு வகையான திரைப்படங்களைப் பற்றி விரிவாக எழுதத் துவங்கி, அதன்பின் 2012ஆம் ஆண்டு முதல் தமிழ்த் திரைப்படங்களில் திரைக்கதைகளைச் செப்பனிட்டுக் கொடுக்கும் screen-play consultant மற்றும் திரைக்கதை எழுத்தாளராக இருந்து வருகிறார். திரைக்கதை பற்றிய வகுப்புகளைத் திரைப்படக் கல்லூரிகளில் எடுப்பது, தனது ப்ளேஸ்டேஷன் 3ல் இரவு பகலாக கேம்களை விளையாடித் தள்ளுவது, பல்வேறு படங்களைப் பார்ப்பது, அவற்றைப் பற்றி எழுதுவது, மொழிபெயர்ப்பு ஆகியவை இவருக்கு மிகவும் பிடித்தமானவை. பெங்களூரில் வசித்துவருகிறார்.

www.ingramcontent.com/pod-product-compliance
Lightning Source LLC
LaVergne TN
LVHW100813051026
849519LV00006B/2062